NGUYỄN THỊ LỘ

tiểu thuyết lịch sử

Tiểu Thuyết Lịch Sử

NGUYỄN THỊ LỘ

HÀ VĂN THUỲ

Thiết kế bìa: Uyên Nguyên Trần Triết
Tranh bìa: Hoạ sĩ Nguyễn Phan Chánh
Dàn trang: Công Nguyễn

NHÀ XUẤT BẢN
NHÂN ẢNH 2024
ISBN: 979-8-3302-8527-3

HÀ VĂN THÙY

NGUYỄN THỊ LỘ

Tiểu Thuyết Lịch Sử

NHÂN ẢNH 2024

TỰA

Trong những định nghĩa về lịch sử, hình như có câu: "Lịch sử là những văn bản do sử gia viết rồi sau đó không ngừng được viết lại." Xem ra định nghĩa này đúng với trường hợp Nguyễn Trãi và Nguyễn Thị Lộ.

Về Lễ nghi học sĩ triều Lê Thái tông, sử gia Ngô Sĩ Liên có Lời bàn: *"Nữ sắc làm hại người ta quá lắm. Thị Lộ chỉ là một người đàn bà thôi, Thái tông yêu nó mà thân phải chết, Nguyễn Trãi lấy nó mà cả họ bị diệt, không đề phòng mà được ư?"* Điều này, như người ta thường nói, là quan niệm bất công, khinh rẻ phụ nữ của một sử gia quân chủ. Nhưng vì lẽ gì, ngay cả trong chuyện Rắn báo oán tác giả dân gian cũng phũ phàng dồn hết mọi tội lỗi lên đầu người đàn bà?

Về Nguyễn Trãi, vua Tự Đức nhà Nguyễn có Lời phê: *"Đời Lê Thái tông, vua thì buông tuồng, bầy tôi thì chuyên quyền. Trãi nếu là người hiền thì nên sớm liệu rút lui, ẩn náu tung tích để cho danh tiếng được toàn vẹn. Thế mà lại đi đón trước ngự giá, thả lỏng cho vợ làm việc hoang dâm, vô liêm sỉ. Vậy thì tai vạ tru di cũng là tự Trãi chuốc lấy. Như thế sao được gọi là người hiền?"* Với nhiều thế hệ trí thức Việt, lời bàn trên được coi như khuôn vàng thước ngọc. Nhưng rồi thời gian cho thấy khuôn vàng thước ngọc cũng biến dạng!

Nguyễn Trãi có là người hiền chăng? Biết tất cả những bậc hiền của quá khứ, biết những Khuất Nguyên, Trương Lương, Ngũ Tử Tư, Văn Chủng, Phạm Lãi... Biết Chu Văn An và cũng biết Trần Nguyên Hãn, Phạm Văn Xảo nhưng Nguyễn Trãi tự biết mình hơn bởi ông là người hiền dấn thân. Án Trại Vải là bi kịch tất yếu mang tính toàn nhân loại khi chế độ chuyên quyền thống trị. Nguyễn Trãi và Nguyễn Thị Lộ là viên đá lót đường cho dân tộc vươn tới tự do!

Văn bản lịch sử không phải là văn bản chết mà là tấm gương từ đó con người phải soi vào để nhận ra chân dung của bản thân mình, của thời đại mình. Nhà văn, trong ý nghĩa nguyên sơ của từ này, chính là lương tri của dân tộc của thời đại, có nhiệm vụ giải mã tấm gương câm lặng của lịch sử để đưa ánh sáng dọi chiếu con đường đi tới cho dân tộc. Đấy là sứ mạng thiêng liêng cao cả nhiều người mơ ước. Nhưng giải mã chân xác cuốn sách cổ là điều cực khó mà không phải ai cũng thành công.

Tiểu thuyết Nguyễn Thị Lộ là một trong những cách giải mã lịch sử. Đánh giá nó thế nào là quyền của thời gian.

Sài Gòn, Thu Giáp Thân
Hà Văn Thùy

CHƯƠNG MỘT

Nguyễn nằm im, nghe hơi đá mát lạnh dưới lưng. Nghe không khí nhẹ lâng lâng của rừng thu. Nghe tiếng lá thông vi vút trong gió. Nghe dòng suối rì rào ngân nga như tiếng đàn. Nghe rừng trúc xạc xào. Miên man miên man êm đềm... Nguyễn nhận ra một cái gì thân thiết như ru trong bài ca xa xưa. Tự nhiên ông thấy lòng thư thái, thấy mình như tan hòa cùng không gian cùng cảnh vật, nhận ra hồn mình lâng lâng nhẹ như sạch hết bụi trần. Chỉ nơi này, giữa thiên nhiên khoáng đạt, ông mới tự do tự tại, mới thực sự là mình. Nguyễn thả cho hồn phiêu diêu chìm dần vào giấc ngủ...

Cảm thấy có cái gì bò nong nóng râm ran trên mặt, Nguyễn tỉnh giấc. Ông nhận ra từ trên cao một tia nắng chói lòa xuyên qua tán thông rậm rạp xanh ngăn ngắt chiếu xuống mặt mình. Nguyễn xê người tránh chỗ nắng trên thạch bàn, nhắm mắt lại, định ngủ tiếp nhưng giấc ngủ không đến nữa. Nghe trong không gian mùi khói lá thông hăng hắc, Nguyễn mở mắt nhìn rồi từ từ ngồi dậy. Tránh chiều gió, phía sau một gốc thông già, nàng đang lúi húi đun nấu. Nguyễn lặng ngắm nét mặt nàng hồng hào điểm mấy đốm tàn tro. Xách chiếc ấm đồng nhỏ về phía thạch bàn, Thị Lộ âu yếm nói: sao chàng không ngủ thêm đi? Trời đẹp lắm! Thôi để thiếp pha trà mời chàng vậy! Không nói không rằng, Nguyễn chăm chú nhìn vợ. Bàn tay thon thon của nàng duyên dáng nắm quai ấm đồng, rót dòng nước sôi sùng sục vào ấm chuyên màu gan gà. Đậy nắp lại, nàng nhẹ nhàng lắc lắc ấm rồi rót bỏ lượt nước tráng trà, sau đó nàng rót nước sôi vào ấm. Tiếp theo nàng tráng đôi chung. Đặt ấm nước vào chiếc đĩa gan gà, Thị Lộ bưng hai tay để trước mặt chồng, nói nhỏ: mời chàng! Rồi nàng e lệ ngồi xuống mép thạch bàn.

Đêm hôm trước, cảm thấy trong lòng vơi nhẹ, Nguyễn nói: "Mai ta định lên núi chơi, nàng có đi với ta không?" "Còn gì bằng nữa, nàng hồ hởi đáp, chàng cho thiếp đi cùng với." Sáng ra nàng dậy sớm cùng lão Mộc lo nấu cơm nếp nắm lại trong bẹ mo nang. Lão Mộc làm con gà ri, luộc lòng đào. Nàng mang ấm chén uống trà và như thói quen, nàng cũng không quên mang theo nghiên cùng giấy mực.

Nguyễn chống gậy trúc đi trước. Bước theo sau, nàng ngắm dáng chàng phong phanh trong áo vải, gió cuộn tà lại phía sau. Đi được một lúc, nàng thấy mặt chồng hồng hào lên, những giọt mồ hôi rịn ra nơi thái dương. Dừng lại nơi hòn đá bàn, hai người ngồi nghỉ cho ráo mồ hôi rồi Nguyễn xuống suối tắm.

Ở đoạn này, dòng suối phình rộng ra, lặng lẽ chảy hiền hòa. Nước thật trong, mát lạnh, đáy nước lộ rõ những hòn cuội trắng cùng những con cá kìm bơi tung tăng. Tiếp đó là một ghềnh đá, nước bị chặn lại chảy rì rầm như bản nhạc. Trong lúc Nguyễn vẫy vùng thỏa thuê cùng suối mát, nàng bắc bếp nổi lửa nấu nước pha trà. Khi Nguyễn bước khỏi suối lên ngồi trên đá bàn, nàng đã pha sẵn ấm nước cho chồng. Cầm bó nhang cùng mồi lửa, nàng nói: "Chàng nghỉ ngơi, thiếp mang hương lên viếng thày." "Ừ, nàng đi đi!" Nguyễn nói rồi đưa cặp mắt sâu dưới lông mày chớm bạc nhìn theo như nâng niu ôm ấp nàng. Cặp chân dài dẻo dai, dáng đi uyển chuyển. Tấm váy lụa mềm mại cuốn theo mỗi bước đi, để lộ bắp chân trần trắng muốt. Chiếc thắt lưng hoa lý bay bay phơ phất và tấm áo tứ thân màu huyết dụ bó sát lấy thân hình nở nang. Nàng vẫn đẹp, quá đẹp ở tuổi của nàng, Nguyễn nghĩ. Khi bóng nàng khuất trong rừng, không hiểu sao ông bỗng thấy âm thầm một nỗi lo xa xôi. Tinh hoa phát tiết đến vậy liệu có bền lâu?!

Theo lối mòn, nàng lên đỉnh núi Kỳ Lân. Ngọn Bái Vọng đã gần ngay trước mặt, giống như hình người đang quỳ lạy hướng về Vạn Kiếp. Trong bóng thông mát rượi, nàng bước đến ngôi mộ cô đơn được vây xung quanh bằng đá tổ ong. Ngôi mộ xây bằng những tảng đá ong, phủ kín lá cùng quả thông màu nâu, từ đất xám mọc lưa thưa những ngọn cỏ bò lan ra ngoài. Mấy năm trước, sau khi được Thái tổ giải oan, tha khỏi lao tù, Nguyễn Trãi xin với nhà vua được sang Tàu kiếm hài cốt cha. Nhờ một chủ thuyền buôn người Khâm Châu, chàng đã vượt biển sang Tầm Châu, lưu lại đấy mấy tháng trời rồi lần hồi tới Yên Kinh. Cũng chuyến đi ấy, chàng xin cho Phi Hùng được trở về. Ngày trước, khi chia tay ở Ải Bắc, Phi Hùng theo hầu hạ bên cha. Cha mất Hùng an táng và ở lại giữ mộ. Chuyến đi Bắc ấy, người mang về hơn chục bài thơ. Nàng nhổ những dây cỏ dại bò lan, nhặt bớt lá thông, sửa sang cho nấm mộ bớt phần hoang liêu rồi kính cẩn thắp nhang cắm trước mộ chí, miệng nàng lầm rầm khấn vái những lời to nhỏ. Xong việc, nàng đứng lên, nhìn bao quát khoảng rừng rồi ngắm nấm mộ cùng tấm mộ bia, quay về hướng Đông. Tấm bia mộ bằng đá xanh với những dòng chữ khắc chân phương: Nguyễn Phi Khanh chi mộ. Bên trái là dòng lạc khoản: Hiếu nam Nguyễn Trãi tạo. Tận cùng của sự khiêm nhường, nàng nghĩ. Cả hai cha con, không một dòng chức tước! Cha không chức tước đã đành vì phụng sự ngụy triều nhưng còn con, một đại công thần? Nàng hiểu cách ứng xử của chồng. Với người, mọi danh vị đều phù du, chàng muốn cha mình ẩn trong cái sự vạn đại chi dân. Nhìn sâu vào lòng đất, cảm thương cho người nằm dưới mộ, nàng thầm hỏi: "Nguyễn Phi Khanh, hạnh phúc của ông là ở chỗ nào? Khi làm quan nhà Hồ hay trong mối tình của nàng quận chúa?" Chỉ có im lặng trả lời nàng, chỉ có tiếng rừng thông vi vút.

Nàng hình dung cuộc tình của chàng nho sinh đất Nhị Khê với cô quận chúa lá ngọc cành vàng. Là đam mê, là sợ hãi. Lo sợ trong đam mê. Đam mê lẫn cùng lo sợ. Nhưng đẹp sao một tình yêu dâng hiến! Nàng nghĩ, đó có lẽ là quãng đời hạnh phúc nhất của người? Càng hạnh phúc hơn khi từ sự vụng trộm ấy lại cho ra đời con người tuyệt vời Nguyễn Trãi. Và thật diệu kỳ, cái mầm sống sinh ra từ đam mê ấy lại gắn bó với cuộc đời nàng, đem lại cho nàng hạnh phúc quá lớn đến mức ôm không nổi!

Trở lại thạch bàn thì cũng gần trưa. Từ xa nàng thấy thấp thoáng giữa những thân thông già, Nguyễn đang viết. Nàng hiểu mình nghĩ đúng. Những dịp lên núi như vầy thế nào người cũng có thơ. Biết thế nên nàng không muốn quẩn quanh bên chàng. Nàng muốn mình luôn có mặt trong tâm tưởng nhưng không cản trở suy nghĩ của chàng. Nếu lên rừng một mình, chàng sẽ cô đơn lắm. Nhưng có nàng, chàng sẽ yên tâm có hình bóng nàng bên mình và trong sự yên tâm ấy, chàng viết. Rất nhẹ nhàng, nàng bước lại phía chàng, không hề nhắc đến thơ phú, nàng chỉ nói:

- Mộ thày vẫn yên lành. Thiếp đã dọn cỏ rác và thắp hương viếng thày.

Nàng nói thế cho chàng yên tâm rồi nàng dọn cơm ra thạch bàn ân cần mời chàng. Buông bút, Nguyễn xuống suối rửa tay rồi trở về nhận khoanh cơm nếp dẻo thơm từ tay vợ. Bốc miếng thịt gà, chấm muối tiêu với những sợi lá chanh thái mịn, Nguyễn ăn ngon lành. Đợi cho chàng ăn xong, nàng dâng tăm, nước, sau đó bẻ cành lá thông phủi sạch thạch bàn, nàng mời chàng nghỉ trưa.

Nguyễn muốn tìm lại giấc mơ vừa vụt biến. Giấc mơ không trở lại, tiếc đến quặn lòng. Một ông già râu tóc bạc phơ không biết tự bao giờ lặng lẽ đăm đăm nhìn Nguyễn. Dáng ông già phong sương có nét gì quen quen. Cái nhìn ông sâu thẳm đượm buồn, khuôn mặt ông là nỗi đau vời vợi. Dường như nơi khóe mắt ông già một giọt lệ trào ra? Không nói không rằng, ông lặng lẽ nhìn Nguyễn giờ lâu, cái nhìn trăn trối phảng phất nỗi lo lắng. Có nét gì giông giống ngoại tổ? Nguyễn tự nhủ và khi nhận ra người đứng trước mặt nãy giờ chính là ông ngoại Trần Nguyên Đán, Nguyễn định kêu lên thì thấy khóe miệng ông ngoại hình như mấp máy muốn nói điều gì. Nhưng ngay lúc ấy Nguyễn giật mình tỉnh dậy. Sao mình không nhận ra ông ngoại? Nguyễn tự trách. Ngoại tổ gầy lại phong sương quá, không thật giống với quan Tư đồ phương phi đạo mạo ngày xưa. Nhưng sao cụ nhìn mình lo lắng và ánh mắt buồn vời vợi? Phải thôi, cuối đời cụ là cả một chuỗi buồn. Đấy là cụ không còn sống để chứng kiến cái chết của Nguyên Hãn! Cụ định nói gì? Nguyễn không thể nào hiểu nổi. Lòng xao động, Nguyễn không hiểu được vì sao lại gặp ngoại tổ giữa buổi trưa này? Liệu có điềm gì báo với mình chăng? Nguyễn ngồi dậy trên thạch bàn, nhìn những cây thông già cao vút. Nắng mùa thu lọc qua tán lá tỏa xuống những tia chói chang. Trên đất, phủ dày một lớp lá thông màu nâu. Một đôi sóc tranh nhau quả thông, cùng rơi từ trên cành xuống, giương mắt nhìn Nguyễn rồi lại vội vàng leo lên cây. Xa xa, từ nơi nào đó vọng lên tiếng tu hú tu hú nhịp đôi khắc khoải.

Uống xong chung trà, Nguyễn chọn mấy tờ giấy hoa tiên màu trắng ngà có bài thơ vừa viết đưa cho vợ:

- Ta mới làm xong bài thơ, phiền nàng đọc thử. Ông nhìn vợ bằng ánh mắt trìu mến.

Đưa hai tay nhận bài thơ, Thị Lộ mỉm cười:

- Cảm ơn chàng đã tin thiếp! Nói xong, nàng chú mục vào những dòng chữ viết thoáng như rồng bay. Một lần, hai lần nàng đọc: Côn Sơn ca. Đọc đến lần thứ ba, nàng không hề ngẩng lên. Những tờ giấy trắng run run trong bàn tay hồng trắng. Tự dưng mắt nàng nhòa lệ.

- Ô kìa, sao nàng khóc? Nguyễn lo lắng hỏi. Sao nàng khóc?

- Thiếp hiểu lòng chàng! Chàng yêu nơi này biết bao. Nào suối nào đá nào thông nào trúc. Thiếp những tưởng chàng an lòng với nơi đây mà lánh xa vòng danh lợi! Thiếp cứ mong chàng như Trương Lưu hầu sau khi phò Hán thì lánh đời lên núi tu tiên. Thiếp cũng mong chàng như Phạm Lãi sau khi diệt Ngô thì cùng nàng Tây Thi rong chơi Ngũ Hồ. Thiếp cứ tưởng một dải non xanh Yên Tử với Lục Đầu Giang này sẽ là Ngũ Hồ của chàng, còn thiếp thì dù vô hạnh, cũng mong được là một chút gì của Tây Thi để sớm hôm bên chàng. Nhưng nay thì thiếp hiểu, lòng chàng vẫn hướng về Kinh vẫn hướng về nhà Lê. Rồi mai đây, chỉ cần cái vời tay nhẹ của nhà vua, chàng lại ra đi, xông pha cùng gió bụi. Vâng, cuộc đời chàng sẽ không yên ổn. Là phúc hay là họa đây? Bấy lâu nay lòng chàng dằn vặt đắn đo giữa chuyện xuất và xử. Nay thì thiếp hiểu, dù có muôn ngàn chông gai phía trước, dù gặp nguy nan, chàng cũng ra đi vì lòng chàng chưa yên!

- Ta xin, ta xin nàng, đừng khóc nữa! Ta không chịu được nước mắt, mà lại là nước mắt nàng. Nàng đã hiểu ta! Dù biết thế nào là Phạm Lãi thế nào là Văn Chủng thì ta vẫn là ta. Ta phải đi hết con đường của số phận mình. Nhà Lê còn biết bao công việc bộn bề, chúa quá trẻ, chúa sẽ cần ta, dân cũng cần ta. Là trượng phu đội trời đạp đất, làm sao ta có thể vì sự yên ổn của bản thân mà trốn lánh? Nàng biết đấy, vinh hoa ta không màng, phú quý ta không cầu nhưng có những công việc mà không đưa vai gánh vác, ta không còn là ta nữa! Trong những việc như vầy, sinh tử với ta không còn là chuyện phải bàn! Điều duy nhất ta lo lắng là việc làm của ta sẽ liên lụy tới nàng.

- Đừng nói thế, xin chàng đừng nói thế! Lo là thiếp lo cho chàng, còn với thiếp, không có điều gì lớn hơn tình yêu của chàng. Chỉ cần được chàng yêu, thiếp sẽ theo chàng tới cùng trời cuối đất!

Nắng đã nhạt, trong rừng trở nên âm u. Hai người xuống núi theo lối mòn ban sáng. Dưới chân núi, một xóm nhỏ bình yên bao bọc bằng cánh đồng lúa xanh thì con gái. Trên bãi cỏ cạnh làng, đám mục đồng chăn trâu thổi sáo. Tiếng sáo véo von vút lên tận tầng mây. Những con sáo đá sáo sậu quen với đàn trâu và đám trẻ bay lên bay xuống lưng trâu kiếm ăn, hót ríu ran không khác chi lũ trẻ vô tư tranh nhau chuyện trò sôi nổi. Trên không, những đám mây nhẹ bay từ phía biển vào. Những cánh diều phất cậy* màu nâu nhạt lửng lơ giữa trời xanh, cùng mây trắng. Từ trên không tiếng sáo diều vang vang tạo thành bản hòa tấu êm đềm. Nguyễn nghe kể rằng, hội chơi diều vùng này rất sành. Hàng năm đều có cuộc thi xem diều ai đẹp, bay cao và tiếng sáo của ai hay nhất. Phần thưởng chỉ là vuông lụa điều. Tuy nhỏ nhưng là vinh dự lớn kèm theo sự may mắn nên ai cũng gắng làm diều cùng sáo tốt nhất. Diều được làm thường xuyên nên mỗi ngày thường có thêm những cánh diều cùng tiếng sáo mới. Các vị đứng đầu hội diều có óc thẩm âm tinh tế nên hàng trăm chiếc diều với hàng trăm bộ sáo mà vẫn giữ được hòa.âm, không bị lạc điệu.

Nguyễn nói:

- Nàng thấy không, ngay trong tiếng sáo này cũng thể hiện mối hài hòa của vũ trụ. Tiếng trúc của mục đồng là nhân sáo, tiếng bầy chim là địa sáo, còn tiếng sáo diều là thiên sáo. Đấy là âm nhạc của cuộc sống. Chỉ cần nghe ba âm thanh ấy, kẻ trí biết rằng thời trị hay loạn. Nàng hãy nghe, tiếng thiên sáo từ trên trời vọng xuống trong ngần, êm ả. Không bị phá cách, không lạc điệu. Đấy là sự hài hòa.

Tiếng nhân sáo cất lên cao vút sảng khoái như con người chắp cánh bay lên với ước mơ, với hồn trong sáng. Còn địa sáo tiếng chim khỏe vui của đất tưng bừng dồi dào sự sống. Âm thanh như ta nghe hôm nay là âm thanh của thái bình, của thiên địa nhân giao hòa.

CHƯƠNG HAI

Năm Kỷ Mùi Thiệu Bình thứ sáu là năm đặc biệt của vương triều Lê Thái tông. Như thân cây mảnh dẻ sau nhiều năm bị cớm nắng dưới bóng quyền thần, nhà vua đã vươn ra ánh sáng, muốn khẳng định bản lĩnh thiên tử của mình. Ngài quyết định năm sau, Canh Thân sẽ đổi niên hiệu, mở ra khúc ngoặt mới cho Đại Việt. Chuẩn bị cho cuộc đổi mới ấy, lễ thánh tiết năm nay ngài không dùng tên Kế thiên như mọi năm mà đổi thành Vạn thọ thánh tiết. Ngài muốn rằng ngày đó phải được cử hành thật long trọng. Ngoài thông lệ là các quan vào Điện chúc thọ rồi hoàng thượng ban yến cho bá quan, năm nay còn có biểu diễn múa kiếm tại sân rồng, trình diễn múa và dàn nhạc lễ của quan Đô giám trung thừa. Hai năm trước, sau khi bất đồng với Lương Đăng trong việc làm nhạc lễ, quan Hành khiển Nguyễn Trãi trả việc nhà vua rồi xin về Côn Sơn trí sĩ. Vào tiết Vu lan năm nay, nhà vua thấy lòng không thanh thản nên đã cho mở cái hòm vàng chứa di ngôn của tiên đế, trong đó ngài đọc được dòng chữ ghi lại lời của vua cha lúc sắp băng.

Đọc những dòng chữ do sử quan ghi, Thái tông bỗng nhớ lại buổi chiều tháng Tám sụt sùi mưa năm ấy. Là đứa trẻ sắp mất cha, nhà vua đã khóc khản cổ bên long sàng, có nghe cha nói nhưng nào biết nói những lời gì! Vì vậy, một thời nhà vua theo bản năng của đứa trẻ được nuông chiều, đã từ chối việc đưa quan Thừa chỉ Nguyễn Trãi vào cung làm thầy học. Trong giây lát, lòng trắc ẩn rung động, nhà vua cảm thấy hối tiếc và ân hận nên đã xuống chiếu cho Lê Trãi giữ chức cũ, kiêm Trung thư sảnh tri tam quán sự đồng thời cho quản cả việc quân dân hai đạo Đông Bắc để ông vẫn được ở quê nhà vui cùng sơn thủy. Tiếp chỉ của nhà vua, Lê Trãi hồi kinh bái nhận rồi bắt tay vào công việc, định rằng tới dịp thánh tiết sẽ về triều tạ ân. Vì vậy năm nay ông về Thăng Long sớm. Trong buổi chầu, ông dâng tấu báo cáo tình hình quân dân đạo An Bang cùng biểu tạ ân. Hai bản văn được dâng lên, nhà vua đặt bản cáo trên án trước mặt mình, còn biểu tạ ân, sai quan Ngự sử Bùi Cầm Hổ đọc. Quan ngự sử vái nhà vua, nhận bài biểu rồi hắng giọng:

"Thần Lê Trãi, rất lo rất sợ, cúi đầu rập đầu kính tâu:

Ngày 20 năm nay, kính đội thánh ân, trao cho thần chức kể trên, thần đã bái nhận rồi, nay kính cẩn dâng biểu tạ ân.

Cúi nghĩ: Sáu chục tuổi xuân tàn, chức vụ đã yên phận mọn; chín trùng trời chiếu xuống, móc mưa lại đội ân trên.

Xét mình biết thế là vinh; nghĩ bụng lại càng thêm thẹn.

Thần, tấn thân dòng cũ, chương củ nho hèn.

Chuyên đọc Điển Phần, chí những muốn việc cổ nhân đã muốn, để tâm dân chúng, mình trước lo điều thiên hạ phải lo.

Đương quốc gia thảo muội ban đầu; vừa chân chúa phong vân gặp hội.

Cửa viên ruổi ngựa, làm việc lớn mà nửa đời trung nghĩa được tròn; miệng hổ giấu mình, quyết nghị hòa mà hai nước can qua đều nghỉ.

Đặc ân may được, chính chức dự vào.

Nói tất nghe mà kế tất theo; công đã thành mà danh đã toại.

Chia bảo phù, ban thái ấp, chung ngựa trắng ăn thề; mua ghen ghét, chuốc dèm pha, chợt nhặng xanh nhơ vết.

Mới biết quả hợp thì người khó thích; để cho trong trắng thì bẩn đã dây.

Nếu không được Tiên đế xét rõ đáy lòng, thì hầu khiến tiểu thần ngậm cười dưới đất.

Việc qua đã hẳn, lòng còn thẹn chi.

Kim mã ngọc đường, vật cũ rốt thu lại được; thanh thiên bạch nhật, lòng trung được chút tỏ ra.

Sao vãn cảnh đã xế bóng tang du, mà thanh mộng còn vương nơi kim khuyết?

Tài hèn sức yếu, đầu bạc lòng son.

Nào ngờ lúc hài cốt xin về, lại được mệnh vân tiêu ban xuống.

Kính thấy Hoàng đế bệ hạ, trên đầu sáng rỡ, rộng rãi khôn lường.

Đế Nghiêu là thánh là thần, biết người rất rõ; đại Thuấn thích nghe thích xét, đãi chúng lấy khoan.

Chọn người hiền không cứ loại nào; dùng người tài xem như mình vậy.

Kén người thì rau phỉ rau phong đều hái; đức tài thì đồ thô đồ méo không quên.

Thương thần như ngựa đến tuổi già, còn kham rong ruổi; cho thần như thông qua năm rét, càng dạn tuyết sương.

Quần môn mặc kệ dèm pha; thánh ý cứ bền tín nhiệm.

Khiến cho suy nát trở lại sáng tươi.

Chức giữ Đông đài, thực việc triều đình rất trọng; việc kiêm Tam quán, ấy điều nho giả cực vinh.

Huống ban quốc tính để rạng tông môn; lại với công thần xếp cùng hàng liệt.

Cảm mà chảy nước mắt, mừng mà sợ trong lòng.

Tự nghĩ ngu hèn, sao cho xứng đáng.

Thần gìn giữ bền tiết cũ, mong kịp người xưa.

Bể rộng non cao, chưa báo được quyên ai chút đỉnh;

Trời che đất chở, dám đâu quên ân đức lớn lao!"

Ngự sử Bùi vừa dứt lời, các quan liền tung hô vạn tuế ba lần. Chờ cho mọi người im lặng trở lại, nhà vua nói với Trãi:

- Vào dịp Vu lan, trẫm có việc đọc lại những ý chỉ của Tiên đế, đã tìm thấy lời Người nói trước lúc lâm chung : "Ngày dấy nghiệp, Lê Trãi giúp ta có công lớn. Khi đại định, tuy không dùng được Trãi nhưng ta vẫn biết tài lương đống cùng lòng trung son sắt của ông ta. Lê Trãi như cây gỗ lim giữa rừng Lam Sơn, càng già càng quý, ta dành ông ta để lại cho ngươi làm trụ cột chống đỡ giang sơn nhà Lê. Chớ quên lời ta!"

Vâng theo di huấn của Tiên đế, trẫm đã trọng dụng, nâng khanh lên hàng đầu của công thần. Trẫm mong khanh hết lòng vì nước!

Sáng ngày hăm hai tháng Một, quan Thiếu úy thiếu bảo tham tri chính sự Liệt hầu Trịnh Khả dẫn bách quan theo hoàng thượng tới nhà Thái Miếu cáo tiên tổ. Trong tiếng trống tiếng chiêng rộn rã, cờ phấp phới bay, người dân kinh thành ăn mặc thật đẹp nô nức đi xem hội để được từ xa ngắm vua cùng bách quan. Lính vụt roi dẹp đường, tiếp đó xe loan chở nhà vua, hoàng hậu, hoàng tử đi trước, đi sau là kiệu của các quan. Lọng vàng lọng tía che rợp trời. Nhà Thái Miếu đèn nến sáng trưng. Tại gian chính điện một đỉnh lớn bằng đồng bốc làn khói xanh thơm ngát hương trầm. Những nén nhang cắm trước bài vị của Thái tổ cùng các vị tiền bối nhà Lê khói tỏa nghi ngút. Các quan theo thứ tự quỳ trên nền gạch trải chiếu hoa cạp điều. Nhà vua quỳ trên tấm thảm màu vàng. Đứng quay mặt vào điện, viên lễ quan trịnh trọng đọc:

"Đứa con côi là Nguyên Long kính dâng Tiên đế cùng liệt tổ liệt tông tấm lòng tri ân vạn bội. Nay nhân ngày thánh tiết, xin cáo với Tiên đế cùng tổ bối rằng, từ năm thứ nhất đến năm Thiệu Bình thứ sáu, tuy còn phải nương dưới bóng quyền thần, kẻ hiếu tử là Thái tông đã giữ vững giang sơn nhà Lê, mở khoa thi, luyện quân sĩ, chế lễ nhạc điển chương, đất nước đã thái bình thịnh trị. Nay thời cơ vào hội mới, hiếu tử quyết định từ năm sau đổi niên hiệu là Đại Bảo năm thứ nhất. Kính cáo việc lớn này để Tiên đế cùng liệt tổ liệt tông chứng giám và phù hộ cho trẫm cùng giang sơn nhà Lê."

Bài cáo đọc xong, một hồi chuông trống rung lên, vua cùng bách quan dập đầu lạy bốn lạy. Đội nhạc cung đình tấu nhạc lễ mừng Thánh tiết.

Từ Thái miếu, vua quan trở về cung, Lễ bộ ty bày sẵn nghi trượng ở Đan Trì. Ngự ở Điện Hội Anh, vua mặc triều phục áo cổn, mũ miện ra ngồi ngay ngắn trên ngai vàng, bá quan quỳ nghe quan bộ Lễ đọc biểu chúc thọ. Đọc xong, các quan tung hô vạn tuế. Tiếp đó vị quan của nội cung đọc chiếu của hoàng thượng:

"Tiên đế băng hà, trẫm sớm phải lo việc nước.

Nỗi nhà thì ngặt: một đứa con côi.

Vận nước nặng nề: buổi đầu gầy dựng.

May nhờ hồng phúc tổ tiên;

may nhờ bách quan giúp rập

mà nước thái bình mà dân lạc nghiệp.

Thiệu Bình sáu năm, trẫm dốc lòng hiếu thuận.

Nhưng trẻ thơ sao khỏi lỗi lầm.

Nay niên nguyệt trưởng thành, tới lúc phải chỉnh trang triều chính.

Trẫm quyết định đổi niên hiệu, lấy năm sau Canh Thân làm năm Đại Bảo nguyên niên.

Kể từ năm nay, lễ thánh thọ gọi là Vạn thọ thánh tiết.

Nhân dịp này trẫm công bố đại xá thiên hạ, thưởng cho những người bảy mươi tuổi trở lên, mỗi người một tư."

Những mâm yến đã bày sẵn. Bọn thái giám đón mời từng người theo thứ tự vào chỗ ngồi. Những bình ngự tửu bọc giấy hồng điều được đem tới từng mâm. Trong tiếng nhạc rộn ràng, mọi người chuyện trò cười nói vui vẻ. Vừa dự tiệc trong Điện, các quan vừa xem võ sĩ đấu kiếm giữa sân rồng. Sau múa kiếm là chương trình tấu nhạc.

Về dự Thánh tiết năm nay, quan Hành khiển Nguyễn Trãi vui hơn mọi lần. Từ một hưu quan tưởng như chỉ còn sống quãng ngày tàn, ông bỗng được vua dùng lại, giao cho những công việc hệ trọng ở hai đạo miền Đông Bắc. Một số công việc ông mới thi hành nhưng kết quả thì đã rõ: bỏ bớt những chính sách ngặt nghèo, hạn chế bọn cường hào và giặc cướp, ổn cố được nhân tâm. Đấy chính là cái gốc của bản nhạc mà ông trình lên nhà vua hôm dâng biểu tạ ân. Nhìn nhà vua mấy ngày qua, ông thấy như là con người khác, con người chủ động và quyết đoán, không còn như trước đây, là mầm cây cớm nắng dưới bóng bọn Ngân bọn Sát. Nghe những bài chiếu bài cáo, ông hiểu nhà vua đã trưởng thành, muốn vượt khỏi quá khứ, tự khẳng định. Hiểu vậy nhưng thâm tâm Nguyễn Trãi cũng tiếc cho nhà vua tuy thông minh nhưng vì thiếu sự học hành cần thiết mà bị hạn chế nhiều trong công việc. Hai năm trước, khi nhận làm nhạc, ông đã tâu:

"Thời loạn thì dùng võ, thời bình thì dùng văn: Ngày nay định ra lễ nhạc chính là phải thời lắm. Song không có gốc thì không thể đứng vững, không có văn thì không thể lưu hành. Hòa bình là gốc của nhạc, thanh âm là văn của nhạc. Thần vâng theo chiếu chỉ thẩm định nhã nhạc, không dám không hết lòng. Song học vấn sơ sài, nông cạn sợ trong áng thanh luật khó làm cho được hài hòa. Dám mong bệ hạ rủ lòng yêu thương và chăn nuôi muôn dân khiến cho trong thôn cùng xóm vắng, không có một tiếng hờn giận oán sầu. Đó tức là giữ được cái gốc của nhạc."

Nhà vua đã khen ông. Ông những tưởng, giao ông làm công việc quan trọng này là nhà vua hiểu ý nghĩa công việc và cũng biết, người có thể làm được tốt nhất là ông, tức là hoàng đế nhận chân giá trị của ông. Nhưng sự đời không như ông nghĩ. Đến khi vào việc, thì thật trớ trêu, nhà vua ghép ông cùng làm với gã hoạn quan Lương Đăng. Ông không sao hiểu được vì lẽ gì nhà vua lại dùng Lương Đăng trong việc làm nhạc. Dùng hắn làm kẻ hầu hạ nơi hậu cung thì ông có thể hiểu được và cũng không xét nét với nhà vua, đằng này lại dùng y làm nhạc. Ông hiểu y quá. Y là con một phú ông huyện Tĩnh Gia xứ Thanh Hoa. Phú ông rất mê hát nên trong nhà thường nuôi những gánh hát có tiếng, đàn địch hát xướng thâu đêm suốt sáng. Người con trưởng phú ông lây tính mê hát xướng của cha lại vốn thông minh nên nhanh chóng thuộc nhiều tuồng tích cùng bắt chước đóng những vai tuồng hát khá tài, lại học được thanh luật, thạo một số ngón đàn. Có gánh hát xin Đăng theo nhưng nghĩ, con nhà con hát không thể tiến thân nên phú ông không chịu. Khi Đăng tới tuổi trưởng thành thì phú ông mất, gia cảnh trở nên sa sút. Quen hát xướng chơi bời nhàn nhã, Đăng không chịu được nghề nông vất vả. Lại do thuộc nhiều tuồng tích nên Đăng thấy chỉ có con đường tiến thân nhanh nhất là làm quan hoạn.

Nghĩ vậy, y tự thiến rồi nhờ người mai mối tiến cung. Vốn thương người, nên khi thấy viên quan hoạn trẻ thông minh nhanh nhẹn, có khiếu mua vui,

Thái tổ yêu, cho ở gần. Những ngày trận mạc gian nan, có Đăng bên cạnh, khi kể chuyện, lúc diễn tuồng hát xướng, đàn địch khiến nhà vua thanh thỏa, càng yêu hơn. Nhưng về cuối đời nhìn ra bộ mặt hèn hạ của gã nô tài, chỉ biết làm vui lòng chủ nên nhà vua không tin dùng nữa, đồng thời di chiếu cho con cháu không được lục dụng. Tưởng phen này y hết thời. Nhưng khi Thái tổ qua đời, bằng sự khéo léo miệng lưỡi, y lại được Thái tông thích, dùng làm thủ túc thân tín. Cậy thế chủ nên khi bàn làm lễ nhạc tên hoạn quan vô học ngang ngược lấn át Nguyễn Trãi từng ly từng tý. Tuy ông đã hết sức nhẫn nhịn mong làm tốt việc vua giao nhưng cuối cùng không chịu nổi, đành xin rút khỏi việc. Đến khi nghe Đăng dâng kiến nghị về nghi thức các buổi lễ trong triều, ông cùng các ông Nguyễn Truyền, Đào Công Soạn, Nguyễn Văn Huyến, Nguyễn Liễu tâu:

- Lễ nhạc là cốt ở người mới đặt ra được. Phải là bậc tài thức như Chu công rồi sau mới không thể chê trách được việc đặt lễ chế nhạc. Nay nhà vua để cho hạng bầy tôi hèn mọn ở trong cung chuyên việc xếp đặt lễ nhạc, như vậy chẳng tủi nhục cho nước nhà lắm sao? Vả lại việc làm của Đăng đều là dối vua lừa dưới không căn cứ vào đâu cả. Lương Đăng là tên bầy tôi hèn mọn ra vào nơi cung cấm, hầu hạ ở bên vua, như vậy chúng tôi trộm lấy làm ngờ lắm!

Nghe vậy Lương Đăng tâu:

- Thần là kẻ vô học, không biết chế độ thời xưa ra sao. Những việc bây giờ làm đó chỉ là biết thế nào làm thế ấy mà thôi.

Nguyễn Liễu nóng mắt nói:

- Từ xưa đến nay chưa có bao giờ hoạn quan lại tự chuyên làm nát thiên hạ như vậy.

Đúng lúc đó, hoạn quan Đinh Thắng từ trong cung đi ra, mắng lớn:

- Hoạn quan làm gì mà nát thiên hạ? Nếu nát thiên hạ thì phải chém đầu mày!

Vậy mà Nguyễn Liễu bị hình quan khép tội chém, may vua hạ chiếu giáng xuống tội thích chữ vào mặt đày đi xa. Đấy là chuyện của hai năm trước. "Có cô thì chợ cũng đông." Nguyễn Trãi cười mỉm nhớ lại câu ca của dân gian.

Nay ngắm nhìn buổi đại lễ cử theo nghi thức mới với ê hề nào trống nào chiêng nào đàn nào địch gióng lên gõ lên gào lên thét lên trong cung điện, trong nhà Thái miếu, giữa sân rồng. vị lão thần cảm thấy người gai lên vì tủi hổ. Đấy là cả một sự hỗn độn, cả một sự trái ngược. Buổi lễ với những con người từ nét mặt từ quần áo, dáng đi đều mang vẻ trang nghiêm. Sự trang nghiêm cố ý đến cứng nhắc bị những tiếng chiêng tiếng trống tiếng đàn hỗn độn bỡn cợt tạo nên một cái gì đó bát nháo kệch cỡm đến khôi hài. "Như vậy chẳng tủi nhục cho nước nhà lắm sao?" Quan Hành khiển nhớ lại những điều ông đã tâu vua hai năm trước!

Bối cảnh trước mắt làm hiển hiện bức tranh đất nước. Nhà Mạt Trần giềng mối hỗn loạn, kỷ cương lỏng lẻo. Nhà Hồ chính sự tàn khốc phiền hà tiếp đó là suốt hai mươi năm loạn lạc chiến tranh, cái công cái xảo là đánh thành chém tướng. Đại Việt một thời gian dài đứt đoạn về lễ nghi. Những con người thực sự hiểu biết như Trần Nguyên Hãn, như Phạm Văn Xảo thì bị giết vì nghi kỵ. Người hơi hiểu biết như bọn Lê Văn Linh thì hèn hạ xu phụ quyền thần để thỏa túi tham. Người biết thì không được làm còn người nhảy ra làm thì không biết việc! Triều đình nhà Lê như một mớ bung xung mạnh đâu mọc đấy. Trong cảnh hỗn mang như vậy, chó nhảy lên bàn độc! Lương Đăng làm nhạc định lễ rồi nhạc lễ của Lương Đăng là đỉnh điểm của sự bát nháo của sự vô học. "Văn hiến nước nhà đang bị lăng mạ!" Nguyễn Trãi nghĩ mà xót xa trong lòng. Quan Hành khiển muốn cười mà không cười nổi, ông nuốt nước mắt vào trong!

Buổi tối, các đại thần được đưa vợ con vào Ngự uyển xem hội hoa đăng. Nguyễn Trãi đưa phu nhân là bà Nguyễn Thị Lộ đi dự hội. Trong vườn Ngự uyển có những con đường lớn rợp bóng cây, mùa hè ban ngày mát rượi. Còn có Ngọc Hồ là cái hồ tròn rộng vài chục mẫu. Đêm nay trên các cây ven hồ treo những chiếc đèn lồng đủ màu đủ kiểu. Các đại thần, phu nhân, công tử quận chúa tiểu thư khuê các mặc những bộ quần áo đẹp nhất đi dạo chơi ngắm người ngắm cảnh khoe tươi khoe tốt. Bên hồ có những rạp mới dựng lên làm chỗ trình diễn nhạc múa. Cách một quãng lại có một quầy hàng đèn nến sáng trưng bày la liệt hàng hóa quý hiếm do thương nhân từ các đạo mang đến dự hội chợ. Các hàng hóa đều được miễn thuế. Những thứ hàng tốt nhất đẹp nhất còn được thưởng. Thương nhân các đạo đua nhau đem tới phương vật cùng hàng hóa từ Lão Qua, Chân Lạp đưa sang, từ Nam Dương chuyển tới, được bán với giá rẻ.

Từ phía bắc hồ, hàng trăm cung nhân cùng tiểu thái giám ăn mặc như tiên đồng ngọc nữ đem những chiếc thuyền nhỏ bằng giấy, có buồm có bánh lái, đốt lên ngọn nến ở giữa thuyền rồi thả trên mặt hồ cho trôi theo chiều gió bấc. Thuyền ai cập bến trước nhất mà vẫn còn sáng đèn sáng nến thì được thưởng. Nguyễn Trãi trong lễ phục, choàng thêm tấm áo kép lên mình, trông dáng người nho nhã. Thị Lộ mặc áo dài nhung đen nền nã. Trong màn đêm, ánh đèn đậm nhạt, sắc đen của nhung làm nổi lên màu trắng của làn da, nét nhân hậu nơi khuôn mặt. Chiếc áo bó sát người khiến cho cơ thể tròn trĩnh của thiếu phụ tỏa ra sức hấp dẫn lạ lùng. Một tài tử tiên phong đạo cốt bước bên cạnh một tuyệt thế giai nhân khiến cho họ dường như nổi lên giữa đám người đông đúc của đêm hội. Họ như từ nơi khác đến mà không phải của thế giới này. Không lòe loẹt diêm dúa mà dịu dàng êm ả, tận cùng của khiêm cung. Nhưng sao từ họ vẫn tỏa ra vẻ sang trọng khiến ai cũng nể vì? Ai cũng thèm được như họ. Không hiểu sao mà không ai bảo ai, người nào gặp họ cũng tự nhiên nhường đường. Nguyễn Trãi khi chào người này khi nói chuyện với người khác. Bà Lộ theo sát bên chồng đáp lại khách bằng tiếng chào nhỏ nhẹ, bằng những cái nghiêng mình duyên dáng.

Bờ bắc Hồ Ngọc có một cái đình rộng. Mùa hè mở cửa ra bốn phía, đình thật mát và thoang thoảng hương thơm từ hồ sen gần đấy. Lúc này, khi các cửa bắc, đông, tây đóng lại, ngồi trong đình sưởi ấm nhờ những hỏa lò đặt mỗi góc rồi thưởng thức chè cúc và nhìn ra hồ nơi có hàng trăm chiếc thuyền đèn đua nhau lướt trên sóng thì thật thú vị. Nguyễn Trãi và Thị Lộ sau khi đi đã mỏi chân, vào đình nghỉ. Trong đình thật đông vui. Nguyễn Trãi chào những người quen rồi chọn một chiếc bàn còn trống chỗ. Ngay lập tức, người hầu của nội cung mang đến cho họ khay trà với ấm trà ủ nóng trong cái giành sơn mài bức tranh Bát tiên thưởng trà. Thị Lộ rót nước ra hai chén tống trắng ngần rồi bưng hai tay dâng cho chồng. Một vị lão thần người tầm thước mặt vuông cặp mắt sáng quắc từ chiếc bàn ở dãy phía trong bước tới

- Chào quan lớn Hành khiển, biết ngài về kinh mà chưa tới thăm được, thất lễ quá!

Nhận ra đó là Bùi Ư Đài, Nguyễn Trãi vui vẻ đứng dậy đáp lễ:

- Xin chào quan lớn Ngự sử. Tôi về được mấy ngày rồi, lẽ ra phải tới thăm quan lớn nhưng do công việc quá bận, xin lượng thứ!

- Ấy chết, quan lớn dạy quá lời. Vừa ngồi xuống, Bùi Ngự sử vừa nói. Cũng lúc đó quan Ngự sử Bùi Cầm Hổ người hơi gầy dáng phong sương trong bộ quan phục cũ bước tới, vui vẻ nhập cùng bàn trà với họ. Bà Lộ rót nước ra chén rồi trân trọng đưa cho chồng. Nhận chén nước từ tay vợ, Nguyễn Trãi đưa mời bạn, miệng nói: mừng quan lớn được trở lại chức cũ! Trước đây ông này dâng thư phản đối Lê Sát nên bị cách chức. Khi Sát bị tội, vua cho là người trung thực nên phục chức cũ. Hai người hỏi thăm về tình hình

An Bang. Không muốn khoe khoang, Nguyễn Trãi nói xa xôi: "Đông, Bắc là hai đạo quan yếu. Vậy nên nhà Lý rồi nhà Trần sớm có đối sách với vùng này. Trong đối sách của tiền triều, thấy điều cốt lõi là khoan nới sức dân. Nhà Trần còn đi thêm một bước: vua Nhân tôn gầy dựng miền này thành trung tâm Phật giáo. Ở giữa lòng phật tử, người nghe ngóng động tĩnh giúp triều đình an dân và ứng phó kịp thời khi có biến. Thật là kế sách sâu xa. Được thánh thượng giao trọng trách, tôi cứ theo phương lược của người xưa, khoan nới sức dân, mang uy lớn của triều đình phủ dụ các sắc dân thiểu số, ráng sức kiềm chế không cho quan lại địa phương hiếp đáp dân quá đáng. Mặt khác khuyến khích thuyền buôn đến mua bán. Đánh thuế vừa phải và nhất là không được nhũng nhiễu họ."

Bùi Cầm Hổ nói:

- Quan lớn được trở lại công việc là phúc lớn của dân. Bọn chúng tôi cũng vui lây.

- Đa tạ quan lớn, Nguyễn Trãi đáp lời.

- Thánh tiết năm nay là dịp vui mừng, Bùi Ư Đài tiếp, chứng tỏ hoàng thượng người đã trưởng thành, mở ra vận hội mới cho non sông. Không còn bị quyền thần lấn át, ngài tỏ ra sáng suốt hơn. Việc vời quan lớn Hành khiển trở lại làm việc là một biểu hiện đáng mừng.

- Cũng đáng mừng như việc quan lớn Ngự sử Cầm Hổ được lục dụng. Nhà vua biết nghe lời nói thẳng, biết dùng người nói thẳng là phúc lớn của muôn dân. Nguyễn Trãi nói.

- Nhưng, chư vị thấy không, dường như vẫn còn căng thẳng, Bùi Cầm Hổ hạ giọng, lễ năm nay long trọng, vui nhưng quả thật tôi không kham nổi thứ lễ nhạc hổ lốn này.

Nguyễn Trãi cười:

- Quan lớn bức xúc cũng phải, nhưng làm sao một sớm một chiều đổi thay ngay được. Công việc còn nhiều.

Đang trò chuyện vui vẻ thì bên ngoài bỗng có tiếng hô:

- Thánh thượng giá lâm!

Mọi người lập tức nhìn ra cửa rồi quỳ xuống khi thấy bóng nhà vua bước vào. Nhà vua trẻ dáng cao lớn mặc hoàng bào thêu rồng lóng lánh ánh kim tuyến. Trên mũ miện viên hồng ngọc tỏa sáng rực. Khoan thai nhà vua bước vào đình.

- Miễn lễ, miễn lễ, các khanh hãy bình thân! Đừng giữ lễ quá mất vui. Trẫm cũng đi vui hội cùng các khanh thôi mà. Vừa nói nhà vua vừa bước về phía Nguyễn Trãi, nói với mọi người:

- Các khanh ngồi xuống đi. Viên quan hầu theo sau nhà vua nhanh nhẹn mang chiếc ghế tới bên chỗ của quan Bùi Ngự sử. Nhà vua ngồi xong, đưa tay ra hiệu cho mọi người cùng ngồi. Riêng Thị Lộ vẫn đứng nép phía sau Nguyễn Trãi một chút.

- Còn khanh, ngồi đi chứ ?

Nhà vua hình như lần đầu thấy Thị Lộ, nói theo thói quen nhưng rồi bất chợt nhìn sững người đàn bà. Ngài nhìn Nguyễn Trãi, tay chỉ Thị Lộ nói tiếp:

- Đây là, đây là Thừa chỉ đại học sĩ phu nhân, giai nhân danh tiếng kinh thành phải không?

- Thưa bệ hạ, dân nữ là phu nhân của quan Thừa chỉ ạ. Thị Lộ cúi đầu thưa. Giong nàng thanh như tiếng chuông đồng.

Nhà vua gật gật đầu:

- Trẫm biết, trẫm biết! Miệng nói, mắt nhà vua đắm đuối nhìn Thị Lộ sau đó nhìn sang Nguyễn Trãi:

- Quan Thừa chỉ, khanh có biết rằng khanh có tội lớn không?

Nguyễn Trãi ngơ ngác:

- Thưa bệ hạ!

- Khanh còn chối không có tội sao? Tội của khanh là có được giai nhân trác tuyệt như vầy mà nỡ nhốt kín nàng không cho thiên hạ chiêm ngưỡng! Đúng vậy, nhà vua trầm ngâm, để đến nỗi mãi tới bây giờ quả nhân mới được thấy! Khanh tưởng tội thế chưa đủ to sao? Nói xong, trước sự ngơ ngác của mọi người, nhà vua vui vẻ cười lớn.

Thấy Thị Lộ vẫn đứng, nhà vua nhìn nàng trìu mến rồi nói:

- Khanh vẫn đứng sao? Trẫm ban cho khanh ngồi. Rồi ta sẽ bênh nàng, sẽ xử tội người nào ức hiếp nàng. Các khanh uống chè? Chè ngon chứ? Nhà vua nhìn ra các quan. Không đợi ai đó trả lời, ngài tiếp, không được, bây giờ phải có rượu! Vẫy viên quan hầu cúi xuống, nhà vua nói gì đó vào tai ông ta. Viên quan hầu bước vội ra cửa. Lát sau đám tiểu công công bước vào mang theo những bình ngự tửu bằng sứ men xanh đặt lên tất cả các bàn. Nhà vua truyền:

- Bây giờ trẫm ban rượu ngự, trong đêm vui như vầy, các khanh cứ uống thỏa sức.

Nguyễn Thị Lộ cầm bình ngự tửu rót vào chén ngọc rồi nâng hai tay dâng vua:

- Dân nữ xin kính chúc bệ hạ vạn thọ vô cương!

Nhận chung rượu, nhà vua như vô tình nắm lấy bàn tay thon thon ấm nóng của nàng. Một linh cảm gợn lên trong người, mặt thiếu phụ dường như ửng hồng thêm mặc dù từ khi vào đây khuôn mặt ấy cũng hồng hào vì sức ấm hỏa lò, sức nóng của chè cúc. Dâng rượu cho vua xong, Thị Lộ lần lượt rót rượu mời các vị khác, sau cùng là chén rượu cho chồng.

- Khanh không uống ư? Nhà vua nhìn Thị Lộ hỏi. Không được, đây là rượu vua ban, là lộc nước, không uống là có lỗi khanh biết không? Hay khanh chê rượu của trẫm không ngon?

- Bệ hạ tha tội! Bệ hạ tha tội! Thị Lộ quỳ xuống khấu đầu, không phải dân nữ chê mà tại dân nữ không quen uống rượu.

- Nàng đứng dậy đi, đứng dậy đi. Nhà vua bước tới thân đưa hai tay nâng nàng dậy. Nàng nói uống không quen, có phải nàng ngượng ngùng vì có trẫm lại có các quan lớn đây không? Trẫm hiểu. Trẫm miễn lễ cho khanh. Bây giờ để trẫm chúc khanh một chung. Nhà vua nâng chén rượu trên bàn nhấm môi rồi đưa lên gần môi Thị Lộ. Không thể từ chối, nàng nhận chén rượu, đưa ống tay áo che miệng uống. Sau chén rượu, bén hơi men, mặt nàng càng hồng.

Nguyễn Trãi vốn không ưa chỗ đông người nên việc đức vua xuất hiện làm ông hết sức bối rối. Ông chỉ biết nhận những chén rượu từ tay vợ và giữ sao cho nét mặt cũng như hành động hòa được với cái vui của mọi người. Vì vậy, trong mâm rượu bữa đó, bà Lộ là người điều khiển. Mọi người ai cũng được uống, được vui, được bà ân cần chăm chút. Nhà vua còn muốn uống nữa nhưng bà khéo léo khuyên người dừng lại về cung để giữ cho niềm vui được trọn vẹn. Ly rượu cuối cùng nhà vua bằng bàn tay run run đưa tới kề miệng nàng.

Về đến nhà, quan Hành khiển thấy thấm mệt nên bà Lộ trải giường cho người đi ngủ sau khi rửa mặt rửa chân tay ngài bằng nước nóng. Nàng tưởng rằng, mệt mỏi sau cuộc vui lại có chút men, đêm nay nàng sẽ ngủ thật ngon. Nhưng rồi nàng biết mình lầm. Có cái gì đó ám ảnh khiến nàng không sao nhắm mắt được. Đúng là một cái gì đó từ đâu không rõ cứ dõi vào nàng. Mãi sau nàng nhận ra đó là đôi mắt nhà vua. Trong đêm tối, đôi mắt hiện lên như nhìn xoáy vào nàng bạo liệt, khi mơn man trên da thịt nàng, khi van xin khi khêu gợi, khát thèm. Nhà vua đa tình hiếu sắc. Chuyện ấy nàng từng nghe. Nhưng chẳng lẽ với cả mình, người đàn bà hơn gấp đôi chàng về tuổi tác? Không có lý, nàng không tin lại có điều đó trên đời này. Nhưng dù sao thì đêm nay cũng là đêm vui vì ít ra có một chàng trai trẻ nhìn nàng bằng con mắt đắm say.

Trở về cung, vua Thái tông nằm vật ra long sàng, để mặc cung nữ thay quần áo, lau người rồi chàng trôi vào giấc mộng.

Buổi chiều mùa đông, đứa bé trai vẫy vùng trong thùng gỗ nước nóng xông hương thơm ngát. Tắm xong, cậu bé được dắt ra khỏi thùng, người dắt cậu ôm cậu trong lòng rồi dùng khăn mềm lau khô người cậu. Vẫn tiếp tục trò tinh nghịch khi tắm, cậu mở mắt nhìn người đàn bà. Cậu sửng sốt gần như cảm thấy rùng mình vì đó là khuôn mặt lần đầu cậu gặp, khuôn mặt trắng hồng đẹp như tiên sa. Trong khi cô tiên mặc áo cho cậu thì bàn tay nghịch ngợm của cậu luồn vào trong cái yếm màu hoa đào, mân mê bầu vú căng cứng rồi cũng bàn tay tội lỗi ấy lật yếm làm lộ ra trái vú trắng hồng. Cô tiên khẽ đẩy tay cậu bé, mũi hơi nhăn lại làm xấu nhưng khuôn mặt bất giác đỏ lựng. Áo quần mặc xong, cậu bé tụt khỏi lòng cô tiên rồi chạy lao đi theo tiếng gọi đâu đó. Suốt bao nhiêu năm từ cái chiều mùa đông ấy, cậu bé đi tìm cô tiên của mình. Có phải mẹ không? Nhiều lần cậu tự hỏi. Trong đầu óc non nớt của cậu chỉ mờ mờ nhớ mẹ mặc quần áo thật đẹp ngồi trên cao giữa khói hương nghi ngút, cậu khóc thét lên đòi đến với người. Rồi từ đó không bao giờ cậu nhìn thấy mẹ nữa. Phải chăng là mẹ hiện về với cậu? Cậu không dám chắc mà chỉ biết rằng khuôn mặt ấy sao gần gũi, sao thân thương? Khuôn mặt ấy cứ ám ảnh cậu suốt trong những tháng năm côi cút đau buồn. Khi lớn lên, cậu biết được rằng, năm ấy cha vây thành Trào Khẩu ở Hưng Nguyên, thần đền Phổ Độ báo mộng với cha:

- Tướng quân cho tôi một người thiếp, tôi sẽ xin phù hộ tướng quân diệt được giặc Ngô, làm nên nghiệp đế.

Hôm sau cha hỏi những bà vợ của người:

- Có ai chịu đi làm vợ vị thần không? Sau này khi ta lấy được nước sẽ lập con của người ấy làm thiên tử!

Trong khi các người khác im lặng, mẹ đã nói:

- Nếu minh công giữ lời hứa, thì thiếp nguyện xả thân. Ngày sau làm nên việc lớn chớ phụ con thiếp!

Và rồi cậu hiểu, buổi chiều mẹ thật đẹp ngồi giữa hương khói ấy là buổi chiều mẹ ra đi! Khói hương và nước mắt làm cho đứa trẻ mới ba tuổi là cậu không nhìn rõ mặt mẹ. Suốt tuổi thơ cậu đi tìm khuôn mặt ấy. Nhưng không nhớ thì biết tìm làm sao? Cho đến hôm bắt gặp khuôn mặt nàng tiên... Phải chăng đấy là mặt mẹ? Rồi như ánh chớp, khuôn mặt ấy cũng biến mất để cậu khắc khoải đi tìm trong hy vọng trong khổ đau. Không phải các bà phi thường vẫn vuốt ve chiều chuộng cậu. Cũng không phải các cô cung nữ. Tìm mãi không thấy tới lúc cậu cho rằng người đàn bà ấy không có thực mà đó là cô tiên trên giời mang khuôn mặt mẹ một hôm nào đó đến với cậu trong giấc mơ. Không còn cách nào khác, cậu đã tin theo lý giải đó. Nhưng rồi khi bình tâm lại, cậu thấy, khuôn mặt ấy, nhất là bầu vú căng tròn cậu đã mân mê là thực chứ không phải mơ. Thực hay mơ - mơ hay thực cậu không hiểu nữa, nhưng cái giấc mơ ấy là điều khắc khoải khôn nguôi trong cậu, nó làm nên niềm vui nỗi buồn của tuổi thơ cậu, một tuổi thơ không yên tìm kiếm nỗi khát khao vô vọng. Lâu rồi, với năm tháng, giấc mơ ấy như cũng chìm lắng vào thế giới lãng quên. Cậu ít mơ mộng hơn, quyết đoán hơn. Hầu như mọi cái đẹp trên đời cậu đã nếm trải: những khuôn mặt xinh xắn, những bộ ngực trinh nguyên thanh khiết hay ngồn ngộn sức sống. Ngay cả vẻ mặt tiên sa ngày nào cũng mù mờ nhạt nhòa phôi pha trong ký ức cậu. Không hiểu sao chính hôm nay, vào cái ngày sinh lần thứ mười bảy của cậu, cô tiên của tuổi thơ lại hiện về trong dung nhan một con người thật. Như tia chớp lóe lên làm rực sáng mọi vật trong đêm, nàng xuất hiện lập tức đánh thức dậy toàn bộ ký ức đã chìm quên đã phiêu linh trôi dạt của cậu. Đêm nay, từ ngoài gió rét bước vào trong đình ấm áp, chàng như đang trong đêm tối bỗng tia chớp loé lên soi tỏ mặt nàng. Và nhanh như chớp ký ức tuổi thơ sống dậy nói với chàng rằng cô tiên ngày xưa là có thật. Rằng chàng đã không vô lý đã không uổng công theo một bóng hình ảo. Bao nhiêu năm rồi, điều kỳ lạ là nàng tiên của chàng không hề già đi không hề xấu đi mà vẫn trẻ trung đằm thắm. Chàng nghĩ, nếu như bữa gặp lại hôm nay mà nàng già đi xấu đi thì hẳn là chàng chẳng thể nhận ra nàng và sẽ chẳng còn gì để nói nữa. Giấc mơ ngày xưa sẽ chết và cô tiên cũng tan cùng mây khói. Nhưng không phải vậy, nàng hiện lên trong buổi tối hôm nay thật sinh động thật rực rỡ đến nỗi bên cạnh nàng, bóng dáng cô tiên trong giấc mơ xưa trở nên mờ nhạt. Nàng hơn tuổi ta! Chàng thoáng nghĩ rồi biện luận, tình yêu không nệ tuổi. Ta đã từng nếm trải nhiều thiếu nữ trẻ. Biết đâu ở tuổi nàng sẽ cho ta hương vị khác mà những cô gái trẻ không có được? Sau những suy tư như thế, trong óc nhà vua hiện lên một kế hoạch.

Sáng hôm sau tuy nghỉ chầu nhưng vua dậy sớm, giao cho Bộ Lễ soạn tờ chiếu tấn phong bà Nguyễn

Thị Lộ vợ quan Hành khiển Lê Trãi vào cung giữ chức Lễ nghi học sĩ.

Run run cầm tờ chiếu trong tay, Nguyễn Thị Lộ bàng hoàng. Nàng không thể hiểu đó là phúc hay họa. Nguyễn Trãi cũng bối rối, không ngờ cơ sự như vậy. Nhưng dù muốn dù không, mệnh vua bất khả kháng. Lại gần vợ, ông nói:

- Nàng đi đi, đừng để nhà vua đợi!

Biết không còn cách nào khác, Thị Lộ trở vào nhà thay quần áo, trang điểm rồi lên kiệu vào cung. Cúi đầu từ giã chồng, nàng dặn:

- Tướng công yên lòng, thiếp sẽ về sớm!

Đứng trước cổng phủ, chờ chiếc kiệu son đi khuất, quan Hành khiển lững thững quay vào nhà, lòng phân vân vô định. *(Bậc thứ 9 trong cung, ở trên các cung tần) Theo sau hoạn quan Đinh Thắng, Nguyễn Thị Lộ đi qua dãy hành lang dài có những cột sơn son đến cái sân rộng lát gạch hoa. Hồ bán nguyệt thật rộng, trong hồ cạn là hòn giả sơn lớn. Qua sân lại một hành lang rộng đèn nến lung linh. Đến trước khuôn cửa rộng màu vàng, Đinh Thắng bảo nàng đứng lại chờ. Viên hoạn quan tướng ngũ đoản, nước da nhợt nhạt khẽ mở cửa bước vào, rồi khép lại sau lưng. Lát sau y bước ra nói: "Phu nhân vào đi, hoàng thượng đang chờ phu nhân trong đó." Thận trọng nàng chậm rãi bước qua ngưỡng cửa. Viên hoạn quan khép cánh cửa vàng son lại phía sau nàng.

Đúng là nhà vua đang chờ nàng. Người dường như đang đi lại bất an trong gian điện rộng ấm áp, mùi trầm thoang thoảng. Tới gần nhà vua, nàng quỳ xuống thi lễ:

- Dân nữ kính chào bệ hạ. Bệ hạ vạn tuế!

- Trẫm miễn lễ, khanh bình thân!

Nàng đứng lên, nhà vua chỉ cho nàng ngồi chiếc ghế bên cạnh. Người cung nữ bưng ra một khay trà. Rót nước nóng thơm hương sen ra chén đặt trước nhà vua rồi sau đó một chén trước mặt nàng.

- Thiên tử nuôi dân, lấy giáo hóa làm trọng. Nhưng giáo hóa bắt đầu từ đâu? Nhà vua nói như tự nói với mình bằng giọng nghiêm trang sâu lắng thân tình. Bài học đầu tiên trong kinh Thi chẳng phải từ hậu cung của Văn vương mà ra sao? Người ta thường nghĩ giáo dưỡng là chuyện cao xa nhưng suy cho cùng lại chẳng bắt đầu từ cái nôi của đứa trẻ, từ buồng the của bậc nữ lưu mệnh phụ sao? Tiên đế giành nước từ trên lưng ngựa. Trẫm là đứa con mồ côi sớm lo việc nước nên không khỏi có nhiều sơ sót mà điều thiếu sót đầu tiên là ở hậu cung của trẫm. Trẫm không vừa lòng nhưng chưa biết làm thế nào vì thiếu người tài. Từ hôm qua gặp khanh, trẫm nhận ra khanh chính là người tài năng đức độ có thể giúp trẫm việc lớn. Vời khanh vào cung, phong cho chức Lễ nghi học sĩ trẫm muốn khanh giúp trẫm chấn chỉnh nội cung, dạy rèn cung nữ. Người ta thường nói, người mẹ hiền mới có con giỏi. Trẫm muốn rằng, từ hậu cung của trẫm văn đức được thắp lên và tỏa sáng cùng thiên hạ.

Nghe vua nói một cách nghiêm cẩn, Thị Lộ quỳ xuống:

- Muôn tâu thánh thượng, tiếp thánh chỉ dân nữ vô cùng hoảng sợ. Mệnh vua thì phải theo nhưng trong lòng lo lắng bởi ý nghĩ mình có tài cán gì mà được trao trọng trách lớn đến thế? Dân nữ tài hèn đức mỏng trộm nghĩ thánh thượng đã chọn nhầm người. Cúi xin thánh thượng nghĩ lại tha cho, kẻo vì bất tài mà lạm nhận chức cao gây hỏng việc lớn đắc tội với thánh thượng!

Nhà vua cúi xuống nâng nàng dậy:

- Nàng hãy bình thân! Trẫm hiểu đức khiêm cung của nàng. Lo lỡ việc của trẫm cũng là ý tốt sẽ khiến khanh cẩn trọng. Vậy thì theo trẫm, được việc hay không, có làm mới biết! Hôm nay khanh hãy đi xem xét mọi nơi chốn khắp tam cung của trẫm rồi sau đó nói cho trẫm biết suy nghĩ của khanh!

Hoạn quan Đinh Thắng dẫn vào một cung nữ trung tuổi. Nhà vua bảo người ấy :

- Ngươi hãy đưa quan Lễ nghi học sĩ đi thăm khắp các cung viện và đáp ứng mọi yêu cầu của học sĩ.

Rời khỏi điện Kinh Diên, Nguyễn Thị Lộ biết rằng, nàng như người trên lưng cọp, không còn đường khác. Mệnh vua không thể không nghe còn làm người dạy cung nữ cũng là việc vô cùng bất trắc. Lụa là gấm vóc sung sướng đấy nhưng chỉ sa sẩy một bước chân thì sinh mệnh chẳng được toàn, như bao câu chuyện thâm cung bí sử nàng đã từng nghe. Nàng biết nhà vua có năm người vợ. Bà Lê Nguyên phi là con của Đại tư đồ Lê Sát, khi Lê Sát bị tội, bà bị phế làm dân thường. Bà Lê Chiêu nghi là con gái của Đô đốc Lê Ngân, năm Thiệu Bình thứ tư được phong làm Chiêu nghi nhưng sau khi Lê Ngân mắc tội, bà bị dáng làm tư dung. Như vậy, trong cung hiện có ba bà phi mà người được sủng ái nhất là bà phi Dương Thị Bí, mẹ của hoàng tử Nghi Dân. Nghĩ vậy, nàng thấy, trước hết phải tới thỉnh an bà Dương Quý phi, người đàn bà thế lực nhất trong cung.

Đấy là thiếu phụ trẻ với cặp mắt sắc, vành môi thật mỏng, cằm hơi nhọn. Đứa trẻ mới làm mẹ này tỏ ra kiêu hãnh thái quá về sắc đẹp và quyền uy của mình. Quyền uy của các bà phi được đo bằng mức độ sủng ái của quân vương. Một trong lý do làm nên lòng sủng ái đó là ông vua con mặc áo vàng trong nôi kia. Nàng quỳ xuống khấu đầu, miệng nói nhỏ:

- Hạ thần là Lễ nghi học sĩ Nguyễn Thị Lộ thỉnh an Quý phi nương nương!

Bà phi ngừng chơi đùa với đứa con trai, ban cái nhìn hạ cố xuống người đàn bà quỳ dưới chân, véo von nói:

- Ngươi bình thân! Bằng cái liếc mắt, một cung nữ theo lệnh, cầm chiếc đôn đặt ở nơi xa xa cách chỗ ngồi của người đàn bà uy quyền, mời bà Lộ ngồi. Ngươi vào cung bao lâu rồi?

- Dạ, thưa, thần mới vào cung sáng nay. Việc đầu tiên là đến vấn an Quý phi cùng hoàng thái tử.

- Như vậy là nhà ngươi cũng biết lễ đấy! Phải rồi, không thế sao hoàng thượng lại vời vào cung cho làm chức Lễ nghi học sĩ! Làm học sĩ chắc chữ nghĩa phải nhiều lắm nhỉ ?

- Dạ thưa, dân nữ đâu có giỏi giang gì, chỉ vì hai chục năm theo hầu phu quân dân nữ là quan Thừa chỉ Đại học sĩ Lê Trãi nên cũng học mót được chút ít chữ nghĩa thánh hiền. Dân nữ biết mình tài nông đức mỏng nên từ chối mãi.

- Từ chối ? Vua cho làm quan mà còn từ chối sao? Lạ nhỉ!

- Dạ thưa, làm quan được vinh hoa phú quý ai chẳng muốn nhưng nếu tự biết mình làm không nổi thì sao bằng sớm chối từ để khỏi mang họa về sau có hơn không?

- Ngươi nghĩ cũng phải. Thế nhưng Lễ nghi học sĩ là cái nghề gì vậy?

- Dạ thưa, các triều vua thời nào cũng có quan học sĩ để dạy cung nữ từ đọc sách đến nói năng, đi đứng.

- Đàn bà cần gì phải đọc sách? Còn đi đứng nói năng ai chả biết mà phải dạy, thật vẽ chuyện!

Nàng im lặng, đưa mắt nhìn bà phi ăn mặc diêm dúa, nói năng kênh kiệu. Nàng lễ phép cáo lui.

Thần phi Nguyễn Thị Anh là người niềm nở. Sau khi nàng thi lễ, bà ân cần hỏi thăm về quê hương bản quán, về cuộc sống ở núi rừng Chí Linh. Bà phi đặc biệt thích thú khi nghe nàng kể về những ngày gian nan theo Tiên đế đi đánh giặc. Nhìn người nữ quan xinh đẹp, ăn mặc nền nã, nói năng lịch lãm, Nguyễn Thị Anh cảm thấy vì nể. Nàng nói:

- Có hiền khanh vào cung, ta mừng lắm. Khi nào rỗi, nhớ đến thăm ta nói chuyện cho vui. Chuyện của khanh nghe thú vị lắm!

Không hiểu sao, nhìn dáng vẻ thân mật rồi nghe giọng nói ngọt ngào của bà phi, Thị Lộ cảm thấy cái gì đó không thật, nó khiến nàng khó chịu. Một tiếng nói mơ hồ nào đó trong linh cảm mách bảo nàng cần phải thận trọng với con người này.

Chỉ khi đến cung Khánh Phương thăm Tiệp dư Ngọc Dao, Thị Lộ mới thấy vui. Vợ chồng nàng với gia đình Ngọc Dao là chỗ thân tình. Họ biết Ngọc Dao từ thuở nàng mới sinh ở Lam Sơn. Trời bắt hiếm muộn nên Thị Lộ rất yêu trẻ. Tới nhà ông Ngô Từ chơi, Thị Lộ nhiều khi bế ẵm tắm táp cho Ngọc Dao. Từ khi Ngọc Dao vào cung, họ ít gặp nhau. Khi thị nữ dẫn vào, theo lễ vua tôi, Thị Lộ quỳ xuống khấu đầu: "Hạ thần là Lễ nghi học sĩ." thì Ngọc Dao đã nhào tới, nâng nàng dậy:

- Phu nhân, ôi phu nhân, sao lại thế này?

Đặt Thị Lộ ngồi trên cái đôn đối diện, Tiệp dư vồn vã nắm hai tay nàng ríu rít:

- Phu nhân vào cung từ bao giờ vậy?

- Bẩm nương nương, từ sáng nay ạ!

- Phu nhân là Lễ nghi học sĩ? Vậy thì hay quá rồi, từ nay bản cung sẽ được gần phu nhân, mong phu nhân hết lòng dạy dỗ bản cung như từ trước đã chăm sóc Ngọc Dao cùng em Chi Lan vậy. Xin hỏi phu nhân, quan Thừa chỉ có khỏe không, em Chi Lan có ngoan không?

- Bẩm nương nương, phu quân của hạ thần vẫn khỏe, Chi Lan rất ngoan, luôn nhớ đến chị Ngọc Dao. Nhìn bà phi, Thị Lộ hỏi: Nương nương khỏe chứ ạ, đã có tin mừng chưa?

- Ta vẫn khỏe, còn tin mừng, chuyện dài lắm. Phu nhân được vào cung thế này là hay rồi, hôm nào ta kể phu nhân nghe!

Sau khi vấn an các bà phi, người cung nữ tên là Phương Viên dẫn bà Lộ đi thăm các cung nhân.

Buổi chiều trở về cung, Nguyễn Thị Lộ dường như thấy nhà vua đang chờ mình trên con đường lát đá bên bờ hồ sen mà vào dịp này sen đã tàn lá héo vàng xơ xác. Tới gần nhà vua, nàng cúi mình thi lễ. Nhà vua thân mật:

- Khanh đến được những đâu?

- Thưa bệ hạ, thiếp đến vấn an Dương Quý phi, Nguyễn Thần phi cùng Ngô Tiệp dư sau đó tới thăm một số cung nữ.

Nhà vua cười mỉm:

- Khanh thấy hậu cung của trẫm ra sao?

- Thưa, điều bệ hạ hỏi quả khó trả lời bởi thiếp mới tiếp xúc thoáng qua chắc sẽ không có được sự hiểu biết thấu đáo. Mà hiểu không thấu đáo chắc trả lời sẽ nông nổi. Xin bệ hạ miễn thứ!

- Không sao, nàng hãy trả lời thực lòng như nàng nghĩ. Trẫm không mong gì hơn là lời nói thật.

- Vậy thì thiếp xin nói thật. Thiếp thấy hậu cung của bệ hạ có nhiều người đẹp. Dương Quý phi đẹp, Nguyễn Thần phi cũng đẹp. Cung nữ của bệ hạ nhiều người đẹp không khác gì một bầy tiên nữ!

Nhà vua bỗng cười lớn:

- Vậy thôi sao? Khanh không thấy những gì khiếm khuyết nơi họ à? Đó chính là điều trẫm cần được biết để còn răn dạy họ!

- Tâu bệ hạ, vậy thiếp xin thưa, là những người đẹp được chọn ra từ các làng xóm, họ có nét tươi tắn, hồn nhiên, khỏe mạnh của ruộng đồng. Tuy nhiên họ cũng mang vào cung của bệ hạ những điều thô vụng vốn có. Họ có những năng lực bẩm sinh để làm vợ làm mẹ trong gia đình nông phu hay quan lại nhỏ nhưng lại thiếu bản lĩnh để thành những bậc mệnh phụ làm mẫu nghi thiên hạ, sinh ra và nuôi dạy thiên tử.

Bước nhẹ nhàng bên nàng trên bờ hồ lạnh trong những cơn gió bấc xao xác, nhà vua suy nghĩ rồi ngài gật gật đầu:

- Nàng nói chí lý! Đấy là một sự thật mà lâu nay trẫm đã cảm thấy một cách mơ hồ. Những cái họ có là thuộc về bản năng. Cái họ thiếu là sự giáo dưỡng. Đấy là điều tệ hại. Một cái xấu đứng riêng chỉ là một cái xấu nhưng khi nhiều cái xấu dồn lại sẽ thật kinh khủng! Cái thiếu là sự giáo dưỡng. Trẫm hiểu! Có phải ý nàng muốn nói là cả triều đình của trẫm cũng vậy, cũng thiếu sự giáo dưỡng?

- Thưa, thiếp không có ý nói vậy, thiếp chỉ thấy những điều từ các cung nhân!

- Trẫm hiểu, nàng không có ý đó nhưng chính lời nàng cho trẫm hiểu ra ý đó! Nàng biết đấy, nhà Lê đến trẫm mới đời thứ hai. Tiên đế vốn là nông phu, do đánh giặc mà ở ngôi báu, đã bao giờ được học hành tử tế. Cả đến trẫm, trẫm là đứa trẻ mồ côi thiếu sự giáo dưỡng nghiêm khắc của cha nên thuở nhỏ thường ham chơi biếng học. Quả như nàng nói, những phi tần cung nữ của trẫm có thể sinh cho trẫm những đứa con sáng sủa thông minh nhưng chưa đủ làm nên những bậc vua hiền. Rất cần sự giáo dưỡng. Nhà vua sát lại gần, nắm lấy tay Thị Lộ, nàng biết không, nàng cần cho trẫm biết mấy!

Chiều buông sớm, nền trời trĩu nặng mây đen. Ngước nhìn trời, Thị Lộ băn khoăn:

- Thưa bệ hạ, chiều rồi. Thiếp xin phép bệ hạ về nhà kẻo phu quân thiếp mong.

- Nàng không thể ở lại trong cung được sao? Trẫm có biết bao chuyện cần nói với nàng!

- Thưa, thiếp phải về, ngày mai phu quân của thiếp lên đường ra miền Đông!

- Trẫm hiểu! Nhà vua khẽ nén tiếng thở dài. Nàng là người vợ yêu chồng. Lê Trãi thật hạnh phúc vì có người vợ như nàng. Thôi được, nàng hãy về nhà, ngày mai nhớ vào cung sớm, đừng để trẫm mong! Nhà vua sai lấy kiệu đưa nàng về phủ.

Xuống kiệu trước cổng phủ, Thị Lộ bước vội qua vuông sân rộng, đôi mắt kiếm tìm. Nàng chỉ yên tâm khi nhìn thấy Nguyễn Trãi đang lom khom tưới nước cho gốc cây đào trụi lá trước sân.

- Tướng công! nàng reo lên.

- Nàng về đấy sao! Nguyễn Trãi nói nhỏ như trong hơi thở. Suốt ngày nay ông khắc khoải dấu đi hơi thở ấy. Ông băn khoăn không hiểu tình hình nàng ra sao? Trong thâm tâm, ông biết rằng, làm lễ nghi học sĩ không ai hơn được nàng. Nhà vua đã khéo chọn. Nhưng cung cấm là chốn hiểm nguy với biết bao mưu mô tranh giành. Ông không muốn nàng phải dấn thân vào nơi nguy hiểm ấy. Ông chỉ muốn nàng bên ông trong cuộc sống đạm bạc cùng cây cỏ, cùng muông thú nơi núi rừng Côn Sơn. Suốt ngày nay ông khắc khoải mong chờ. Giờ thì ông yên tâm. Dù sao thì nàng cũng đã về bên ông. Trong bữa cơm, nàng xới cho ông bát cơm gạo dự hương trắng ngần. Trên mâm là đĩa cà muối dòn tan cùng những con cá diếc ràm kho riềng xương mềm vụn và dĩa ngồng cải luộc, bát chiết yêu nước rau dầm cà chua.

- Nhà vua cần gì ở phu nhân ? Ông hỏi.

- Thưa, hoàng thượng muốn thiếp vào cung đảm nhiệm việc dạy dỗ các cung nhân. Thiếp đã cố chối từ nhưng nhà vua không chịu. Thiếp chẳng biết phải làm sao!

- Còn làm sao được nữa. Ý vua đã vậy. Ta nghĩ, nếu không thể chối từ thì nên vui vẻ nhận. Vậy nhà vua đối với phu nhân ra sao?

- Thưa, nhà vua tỏ ra tôn trọng và nghe lời thiếp. Sau khi thiếp vấn an Quý phi, Thần phi, Tiệp dư cùng viếng thăm các cung nhân, hoàng thượng hỏi thiếp nghĩ thế nào về hậu cung của ngài.

- Phu nhân nói sao?

- Thiếp nói rằng hậu cung của bệ hạ nhiều người đẹp nhưng cũng nhiều sự thô vụng do thiếu giáo dưỡng.

Nhìn vợ bằng đôi mắt trìu mến, quan Thừa chỉ hỏi tiếp:

- Vậy hoàng thượng nói sao?

- Nhà vua cũng nhận với thiếp là như vậy. Tướng công biết không, từ lời thiếp nói, hoàng thượng còn suy ra, cả triều đình của ngài cũng thiếu sự giáo dưỡng!

Nguyễn Trãi cười rồi gật gật mái đầu bạc:

- Cuối cùng thì người cũng nhận ra, thật là may cho dân cho nước. Rồi nhìn vào vợ, ông nói: Như vậy ý hoàng thượng muốn chấn chỉnh hậu cung là ý định nghiêm chỉnh. Việc chọn phu nhân cũng là đúng người. Thôi phu nhân đừng chối từ nữa, cố giúp hoàng thượng.

- Thiếp chẳng sợ khó khăn nhưng thiếp chỉ không thể xa được chàng. Suốt ngày hôm nay thiếp cứ tơ tưởng đến chàng, cứ nghĩ đến việc xa chàng mà hoảng. Thiếp ở trong cung, còn chàng một mình một bóng mãi tận chân trời. Thiếp thấy thương chàng mà tội nghiệp cho thiếp quá!

Đêm hôm đó, lần đầu tiên sau nhiều đêm Nguyễn Trãi vào buồng với vợ. Nghĩ cảnh xa cách sắp tới, Thị Lộ ôm chặt chồng, nước mắt cứ trào ra. Nàng hôn tới tấp lên mặt lên mắt chồng rồi ôm ấp chồng xiết chặt trong vòng tay của mình, cho da thịt chồng vốn nguội lạnh được sưởi ấm bằng nguồn nhiệt lượng nóng bỏng từ nàng. Mạnh bạo hơn, nàng chủ động cởi quần của chồng rồi dứt bỏ yếm của mình cho hai cơ thể ôm ấp quấn quýt nhau. Từ thân xác hồi xuân hừng hực của nàng, hơi ấm của sự sống từng chút một kiên trì truyền sang người đàn ông luống tuổi. Tới một lúc sức sống từ lâu ngủ quên trong ông bừng tỉnh. Ông nhận ra trong mình vẫn còn sự ham muốn. Ông đáp lại sự chờ đón của nàng như một sự đền ơn, như biểu hiện hết mình của tình thương. Và trong sự chờ đợi của nàng, ông vén váy lụa mềm cuộn lên. Như ngọn lửa tưởng tắt lại bùng cháy, ông sung sướng lịm đi trong lòng nàng.

Sáng hôm sau, kiệu từ cung tới phủ đón quan Lễ nghi học sĩ cũng là lúc quan Thừa chỉ lên đường. Đi sau ông là kiệu của nàng đưa tiễn. Chiếc kiệu tía đưa ông ra bến Đông. Dòng sông Cái mùa này màu xám bạc bồng bềnh sương khoan thai chảy, bỏ lại bên bờ những bãi ngô thân cây màu rơm xơ xác run rẩy trong gió lạnh cùng những vạt cải đơm hoa vàng tươi mong manh. Từ sông vọng lên tiếng gõ mạn thuyền chài trầm đục. Trong quan phục tía phong phanh, quan Thừa chỉ Nguyễn Trãi đứng lặng ngắm cảnh, mắt ông hướng ra xa vô tận như thu vào muôn trùng non nước. Gió vô tư lay động chòm râu bạc. Bên ông, Thị Lộ trẻ trung trong tấm áo tứ thân màu mỡ gà, chiếc khăn gấm trên đầu và dải thắt lưng hoa lý bay bay.

Bước trên chiếc cầu gỗ cong cong, nàng theo chồng xuống thuyền xem xét lại những đồ dùng, dặn dò gia nhân nhớ chăm sóc ông chu đáo rồi nàng bảo chồng:

- Chàng nhớ giữ sức khỏe. Thiếp sẽ sớm về thăm.

- Nàng ở lại, cẩn trọng giữ gìn. Giọng ông trầm xuống.

Thuyền nhổ neo, nàng còn đứng trên bến hồi lâu nhìn hút theo cánh buồm nâu khuất dần phía chân trời. Hai hàng nước mắt nàng rơi thầm lặng.

- Chúng ta gặp nhau từ lâu lắm rồi, nàng nhớ không?

- Thưa bệ hạ, từ đêm Thánh tiết.

- Không, không phải vậy, từ lâu, lâu lắm rồi. Nhà vua trẻ đăm đắm nhìn nàng. Nàng cúi mặt e lệ. Nhà vua đứng dậy, tay chắp sau lưng bước những bước ngắn theo một vòng tròn mà nàng là tâm điểm. Ta nhớ vào một chiều mùa đông, có một đứa bé được nuông chiều vẫy vùng trong bồn tắm nước nóng hương thơm ngào ngạt. Tắm táp kỳ cọ cho đứa bé là một cô tiên tuyệt vời dịu dàng và xinh đẹp. Đứa bé nhìn cô tiên như bị hớp hồn. Tắm xong, ôm đứa bé vào lòng, cô tiên lau khô nó bằng chiếc khăn bông mềm. Trong lòng cô tiên, đứa bé ngước nhìn khuôn mặt thần tiên thật gần. Cô tiên đẹp mê hồn. Từ cô tỏa ra mùi hương quyến rũ cũng mê hồn. Đứa trẻ nghịch ngợm luồn tay vào trong yếm đào, mân mê bộ ngực rồi còn tinh nghịch hơn, nó vạch yếm để lộ ra bầu vú trắng ngần. Mũi cô tiên khẽ nhăn lại làm xấu và cô tiên nhẹ đẩy tay đứa bé. Quần áo mặc xong, đứa bé vô tư chạy vội đi theo tiếng gọi nào đó. Không hiểu sao cô tiên trở nên ám ảnh với đứa trẻ. Suốt tuổi thơ nó là cuộc kiếm tìm. Nó tưởng đó là mẹ ở xa về với nó. Nó cũng nhìn thật kỹ và tìm mùi thơm từ những bà phi những cô cung nữ luôn chiều chuộng bế ẵm nó. Không phải, nó hiểu, không có ai như vậy cả! Cuộc tìm kiếm làm nó mỏi mòn trong sự khắc khoải. Rồi tới lúc nó chợt nghĩ, hay đó chỉ là giấc mơ, cô tiên không có thật? Và rồi nó yên tâm đó là giấc mơ. Nhưng có những lúc, không chịu yên như thế, nó lại nghĩ mùi hương là thật, da thịt ấm nóng là thật, bộ ngực tròn đầy là thật. Và nó không chịu yên. Suốt tuổi thơ, nó đi tìm giấc mơ của mình. Cuộc kiếm tìm khắc khoải đến đau đớn. Khi lớn lên, va chạm với cuộc đời, giấc mơ phai mờ dần chìm vào quên lãng. Nàng biết không, ta là đứa bé tội nghiệp ấy. Suốt tuổi thơ ta tìm kiếm giấc mơ của mình, nàng tiên của mình. Cuộc kiếm tìm vô vọng khiến ta mệt mỏi. Rồi một hôm, đúng vào ngày sinh thứ mười bảy của mình, ta gặp nàng và ngay lúc đó nhận ra giấc mơ xưa... Nàng chính là cô tiên ngày ấy!

- Thưa bệ hạ, người nhầm rồi, chưa bao giờ.

- Đừng, đừng ngắt lời ta! Ta mà lầm sao? Nàng dối ta sao nổi! Chính là nàng. Đôi mắt ta nói với ta thế. Trái tim ta nói với ta thế và hơi thở cũng nói với ta như thế. Cô tiên đó chính là nàng. Ta trách mình sao không tìm lại nàng sớm hơn? Nhưng ta lại nghĩ, phải chăng số phận đã nuông chiều ta, cho ta gặp lại nàng vào lúc này, lúc mà cả ta và nàng cùng vào độ chín!

- Thưa bệ hạ, người nhầm rồi, thiếp chưa bao giờ tắm cho bệ hạ.

- Ôi, nàng nỡ cay nghiệt với ta thế sao? Nàng nỡ đùa bỡn với tình cảm chân thành của ta thế sao? Nàng chẳng bao giờ hiểu được tình cảm của ta đâu! Với nàng, đó chỉ là chuyện bình thường, một lần vào cung thăm thú rồi nhân đấy tắm táp cho một ông vua con, một chàng hoàng tử bé tẹo mà chàng hoàng tử tí xíu ấy lại là đứa bé con tinh nghịch đáng ghét. Nhưng với ta, đó là một hạnh phúc, một nỗi nhớ suốt đời. Khuôn mặt nàng tiên, hơi thở nàng tiên hôm đó như là khuôn mặt thân yêu của mẹ ta mà ta đánh mất không bao giờ tìm lại được nữa. Nàng biết không, nàng chính là cuộc sống của ta! Nàng biết không, trước hạnh phúc lớn lao được gặp nàng, ta bỗng sợ! Ta linh cảm thấy một điều gì ghê gớm: Tai họa sẽ đến theo hạnh phúc tròn đầy!

- Tai họa? Thưa bệ hạ!

- Phải, tai họa! Ta đã lường trước tai họa. Nhưng rồi ta hiểu, chẳng tai họa nào lớn bằng tai họa khủng khiếp là ta lại mất nàng lần nữa! Vì vậy ta hiểu chẳng gì có thể chia cắt được ta với nàng!

- Thưa bệ hạ, ngày ấy bệ hạ còn quá trẻ mà bây giờ thiếp lại quá già!

- Quá già? Nhà vua dừng lại, đưa tay nắm lấy bàn tay nàng giá lạnh, ấp vào nơi có trái tim mình. Ta hỏi nàng, trăng có già không? Nàng sẽ trả lời ta là không chứ gì? Thì nàng ơi, nàng cũng vậy, nàng chả bao giờ già cả! Chính lúc này đây là lúc tròn đầy viên mãn nhất của vầng trăng nàng. Còn ta, cũng là lúc ta trưởng thành. Cảm ơn Trời cho ta gặp lại nàng đúng lúc này!

- Thưa bệ hạ, nhưng thiếp yêu Nguyễn Trãi !

- Trẫm không nghi ngờ điều đó. Nàng đã yêu Nguyễn Trãi và vẫn còn yêu. Nếu là nàng, ta cũng yêu Nguyễn Trãi. Ai cưỡng nổi tình yêu với Ức Trai? Ta yêu Ức Trai và ta ghen tị với Nguyễn Trãi. Ghen tỵ với tài trí của người, ghen tỵ với đức độ của người và càng ghen tỵ với tình yêu của người! Hai mươi năm trước, giữa lúc bơ vơ trong cuộc đời, Nguyễn Trãi gặp nàng rồi sau đó nàng cùng người đến Lỗi Giang làm nên một trong những thiên tình sử giầu ý nghĩa nhất của Đại Việt. Ta hiểu tình yêu của nàng không chỉ gợi hứng cho những thi tứ trác tuyệt của Ức Trai mà chính tình yêu đó góp phần làm nên tâm hồn, làm nên cuộc sống của Nguyễn Trãi. Nhưng lẽ nào trong lòng nàng không có chút gì dành cho ta sao?

- Thưa, thiếp kính trọng bệ hạ!

- Kính trọng! Ta cần gì thứ tình cảm vô bổ ấy? Cái ta cần là tình yêu của nàng!

- Thưa, tất cả tình yêu của thiếp đều là của Nguyễn Trãi. Làm sao thiếp có thể cho bệ hạ cái mà thiếp không có? Hai mươi năm nay, hình ảnh người đàn ông duy nhất trong thiếp là Ức Trai. Với bệ hạ là sự kính trọng đấng quân vương tài trí.

Nhà vua nổi nóng:

- Đấng quân vương? Nàng giễu cợt ta sao? Nàng chọc tức ta sao? Nàng có biết chọc giận chúa sơn lâm hậu quả sẽ ra sao không?

- Xin thánh thượng tha tội, Thị Lộ quỳ xuống dưới chân nhà vua, xin bệ hạ nguôi giận, thiếp chỉ nói thật lòng! Sự giận dữ của đấng quân vương có thể gây ra giông bão nhưng thiếp chắc là không thể làm nên tình yêu! Như đang cơn mê chợt tỉnh, nhà vua sững lại, ngây người ra. Không nói không rằng ngài lặng lẽ bỏ đi, hình như miệng lẩm bẩm điều gì.

- Có cách nào khanh chấn chỉnh hậu cung của trẫm? Làm mặt giận, nhà vua hỏi Thị Lộ vào một buổi chiều như tình cờ gặp nàng trên hành lang.

- Thưa bệ hạ, mọi sự chấn chỉnh không qua sự học. Muốn thuần nhu, cung nữ phải được học. Có nhiều thứ phải học nhưng để thiết thực nên có học chữ, học nhạc, học múa, học nữ công, học lễ, cũng còn phải tập thể hình cho con người khỏe mạnh. Thần đã phân ra từng nhóm để ai cần gì cho học trước thứ đó. Ban đầu, thần xin bệ hạ cho một số học quan để giúp thần. Sau đó thần sẽ dùng những người học lớp trước dạy lớp sau.

- Được, trẫm chuẩn tấu. Vẫn với vẻ mặt giận, nhà vua nói mà không nhìn nàng.

Đúng là cái hờn giận con trẻ, nàng nghĩ, hờn giận của đứa trẻ được nuông chiều. Tuy chưa bao giờ làm mẹ nhưng thiên tư người mẹ trong nàng mách bảo rằng, đứa trẻ bướng bỉnh này trong khi giận đã không giấu nổi tâm trạng của mình. Là phụ nữ, nàng thật dễ chịu khi cảm thấy mình có một uy lực quy phục cả đến bậc quân vương. Lòng tự ái đàn bà được vuốt ve, nàng cảm thấy trong vòng vây tình ái của ông vua trẻ cũng có cái thú vị! Mà tình ái là gì nhỉ, nàng nghĩ. Tình của mình với Ức Trai có phải là tình yêu? Lần đầu tiên nàng nghĩ về nó với vẻ nghi ngờ. Nàng chẳng biết nữa! Nàng chỉ nhớ đấy là buổi chiều mưa xuân rây rây trên phố phường. Nàng đi sau chiếc xe kéo trên đường giao chiếu cho khách trở về qua chùa Quán Sứ thì nhận ra có người đi theo. Một người nho nhã, ra khỏi chùa, bước đi khoan thai như người đi dạo. Người đó theo nàng về tới cửa hàng chiếu của nàng bên bờ Hồ Tây. Chàng lân la mua chiếu rồi hỏi chuyện, sau đó ứng khẩu đọc bài thơ. Chưa biết chàng là ai, nàng họa lại, trong đó mang chút đáo để của dân kẻ chợ... Lần sau chàng đến, nàng nói về bài thơ của chàng. Nàng biết chàng đã có vợ có con, nàng còn biết chàng là văn nhân nổi danh chốn kinh thành. Chàng đến với nàng như số phận, như nhân duyên tự bao giờ. Rồi nàng theo chàng vào Thanh cùng nghĩa quân, đi suốt những năm kháng chiến. Chàng là thần tượng của nàng, là cuộc sống của nàng. Không biết cuộc sống khác, không biết tình yêu khác nên mối tình của nàng là duy nhất, không nặng xác thịt mà phảng phất hương hoa, đạm, thanh mà sâu sắc. Quen dần với tình cảm, với cách sống của chàng, những ham muốn tự nhiên trong con người nàng cũng dịu lắng đi, không còn là đòi hỏi bức thiết. Nàng chấp nhận tự nhiên như mọi việc bình thường khác trên đời. Nhưng giờ đây, bên chàng trai vương giả đầy đam mê, nàng bỗng thấy sự đời không giản đơn như mình nghĩ. Nàng nhận ra những nhu cầu của thân thể mình vẫn còn đấy, không mai một, nó chỉ ngủ quên đi. Những cái nhìn đắm đuối của chàng trai mười tám khát khao và bạo liệt dường như đánh thức bản năng yên ngủ trong nàng. Và điều đó khiến nàng khắc khoải buồn lo.

- Vì sao nàng buồn? Nhà vua hỏi. Phải chăng trẫm có gì không phải với nàng? Nàng buồn khiến trẫm đau lòng nàng biết không?

- Thưa bệ hạ, thiếp nhớ Nguyễn Trãi. Thiếp ở đây mà chàng mãi nơi góc bể chân trời, vò võ một mình, không ai chăm sóc! Thiếp và chàng chưa bao giờ xa nhau, ngay cả những ngày gối đất nằm sương trong rừng núi Lam Sơn.

- Khanh sợ phu quân không người chăm sóc? Vậy thì trẫm ban cho Lê Trãi một cung nữ để thay khanh hầu hạ ông ta! Khanh thấy sao?

- Đa tạ bệ hạ nhưng thiếp không dám lạm ơn của người!

- Nàng đừng ngại, ta sẽ làm tất cả miễn sao nàng vui!

Dù chưa bằng lòng với Nguyễn Thị Lộ nhưng vua Thái tông sớm nhận ra từ khi nàng vào cung, hậu cung có sự thay đổi. Quả thật nhà vua đôi khi thấy ngán cái cảnh hàng lũ đàn bà suốt ngày ngắm vuốt chưng diện, ngồi lê đôi mách, bài xích ganh ghét nhau rồi hằng đêm phấn son lòe loẹt chờ đón ân sủng từ chàng. Cuộc sống như vậy thật nhàm chán vô vị, nó làm con người tầm thường, ngu độn đi. Từ khi có nàng, chàng nghe trong cung rộn rã tiếng học tam tự, ngũ tự kinh, rồi tiếng hát, tiếng đàn, nhịp phách. Một không khí vui tươi yêu đời chưa bao giờ chàng thấy. Khi trao cho nàng việc dạy cung nhân, chàng hỏi: Nàng làm bằng cách nào? Nàng nói, bệ hạ nghe chuyện Tôn tử luyện quân rồi chứ? Rồi nàng kể, Tôn tử sang Ngô, vua Hạp Lư hỏi: Khanh có thể dạy cung nữ của trẫm đánh giặc được không? Tôn tử bảo được và vua giao cho cầm đội quân một trăm cung nữ. Tôn tử chia họ thành hai đội, lấy hai cung nhân được vua yêu nhất dẫn đầu. Sau khi ra lệnh ai tập không nghiêm sẽ bị chém, Tôn tử bắt đầu cho đám con gái tập quay trước quay sau. Các cung nữ thấy lạ, chẳng ai chịu tập, chỉ bụm miệng cười. Hai người cung nữ đội trưởng ỷ thế được vua yêu cũng tưởng chuyện đùa vì nghĩ rằng vua không bắt tội mình. Tôn tử bắt hai người đội trưởng đem chém, vua Ngô xót người tình đứng ra xin cũng không được. Ngay sau khi hai người đội trưởng bị chém, các cung nữ khác sợ khiếp vía, đội quân con gái nghe lệnh răm rắp. Không có tài như Tôn Trường Khanh nhưng thiếp biết rằng tình cảm sẽ thuyết phục được họ, chỉ mong bệ hạ giúp thiếp. Quả thật, chỉ bằng tình cảm như chị em, mẹ con, bằng những lời khích lệ cùng phần thưởng nhỏ, nàng đã động viên được mọi người.

CHƯƠNG BA

Những ngày Côn Sơn mùa đông năm Kỷ Mùi là những ngày rất dài với quan Hành khiển Nguyễn Trãi. Việc quan nhàn, ông vui cùng cây cỏ nhưng những ngày đông này cây cỏ tàn lụi cả vì không chịu được rét giá. Với ông càng giá rét hơn vì nàng đã ở lại cung. Hơn hai chục năm qua đây là lần đầu ông sống xa nàng. Sự xa cách này làm cho cuộc sống của ông đảo lộn, một trạng thái thực khó khăn với một ông già. Đọc sách mệt rồi, làm thơ chán rồi, tự nhiên ông muốn duyệt lại những ngày tháng qua.

Giấc mộng công danh của ông với nhà Hồ như lâu đài vừa được dựng lên bỗng tan thành cát bụi. Cha bị tù tội rồi chết vùi nơi đất Bắc, đời ông phải mười năm giam lỏng ở thành Đông Quan, lòng nung nấu chí cứu nước. Lúc đó nhiều người dựng cờ khởi nghĩa, Trần Quý Khoáng rồi nhóm Lam Sơn, những nhóm người thiểu số miền Thượng. Quý Khoáng có danh nghĩa nên hợp lòng người nhưng trong thâm tâm, ông nghĩ, danh nghĩa ấy suy cho cùng chỉ là danh hão. Suốt một đời vua Nghệ tông làm được gì ngoài việc từng bước đưa nhà Trần đến diệt vong. Một ông vua nhu nhược hẹp hòi. Những người tài năng như thân phụ ông thì chỉ vì tội lấy con hoàng tộc mà bị bỏ không dùng, trong khi đó giết cả con mình để làm vừa lòng gian thần. Cái họa mất nước chính từ ông ta mà ra rồi sau lại mê muội đến mức ngây ngô bày ra việc tặng tranh tứ phụ rồi hội thề Đồng Cổ! Số nhà Trần đã hết. Không theo Quý Khoáng nhưng ông cũng không vồ vập theo ngay Lê Lợi mà tỉnh táo nhìn xem bàn cờ thế sự.

Hồ Quý Ly là người thế nào? Nhiều lúc Nguyễn phân vân tự hỏi. Tuy mang ơn sâu với nhà Hồ nhưng trong thâm tâm ông không phục. Mưu lược ư? Canh cải ư? Có tất cả đó nhưng để được cái gì? Sự mưu lược, canh cải phải sao cho kết quả! Họ Hồ có khác nào kẻ tự châm lửa đốt nhà mình. Học Tào Tháo thói gian hùng nhưng so với Tào thì Hồ chỉ là đứa trẻ! Tào hơn Hồ không chỉ mưu lược mà còn hơn hẳn ở chữ nhẫn . Biết thời cuộc, Tào không cướp ngôi nhà Hán. Còn Hồ thì vì quá ham hố vội nhảy lên ngai vàng! Không xứng anh hùng, họ Hồ cũng chẳng phải người đảm lược, rời bỏ sức vạn người là lòng dân để dựa vào cái thành đá Tây Đô. Trong tình huống đất nước ngàn cân treo sợi tóc lúc đó, cái phép thần giữ được nước là lòng dân. Chiếm nước của nhà Trần, họ Hồ làm tan rã ý chí chiến đấu của Đại Việt. Đắp Tây Đô lại là sai lầm hủy hoại chút sức lực cuối cùng của đất nước, mở sẵn cửa cho giặc Minh vào giày xéo. Kết cục là nước mất, thân tù! Cái kết cục bi hài của nhà Hồ khiến Nguyễn nhìn rõ hơn về thời cuộc. Có người khen họ Hồ táo bạo muốn canh tân đất nước, cải cách hành chính, tiền tệ, đổi mới văn tự. Nhưng hơn cả những cải cách ấy là con người! Họ Hồ đã sai lầm khi hy sinh con người hy sinh đất nước cho ý tưởng phiêu lưu của mình! Nhà Trần đã lỗi thời nhưng sự quá khích của nhà Hồ còn nguy hiểm gấp bội! Phải tìm con đường khác. Trong những ngày bị giam lỏng ở Đông Quan ấy, Bình Ngô sách từng trang một ra đời.

Vào một ngày cuối năm, ông cùng Nguyên Hãn và Thị Lộ trốn khỏi Thăng Long vào Lam Sơn. Nhận Bình Ngô sách, Bình Định vương vui hơn người bắt được của. Bởi lẽ, trước khi xuất hiện, phong trào Lam Sơn chỉ là cuộc dấy loạn của nhóm nông dân bất bình với quân đô hộ. Tuy có ít nhiều đọc sách nhưng binh pháp mà Lê Lợi học được chỉ là những chiến thuật hành quân, phục kích, vây thành chém tướng mà thiếu một chiến lược bao quát cho toàn cuộc. Lê Lợi thông minh, đáng mặt thủ lĩnh chính vì biết cái thiếu cái sở đoản của những người nông phu Lam Sơn mà vồ vập chiến lược bình Ngô của ông. Cùng với sách lớn ấy, ông cũng dùng một tiểu xảo để thu phục lòng người: cho người tâm phúc lấy mỡ viết lên lá cây tám chữ Lê Lợi vi quân Nguyễn Trãi vi thần. Kiến thấy mỡ kéo đến ăn, làm vết mỡ nổi lên thành chữ. Lá rụng xuống suối, nước suối đưa đi xa, nhiều người nhặt được truyền nhau đọc rồi một đồn mười, mười đồn trăm. Tin vào chân mệnh thiên tử của chúa Lam Sơn, người theo nghĩa quân đông như trẩy hội. Những ngày kháng chiến tuy gối đất nằm sương nhưng với ông là những ngày tuyệt vời hạnh phúc vì tài ông được dùng, vì chí ông được thỏa. Ông chỉ sau nhà vua trong những quyết định đại cuộc. Với một người quân tử thì đó là hạnh phúc không gì sánh nổi. Thêm vào đó, ông còn có Thị Lộ và bên cạnh là người em thân thiết Trần Nguyên Hãn.

***

Mùa xuân năm Thuận Thiên thứ nhất là mùa xuân thái bình. Sau Hội thề, ngày mười hai tháng Chạp bọn Mã Kỳ, Phương Chính tới Dinh Bồ Đề tạ vua rồi hai cánh thủy bộ kéo về Bắc. Sáng ngày mười tám, sau một đêm uống rượu trò chuyện thân tình với Bình Định vương, Tổng binh Vương Thông nhận trâu, dê, trướng hồng vua tặng rồi dẫn toán quân cuối cùng rời Thăng Long. Đất nước sạch làu bóng giặc. Không kẻ nào còn dám dòm dỏ bờ cõi. Bốn biển yên lành. Cái nền thái bình bền vững hơn lại ở lòng người. Hai mươi lăm vạn quân giải ngũ trở về sum họp gia đình, nhiều thứ thuế được tha được giảm, đám cường hào thường đè nặng cuộc sống người dân bị pháp luật chế tài, trường học mở khắp nơi, chiếu cầu hiền đến tận thôn cùng xóm vắng mong tìm người tài giúp nước. Non sông Đại Việt bước vào vận hội mới.

Từ Dinh Bồ Đề, triều đình vào thành Thăng Long tổ chức cho dân ăn cái tết độc lập đầu tiên tuy còn nghèo còn khó nhưng thật vui vẻ tưng bừng. Tháng Hai mở Đại hội tuyên dương công trạng các công thần. Rằm tháng Tư vua lên ngôi.

Mười năm, mười năm rồi, nhà vua nghĩ, mười năm gối đất nằm sương, mười năm xông pha mưa tên bão đạn. Không ngờ cuộc kháng chiến lâu dài đến thế. Một điều chưa từng có trong Nam sử. Đức Triệu Vũ đế xưa sáng nghiệp là do thời, lúc nhà Tần tao loạn, nhân cơ hội cướp quân chiếm đất xưng đế xưng vương. Đinh Tiên hoàng đế thống nhất các sứ quân bằng những trận đánh nhỏ rồi Lý rồi Trần nối nhau vương triều nọ qua vương triều kia chỉ là sự chuyển tiếp bằng cuộc đảo chính cung đình. Mình từ tay trắng dấy nghiệp trong lúc bĩ cực nhất của thời cuộc. Dân chúng bị đàn áp bị bóc lột đến tận cùng, cường giặc lập ra chế độ cai trị cực kỳ hà khắc, bọn tay sai mọc lên như nấm độc mong vinh thân phì gia. Từ buổi đen tối ấy cho đến đại định hôm nay là sự nghiệp to lớn tưởng như con người không làm nổi! Vốn là người chất phác không ưa mơ mộng nhưng trong đêm cuối xuân mát mẻ này, nhà vua cho phép mình phiêu diêu nghĩ về những tháng năm cũ, lòng thầm tự hào về công lao hiển hách với sử xanh. Trong phút giây lâng lâng hạnh phúc, nhà vua nao nao cảm thấy niềm vui của mình chưa tròn đầy, hình như còn có điều gì đó vương vướng. Cái gì nhỉ? Ngài tự hỏi rồi lúc sau nhận ra, đó là tờ biểu xin trí sĩ của quan Tả tướng quốc Lê Hãn. Bài biểu đọc mấy lần khiến nhà vua hầu như thuộc: "Nhờ hồng phúc của bệ hạ, thần lập được chút công lao. Được bệ hạ quá yêu, đặt thần giữ vị trọng. Ơn tri ngộ quá to thần nhận mà run. Nhưng nghĩ mình chỉ là kẻ võ biền đức mỏng tài hèn, có thể làm được vài việc trong thời chiến, biết đâu chẳng làm hỏng việc của bệ hạ lúc thái bình. Chí ít cũng là ngồi choán chỗ của những người tài trí, thần lấy làm hổ thẹn. Thần muốn được thả mình về đồng nội là nơi quen thuộc để có thể thờ bệ hạ bằng những công việc khác mà thành quả chẳng kém gì những trận Phú Xuân, Xương Giang xưa."

Trong thâm tâm nhà vua mừng khi nhận tờ biểu nhưng sau nỗi mừng ấy lại là sự hụt hẫng: "Ngươi dám coi thường ân huệ của ta sao?" Khi cảm thấy quyền uy của mình không còn tuyệt đối nữa là nỗi buồn xâm chiếm tâm trạng nhà vua. "Trống đánh xuôi, kèn thổi ngược! Nhà vua bật nói thành lời. Ta xuống chiếu cầu hiền mà kẻ đứng đầu bách quan của ta, vị tướng lĩnh giỏi nhất của ta lại bỏ ta ra đi! Thiên hạ sẽ nghĩ thế nào? Ngươi toan tính chuyện gì đây?" Đứng dậy bước từng bước ngắn trên nền điện lát gạch hoa, ngài đưa tay vỗ vỗ vào vầng trán rộng vững chãi: "Nhớ ra rồi, nhớ ra rồi, việc này có gì giống với viên phán quan họ Trần nào đó, vừa thắng giặc xong thì xin nghỉ, khi ta định xét ban công trạng y liền gọt đầu đi tu rồi trốn biệt? Gã là tay vô danh tiểu tốt đã đành, còn đây là một đại công thần! Dù có thế thì vuốt mặt cũng cần nể mũi, hắn ra đi đúng vào những ngày này! Phải chăng hắn xem thường ta quá?" Nghĩ tới đây người bất giác nắm chặt tay giận dữ.

***

Trăng thượng huyền soi chênh chếch, tỏa ra thứ ánh sáng xanh mát dịu. Gió hiu hiu thổi. Trên bàn đá tròn đặt giữa đình thưởng nguyệt, ngọn hồng lạp cháy lung linh, chiếc mâm thau sáng bóng có mấy món nhắm nhẹ, nậm rượu và hai chiếc chén ngọc. Bọn quân hầu ra ngoài cả, chỉ còn lại nhà vua và Tả tướng quốc Lê Hãn ngồi đối diện trên những chiếc đôn hình con voi. Nhà vua thân rót rượu vào chung mời tướng quốc :

- Khanh uống đi. Đêm nay ta muốn cùng khanh uống thật say!

Lê Hãn đưa chung rượu lên ngang mặt: kính mời bệ hạ! Uống xong ly rượu, đặt chung ngọc xuống bàn, nhà vua nói:

- Khanh nghĩ sao về việc tuyên dương công thần vừa qua?

- Dạ, thưa, bệ hạ đã công bằng. Nhìn nhà vua, Hãn từ tốn nói.

- Theo ý khanh như vậy là công bằng sao?

- Thưa, công bằng. Công thần làm nên cuộc đại định hôm nay chủ yếu là người xứ Thanh, những người theo bệ hạ từ đầu. Họ được công cao là phải lẽ nhưng những kẻ đến sau, mà công lao cũng không có gì đặc biệt như chúng thần mà vẫn được dự vào hàng công huân, chứng tỏ bệ hạ có tấm lòng trời biển ưu ái, không phân biệt. Chúng thần lấy làm cảm kích.

- Khanh nghĩ sao về trường hợp Lê Trãi? Nhà vua nhìn Hãn thăm dò. Có người cho rằng trẫm đối với Trãi còn hẹp, chưa xứng với công lao với tài trí của ông ta!

Sau lúc trầm ngâm suy nghĩ, Hãn thưa:

- Quả cũng có ý như vậy. Trãi tuy không chiếm thành bắt tướng nhưng cái mưu Trãi giúp cho thánh thượng thì khó ai bằng. Nhìn về sau nữa, nếu được ở địa vị cao, đứng đầu bách quan, lại được tin dùng thì tài của Trãi ích lợi cho nước nhà nhiều lắm!

Nhà vua nheo nheo mắt nhìn thẳng vào mặt Nguyên Hãn như xoi mói trong khi cân nhắc từng lời của vị công thần. Sau lúc lặng đi suy nghĩ, ngài nói bằng giọng chân thành:

- Khanh nói không sai. Người ta cũng nói với quả nhân như vậy! Các khanh không biết rằng ta quý ta trọng Trãi tới mức nào! Khanh biết đấy, bản nhiên ta đâu muốn làm vua, ta chỉ mong cuộc sống yên ổn. Vì vậy, ta vét bao của cải đút lót cho Trương Phụ mong được yên thân. Nhưng chúng như hổ đói, bao nhiêu cũng không đầy túi tham, truy bức ta, ép ta đến cùng. Trước cái sống và cái chết, ta buộc phải vượt qua cái chết để tìm cái sống. Ban đầu, ta chỉ biết đánh, bằng mọi cách để thắng từng trận. Nhưng thế giặc mạnh khiến nhiều phen sự nghiệp cũng như tính mệnh ta như ngàn cân treo sợi tóc. Từ khi Trãi đem Bình Ngô sách đến với ta, ta như người trong rừng rậm bước ra đường quang, như trời vén mây mù cho ta nhìn toàn cảnh trước mặt. Từ đó những mưu Trãi hiến đều được ta dùng. Cái mưu cho Vương Thông cầu hòa một phần cũng nhờ Trãi mà có. Giữa trăm tướng ham công sát khí đằng đằng, giữa đám dân chúng sôi sục hận thù muốn ăn gan uống máu giặc mà đưa ra kế sách hòa hiếu nào có dễ gì? Chính lời của Trãi làm nghiêng cán cân quyết định của trẫm. Và càng ngày trẫm càng thấy kế hay. Việc cho dựng tháp cao ở Bồ Đề rồi cho Trãi ngồi quan sát giặc trong thành là cần thiết cho công việc nhưng cũng một phần cho quần thần thấy vai trò của Trãi. Đó cũng là cách để trẫm dùng Trãi sau này. Nhưng khanh biết không, khi cân nhắc lại hơn thiệt mọi điều, trẫm thấy không thể dùng Lê Trãi hơn được. Khanh hiểu sao không?

- Thần xin thánh thượng chỉ giáo!

- Khanh nghĩ coi, bây giờ nếu đặt Trãi vào vị trí thái tể, tất nhiều người không phục vì họ là người đến với trẫm từ đầu, lại là số đông, có công chiếm thành chém tướng. Việc này đã khó rồi về lâu về dài càng khó hơn vì ở vị trí đó, Trãi sẽ thực thi những chính sách không được lòng các công thần, lúc đó triều đình khảng tảng, tạo nên mối họa chia rẽ! Chính vì cân nhắc đến mọi lẽ, trẫm đành phải để Trãi ở vị trí hiện thời. Mong sao sau này tình hình thuận hơn, có thể dùng được Trãi!

- Thần hiểu, thưa bệ hạ!

- Khanh hiểu trẫm như thế thì tốt. Bây giờ nói chuyện về khanh đi! Trẫm đã đọc biểu xin trí sĩ của khanh. Khanh viết khéo đến làm trẫm cảm động. Những lý do khanh đưa ra đều khó bề bài bác. Dường như do dự lắng lại một chút, vua nói tiếp, trẫm hỏi thực khanh, liệu còn lý do nào khác nữa chăng?

- Dạ thưa, đấy là tất cả lòng thành của hạ thần, ngoài ra không còn lý do nào khác nữa!

- Vậy là khanh chưa thực lòng với trẫm rồi! Lê Lợi nhìn người võ tướng cao lớn, khuôn mặt phương phi, lông mày xếch, mắt sáng rờ rỡ khiến ông cũng cảm thấy nể trọng. Thôi để trẫm nhắc khanh vậy! Chẳng phải vì "Nhà vua có tướng như Việt vương, không thể cùng sung sướng được" sao? Nguyên Hãn cúi đầu và ông như còn nhìn thấy ánh nhỡn quang từ mắt nhà vua xoáy vào gan ruột mình. Lặng im hồi lâu rồi ông trầm tĩnh nói:

- Tâu bệ hạ, nhân tướng là những nét thiên phú khắc họa lên diện mạo lên hình hài con người, không giấu được. Với các bậc quyền quý, người ta càng xem tướng kỹ hơn. Xem cho biết để rồi thờ rồi nhờ cậy, để yêu ghét, gần gũi hay xa lánh. Nhân tướng của bệ hạ nhiều người thấy nhưng không ai dám nói, đúng hơn, họ chỉ nói những nết tốt để lấy lòng bệ hạ. Thần là kẻ võ biền thô lậu, trong lúc vui chén rượu có buột miệng nói với người xung quanh vô tình xúc phạm thiên nhan. Bệ hạ không bắt tội là phúc lớn của thần nhưng chính là ở đức nhân của bệ hạ. Nét tướng ấy của bệ hạ là có thật nhưng sở dĩ thần vẫn theo phò bệ hạ là do bệ hạ có nhiều đức tốt khác: mắt sáng, mồm rộng, sống mũi cao, xương mi mắt gồ lên, bước đi như rồng như hổ, tiếng nói tựa chuông ngân. Đấy là tướng của bậc đế vương. Nhưng thưa bệ hạ, tướng cũng không phải là cố định bởi như sách tướng viết: tướng tùy tâm sinh, tướng tùy tâm diệt, từ đó đến nay nhân tướng của bệ hạ cũng biến đổi nhiều, nhất là việc bệ hạ mở lòng khoan dung tha chết cho hơn hai chục vạn quân Ngô, lại cấp ngựa cấp thuyền cho chúng về nước, cái lòng nhân đã động đến trời đất. Đối với kẻ thù còn thế, lẽ nào với công thần? Vì vậy, những gì thần tâu cùng bệ hạ đều là tự lòng thần!

Nhà vua chăm chú nghe, hai người quên cả rượu và đồ nhắm trước mặt. Giọng vua tỏ vẻ ân cần:

- Trẫm hiểu, khanh đã thực lòng. Nhưng khanh ra đi lúc này có vội quá không?

- Tâu bệ hạ, thần nghĩ là không vội mà đúng lúc. Thần ra đi lúc này chính là thuận hơn cho bệ hạ để người bố trí ngôi tể tướng. Thần hiểu, có thể trong thâm tâm người trách thần sao lại ra đi lúc này, thiên hạ nghĩ thế nào về việc cầu hiền của triều đình? Quả là thần không dám nêu tấm gương không tham quyền cố vị nhưng việc ra đi của thần cũng giúp cho bệ hạ mạnh tay thanh lọc những kẻ bất tài bám vào triều chính. Muốn việc nước tốt đẹp, cầu hiền không tách rời việc thanh lọc bớt những kẻ bất tài vô hạnh.

- Khanh nói cũng phải, nhưng như thế thiệt thòi cho khanh quá!

- Thần không nghĩ đến chuyện thiệt thòi. Bệ hạ cho thần được về là phúc lớn với thần rồi.

- Được, trẫm đành cho khanh trí sĩ nhưng mỗi năm khanh phải hai lần về triều gặp trẫm để trẫm thỏa nhớ mong!

- Thần xin ghi nhận, xin tạ ơn bệ hạ.

***

Hãn về rồi, vua vẫn chưa thôi suy nghĩ. Lòng ông không thanh thỏa. Trong số công thần của ông, phần lớn thủ túc là họ hàng, là người cùng xứ, một đội quân anh em cha con sống chết bên nhau từ ngày mở nghiệp. Nếu họ là đàn gà thì ông là con gà trống đầu đàn. Nhưng trong đàn gà ấy lại lạc vào vài ba con khác giống: Trãi, Hãn và Xảo. Họ khác nào những con công. Hãn con dòng cháu giống nhà Trần, tướng phương phi lừng lững can trường mưu lược hơn người. Lòng dân còn nhớ nhà Trần liệu có trông vào Hãn? Trãi là túc nho bậc nhất thiên hạ, sáng láng không khác gì một vì sao. Xảo người Kinh lộ, là võ tướng có tài kinh bang tế thế. Trong đám người tâm phúc của nhà vua không ai được như họ! Ngày gối đất nằm sương họ là người đắc dụng nhưng lúc này, giành được nước rồi, chính cái bộ ba tướng sĩ tượng ấy lại thành mối lo. Như mọi đế vương trên đời, nhà vua lo cho ngôi báu. Vương rối ruột về con cái của mình. Thái tử Tư Tề có những khiếm khuyết trong nhân cách và thể chất khó đảm đương ngôi vị. Nguyên Long còn quá nhỏ, mới có sáu tuổi. Các con ông và những kẻ thủ túc trước họ khác nào bầy dê trước mãnh hổ? Nếu ông có mệnh hệ nào, ai là người có thể giữ gìn rường cột nhà Lê? Tự bao giờ không biết, có lẽ từ khi chiến thắng cầm chắc trong tay, vua nhìn những công thần đệ nhất này bằng cái nhìn e ngại đề phòng. Hãn ra đi là điều mừng, cái gai đã khuất mắt! Chí ít khỏi phải băn khoăn khi đưa Lê Sát làm tể tướng.

***

Tây Hồ mênh mông bàng bạc dưới trăng non, không biết đâu là bờ. Thuyền trôi phiêu du. Xa xa những con thuyền sáng đèn như thoi dệt trên mặt hồ. Loáng thoáng ánh đèn mờ mờ phía bờ khiến cho ta cảm thấy Tây Hồ càng thêm mênh mông. Trong sương, tiếng gõ mạn của thuyền chài trầm đục vọng lên. Gió hiu hiu thổi, tiếng sóng ộp oạp vỗ vào mạn thuyền. Trong thuyền tỏa ra ánh sáng ấm áp và tiếng đàn khi réo rắt như suối chảy khi tung tăng như đàn ngựa trên đồng cỏ, khi lững lờ như mây bay, khi rì rào như gió thoảng qua rừng thông rừng trúc. Tiếng đàn khiến lòng người nao nao nghĩ về một vùng quê thân thương, nghĩ về tuổi thơ êm đềm. Ngồi trên chiếc chiếu giữa thuyền, thoang thoảng hương sen thanh khiết đầu mùa, lắng nghe tiếng đàn, Trần Nguyên Hãn nói: "Bác hiểu lòng em!"

- Lòng chú sao mà anh không hiểu? Buông cây nguyệt cầm xuống chiếu, Nguyễn Trãi nói. Lòng chú cũng là lòng anh! Nhưng giờ thì chú mãn nguyện, còn anh. Nguyễn Trãi nói đến đây thì dừng lại, hỏi: vậy hoàng thượng nói với chú thế nào?

- Hoàng thượng bảo, những lý do em đưa ra để xin trí sĩ đều không thể bác bỏ nhưng có phải nguyên nhân chính là "Vua giống Việt vương Câu Tiễn, không thể chung sung sướng được?"

- Vậy chú trả lời ra sao?

- Bác biết không, không thể dối vua nên em nói: Nhân tướng là dấu ấn mà hóa công in trên diện mạo hình hài của mỗi người. Cũng như Việt vương, như Hán Cao tổ, bên cạnh những nét như thế, nhà vua có nhiều nét đẹp của đế vương, chính vì vậy thần cùng nhiều người đã theo phò bệ hạ. Nhưng tướng cũng tùy tâm mà sinh mà diệt, bệ hạ làm việc chí thiện là tha mạng sống cho hàng chục vạn quân phương Bắc, nên nét tướng cũng có thể đổi thay.

- Nhà vua tin vậy sao?

- Tin hay không em không rõ nhưng nhà vua thuận ý cho về!

Im lặng, mọi âm thanh dường như lắng lại. Sau lúc trầm ngâm suy nghĩ, Nguyễn Trãi nói chậm rãi:

- Mừng chú đạt ý nguyện nhưng trong thâm tâm, anh vẫn không yên. Dưới mắt của hoàng đế, người không thể chung hưởng sung sướng là chúng ta mà trước tiên là chú. Chú dòng dõi Chiêu Minh vương hiển hách, lại tài vượt lên trên tất cả khiến càng dễ bị nghi ngờ. Anh cũng vậy. Và cả Thái úy Xảo nữa. Vì vậy, được về là mừng nhưng chưa phải hết lo!

Ngồi bên trái chồng, hơi lui về sau một chút, Nguyễn Thị Lộ lẳng im nghe rồi cầm chiếc nậm sứ men xanh đời Lý rót rượu vào chung cho hai người. Nâng nguyệt cầm lên, nàng hát. Tiếng hát quyện tiếng đàn lan trên mặt sóng. Hai người đàn ông im lặng như nhìn trong tiếng đàn những mông lung gập ghềnh của con đường nhân thế.

- Hoàng thượng có hỏi em về việc ban thưởng công thần. Em nói là nhà vua đã phong thưởng công bằng. Nhưng ngài nói, chưa thật công bằng ít nhất với một người là Lê Trãi. Đáng lý ra với tài đức của anh phải ở vào hàng đệ nhất công thần và đứng đầu trăm quan nhưng nếu làm vậy trước mắt sẽ gây xao động trong hàng võ quan là những người thủ túc theo vua từ đầu. Sau nữa, nếu đứng đầu trăm quan, chính sách của anh sẽ lợi cho dân cho nước nhưng lại thắt bóp quan lại, khiến họ không phục. Đành phải giữ anh lại dùng sau!

- Dùng sau hay dùng trước ta không quan tâm, giọng Nguyễn Trãi thâm trầm, nhưng nhìn toàn cục thì nhà vua ứng xử rất phải. Thủ túc của vua là nông dân ít học, những kẻ võ biền, tầm nhìn rất thực tế và hẹp hòi. Họ là những người đầu tiên theo vua dấy nghĩa. Họ cũng là người chịu nhiều vất vả hiểm nguy, lập võ công bằng ngọn dáo, trên lưng ngựa. Được nước rồi, nhà vua lấy cái gì mà thưởng công cho họ?

Kho tàng trống rỗng, đất công chẳng có bao nhiêu để mà phong hầu kiến ấp! Cái duy nhất ngài có là chức tước. Không nhìn người em họ, Trãi ngó ra màn đêm mênh mang thăm thẳm rồi nói chậm rãi. Nhưng chức tước không phải vô tận! Chức tước bây giờ như một thứ quả thực hiếm hoi phải cân nhắc khi ban phát. Để thưởng công là một phần nhưng cái chính là vỗ béo thủ túc để củng cố ngôi vị. Nhà vua không muốn còn bọn tay chân của ngài càng không chấp nhận một kẻ từ đâu tới, mang theo một quyển sách cùng những lời nói đầu lưỡi bỗng lại hưởng chức cao vọng trọng ngồi trên họ. Khi chiến tranh, trong màn trướng hoặc chỉ ngồi dưới vua trên đài cao ở Dinh Bồ Đề là chuyện sống chết bất khả kháng, vua không làm khác được và họ cũng không thay được. Lúc này chuyện không như vậy nữa! Vả chú cũng biết, một người làm quan cả họ được nhờ, họ không muốn bị ràng buộc tiết chế quá! Vua ta là người hiền nhưng vua cũng phải chiều đời, làm một chước hòa hoãn. Trầm ngâm suy nghĩ một lúc sau, Trãi chậm rãi nói:

- Tiếc là ta chưa thể về được mà vẫn phải tại triều. Sẽ là đầu mối của sự ghanh ghét đố kỵ, sẽ khó khăn hơn thậm chí nguy hiểm hơn. Ai đo được lòng bể hoạn? Nhìn sâu vào mắt người em họ, ông tiếp, nhưng nói cho cùng, về như chú cũng chưa phải an toàn, có những mối họa theo ta sát gót suốt cuộc đời. Mong chú càng phải cẩn trọng!

***

Hôm Trần Nguyên Hãn rời kinh thành về quê, ông đưa số đồ đạc ít ỏi cùng gia nhân xuống thuyền trên sông Cái. Không đi xe không đi kiệu, ông mặc bộ quần áo đi đường nhẹ rồi đi bộ lẫn với bao người dân kinh thành. Tiễn đưa ông chỉ có Nguyễn Trãi. Bước trên những con đường quen thuộc của phường Yên Hoa, Hãn nhớ tới dinh của quan Tư đồ xưa nơi ông cùng anh Trãi sống những ngày tuổi thơ đầm ấm. Chiều chiều Trãi dắt ông ra ngõ, hai anh em tha thẩn chơi để đợi ông nội về, với những quả hồng quả vải lộc vua ban. Sau Hội thề, ông dẫn lính khinh kị vào đóng những nơi hiểm yếu trong kinh thành, cho dán trên các cửa ô bản Bình Ngô đại cáo của Nguyễn Trãi được viết chữ to. Đi bên người em thân thiết tình ruột thịt, Nguyễn Trãi thấy lòng mình trĩu nặng. Nhưng khi tới bến sông, nhìn dòng sông hiền hòa chảy mang mang, bên sông ngát xanh màu xanh trù phú của ngô khoai cùng những người nông phu gánh gồng cuốc xới, trong thoáng chốc ông thấy lòng vơi nhẹ.

Thuyền giương buồm tách bến. Đứng trên mũi thuyền Hãn vẫy chào ông cho tới khi chiếc thuyền mờ trong khói sóng. Ông có cảm tưởng như Hãn phiêu du vào cõi bồng lai. Còn lại một mình trên bến, ông cảm thấy cô đơn đến thắt lòng.

Rồi Hãn bị giết oan uổng, ông cũng bị tống lao vì nghi liên can. Hơn ai hết, ông biết đó là oan. Ngày trong ngục và mãi sau này, ông thầm trách Nguyên Hãn khinh suất, sao đã hưu trí rồi lại còn xây nhiều dinh thự, đóng những con thuyền lớn tạo cớ cho họa diệt thân. Nhưng rồi thì ông hiểu, thuyền cùng nhà cửa chỉ là cái cớ, còn cái chính là trong mắt nhà vua không dung tha những người như Hãn, như ông

Xảo. Không cớ này sẽ có cớ khác! Người đời thường trách đám nịnh thần Đinh Bang Bản, Lê Quốc Khí, Trình Hoàng Bá, Nguyễn Trọng Chí, Lê Đức Dư vu cáo Nguyên Hãn nhưng bọn chúng cũng chỉ trong tay Thái tổ mà ra, chính chúng là công cụ giết người của vua. Không có bọn này tất có bọn khác làm cái việc ấy. Chỉ tiếc cho Nguyên Hãn. Tiếc cho Hãn, Nguyễn Trãi cũng tiếc cho công trình của ông ngoại Nguyên Đán. Thấy nhà Trần rốt cuộc cũng vào miệng Quý Ly - hầu mũi đỏ, ông ngoại đã nén nhục nén hận kết thân với Quý Lý, giao con cháu cho họ Hồ. Người đời từng trách ông ngoại là thiếu nghĩa khí, làm vậy khác nào đầu hàng, nối dáo cho giặc. Nhưng rồi nhân thế cũng có người hiểu quan Tư đồ: không chống được họ Hồ thì đành quy phục để tránh họa diệt vong của dòng họ. Nhờ vậy mới để lại cho đời một vị tướng kiệt hiệt là Nguyên Hãn. Nhưng rồi như ngôi sao, Hãn vụt tắt. Nguyễn Trãi bỗng rùng mình khi nghĩ đến cái thủ đoạn mà người ta dùng để giết Hãn. Chính cái mưu đục thuyền mà nhà Trần mấy trăm năm trước đã dùng với hàng tướng Ô Mã Nhi lại được đem ra hủy diệt hậu duệ họ Trần: Bắt Nguyên Hãn từ Tam Giang, thuyền chở về đến bến Đông Sơn thì đang đêm bị đục cho đắm! Giết Nguyên Hãn, người ta nhẫn tâm giết luôn bốn chục lực sĩ xá nhân được sai đi bắt Hãn để diệt khẩu phi tang. Lịch sử sau này sẽ ghi là cuộc đắm thuyền! Một cuộc đắm thuyền êm thấm! Nghĩ đến đây, ông bỗng rùng mình, phải chăng đó là báo ứng?! Phạm Văn Xảo thì đến cái cớ vặt cũng không có mà bị giết tức tưởi. Thoát khỏi tù ngục, Nguyễn Trãi đã tìm cách lánh đời nhưng vẫn không xong. Triều quan chẳng phải ẩn chẳng phải là thân phận của ông dưới thời Thái tổ. Vậy đấy mà ông vẫn phải kéo dài cuộc sống của mình.

***

Nhận chiếu vua ban một cô cung nữ, Nguyễn Trãi vô cùng bối rối. Nhưng khi đọc thư, ông hiểu: chính vì phu nhân thương ông vò võ một mình, lòng thương ấy đã cảm động đến hoàng thượng nên ngài ban cho ông đặc ân. Chuyện xưa nay hiếm nhưng ông biết, với nhà vua trẻ, có việc gì không thể làm? Ông nhớ tờ chiếu: "Việc vợ chồng đầu gối tay kề, xa cách nào chẳng buồn chẳng nhớ, nghĩ tình cảnh khanh, trẫm thật lòng ái ngại. Ngặt vì Lễ nghi học sĩ nặng lo việc chốn nội cung, còn khanh cũng vì trẫm giữ gìn biên ải. Thương khanh buồng đơn gối chiếc không người sửa túi nâng khăn, trẫm đặc cách ban cho khanh cung nữ Cẩm Vân làm bầu bạn." Như vậy là phu nhân vào cung đã được vua quý trọng. Yên tâm về nàng nhưng ông lại khó xử vì cô hầu non họ Phạm. Bất giác ông nở nụ cười buồn. Ông biết, tuy chấp nhận món quà của hoàng thượng nhưng đàn bà ai không ghen tuông? Rồi ông lại nghĩ, liệu có phải vì nàng hết yêu ông nên dễ dàng để người khác đến thay chỗ của mình? Và rồi trong lúc nào đó một ý nghĩ chợt đến: liệu nhà vua có tư tình gì với nàng mà bày trò đổi chác? Có lẽ nào lại như vậy được? Ông nghĩ. Nhà vua chỉ đáng tuổi con nàng. Ông hiểu nàng không phải người quá ham hố về nhục dục càng không phải người dễ thay dạ đổi lòng. Hai mươi năm cay đắng ngọt bùi cho ông tin vậy.

CHƯƠNG BỐN

Ban ngày, hết qua nơi dạy chữ lại đến nơi dạy múa dạy hát. Nguyễn Thị Lộ cuốn vào công việc và nàng tìm thấy niềm vui. Vốn có lòng yêu con người cùng với con mắt thẩm mỹ tinh tế, nàng tìm ra nơi cô cung nữ này có giọng hát hay, ở cô khác có bàn tay mềm mại cùng óc thẩm âm thuận với việc tập đàn, còn cô kia là óc thông minh học nhanh nhớ kỹ. Khéo tổ chức, khéo động viên, Thị Lộ đã khơi dậy những phẩm chất tiềm ẩn trong từng người. Nhờ vậy, họ học hỏi tấn tới. Ai cũng vui, cũng nao nức học. Cuộc sống trong cung thay đổi, như có làn gió xuân thổi vào lòng mọi người. Trong những công việc đang làm, nàng chú ý xây dựng một đội nhạc mà nàng hình dung ra trong những cuộc trò chuyện bàn bạc với chồng ngày trước. Nàng nhớ những lời Ức Trai nhận xét về nhạc của Lương Đăng: "Nhạc này mô phỏng nhạc khí của nhà Minh mà làm ra. Nhạc tấu ở trên nhà, có trống cái, bộ khánh, bộ chuông, đàn cầm, đàn sắt, sinh, tiêu, quản, thược, chúc, ngũ, huân, trì. Nhạc tấu ở dưới thềm, có: phương hưởng, không hầu, đàn tỳ bà và quản dịch dùng. Bộ khánh gồm mười sáu chiếc cùng treo một giá, bề dài bề ngang giống nhau nhưng độ dày mỏng khác nhau để hợp với mười hai chính luật và bốn bội luật. Chuông: có mười sáu chuông cùng treo một giá, chia làm hai đợt, ăn khớp với mười hai chính luật và bốn bội luật. Chuông đều hình chầy, dưới phẳng miệng, cao độ bảy tấc năm phân, xếp theo độ dày. Rập khuôn nhạc cụ của người đem vào nước là chuyện dễ, còn tấu lên những thanh âm gì không đơn giản. Phi người am hiểu đến tinh tế về thanh luật lại có đội ngũ nhạc công điêu luyện thì sao làm nổi. Nhạc là âm thanh vô hình nhưng nó là hồn người hồn nước. Hồn người Nam không giống hồn người Bắc nên sai cung lạc nhịp khi tấu nhạc không chỉ khiến con người bất an mà còn làm cho tâm linh xao động." Hiểu lòng chồng nên nhân việc tìm người vào dạy nhạc cho cung nữ nàng đã dần dần mời được những danh cầm danh ca ngày trước phiêu tán khắp nơi về cung và cùng họ lập ra dàn nhạc. Ban ngày thì vậy nhưng đêm xuống nàng lại buồn vì cảnh mình chăn đơn gối lẻ vò võ canh trường. Những lúc như vậy nàng lại nhớ đến chồng. Nỗi nhớ không yên trong lòng nàng đòi được giải thoát bằng tiếng đàn. Trong một đêm nàng quên thời gian, quên tất cả để gửi lòng trong tiếng tơ miên man khi vút cao khi sâu thẳm thì linh cảm khiến nàng giật mình nhìn lên. Từ bao giờ, nhà vua đã đứng sau nàng. Nàng buông đàn cúi đầu thi lễ. Nhà vua cúi xuống nâng nàng dậy. Thấy mắt nàng ướt nước, người nhẹ nhàng hôn mắt ướt rồi không nói không rằng ôm chặt nàng trong đôi tay trai tráng. Bất giác rùng mình, nàng chống đỡ yếu ớt, miệng rên rỉ: "Nguyên Long, Nguyên Long đừng. đừng." Trong khi đó nhà vua đã nâng bổng nàng, đặt lên giường. Tỉnh lại Thị Lộ thấy mắt mình đẫm nước. Lòng nàng quặn đau buốt nhói, một nỗi đau thắt ruột làm tâm hồn nàng tê dại, người nàng mềm nhũn suy kiệt. Nàng chợt nấc lên tiếng khóc tức tưởi. Ức Trai, Ức Trai! Thiếp có lỗi với chàng, thiếp đã phụ chàng! Nàng thấy mình quá xấu xa nhơ nhuốc. Ôi, giá mà chết được, nàng nghĩ! Nằm nghiêng bên nàng, người hơi co lại, Nguyên Long ngủ ngon lành vô tư tin cẩn như đứa trẻ bú no nằm bên mẹ. Trong ánh đèn mờ mờ, vầng trán chàng hiện lên thanh tú, cái miệng trẻ thơ nhếch ra bên khóe như cười trong giấc mơ gợi lên nơi nàng tình thương dìu dịu giống tình thương của người mẹ. Không cầm được lòng, nàng đặt lên trán chàng nụ hôn nhẹ như thoảng qua. Cái gì đã xảy ra? Nàng tự hỏi. Tội lỗi, tội lỗi, nàng thầm nhủ. Nhưng sao lạ quá, một cái gì đó mới mẻ chưa bao giờ nàng thấy. Nó dữ dội nó bạo liệt như xoáy lốc cuốn nàng bay vút lên tới tận trời xanh, toàn thân nàng đê mê như tan ra, nàng như muốn ngộp thở, nàng kiệt sức ngất đi . Tình yêu là như vậy sao? Nàng tự hỏi. Thật khác xa những gì nàng đã có với Nguyễn Trãi. Khi gần nhau người âu yếm nhưng khi nàng chỉ vừa cất cánh bay khỏi mặt đất thì mọi việc ở chàng đã kết thúc và nàng như con chim gẫy cánh rơi thê thảm xuống mặt đất trần trụi. Ngay sau đó chàng chìm vào giấc ngủ mặc cho nàng thao thức. Một lần như thế, nhiều lần như thế, nàng cũng quen đi và để tự bảo toàn, nàng đã phải thích ứng. Chiều chồng, nàng tự kích thích tạo ra sự hứng khởi hưởng ứng chàng để chàng yên tâm để chàng vui. Và rồi nàng cũng vui theo cái vui của chồng. Lần đầu tiên nàng phát hiện một cảm giác khác, lần đầu tiên nàng hưởng khoái cảm chưa từng biết trên đời. Nghĩ tới đây nàng bỗng giật mình, phải chăng mình hư hỏng, mình là con đàn bà đĩ thõa? Nàng trằn trọc, nước mắt lại ứa ra.

- Nàng khóc sao? Từ lúc nào không biết, chàng trở dậy nằm chống tay lên đầu ngắm nàng rồi hỏi bằng giọng xót thương. Nàng giận ta sao? Ta thật có lỗi với nàng! Nhưng nàng hiểu không, ta yêu nàng biết bao nhiêu! Vừa nói, chàng vừa nhẹ nhàng lau nước mắt cho nàng đồng thời đặt lên mắt lên môi nàng những chiếc hôn nồng nàn. Rồi chàng vồ vập đòi yêu nữa. Nàng buông người vô cảm. Dù sao việc cũng đã rồi, hối cũng đã muộn, nàng nghĩ, và mặc cho chàng vày vò. Nhưng rồi sau đó những kìm nén mà nàng cố tình gìn giữ bị phá tung, không cưỡng nổi bản thân, nàng hưởng ứng cuồng nhiệt. Cơn khát thèm tích tụ bao ngày đã được thỏa mãn ở lần trước, lần này chàng trai trẻ từ tốn điệu đàng dẫn nàng vào cuộc vui, đưa nàng lên cực điểm khoái lạc.

***

Như những đêm khó ngủ khác, nàng ru giấc ngủ bằng cách nằm nghiêng người về bên trái, tay trái buông lỏng đặt nhẹ lên vai phải, tay phải đặt nhẹ nhàng xuống chiếu, chân trái hơi thẳng, còn chân phải hơi co lại ở trên chân trái. Đấy là tư thế nằm không mấy thoải mái, nếu nằm lâu sẽ mỏi. Nhưng không hiểu sao trong tư thế ấy nàng lại thấy dễ ngủ. Nàng biết rằng sau đó, bằng cách nào không hay, trong giấc ngủ, cơ thể nàng tự chuyển sang tư thế thoải mái hơn và cứ thế, nàng yên giấc tới sáng. Có lần nhìn nàng ngủ, mẹ thở dài: số con này rồi vất vả. Nàng chỉ biết cười. Nhiều lúc nàng tự hỏi số mình có vất vả không nhỉ? Mười sáu tuổi, từ giã khung dệt chiếu xứ Thanh, nàng theo vua vào cung. Một con bé nhà quê ngơ ngác lẫn vào giữa muôn hồng ngàn tía nơi cung cấm, nàng lo đến thắt ruột. Cũng những ngày đó, những việc tày đình nổ ra trong cung: hai bà Nguyên phi, Chiêu nghi lần lượt bị phế. Nàng may mắn bước lên địa vị đứng đầu hậu cung. Khi sinh hoàng tử Nghi Dân thì nàng được phong làm quý phi. Khi con nàng được phong thái tử thì nàng làm chủ Đông cung. Đời nàng như con diều bay trên bầu trời danh vọng. Nàng cứ nghĩ mọi sự an bài: khi con nàng lên làm vua, nàng sẽ là thái hậu, uy trùm thiên hạ. Đó là chuyện mà nàng cho là không thể khác! Chưa nỗi lo nào đáng kể đối với nàng.

Đêm nay không vậy. Để ru giấc ngủ, nàng nằm theo tư thế nghiêng trái cho đến lúc người mỏi nhừ, mà giấc ngủ vẫn không đến, mắt nàng vẫn căng ra thao thức, nàng buộc phải trở mình qua phải. Trong ánh đèn lồng hồng nhạt, nàng thấy cái giường rộng mênh mông vắng lạnh. Chàng đâu? Nàng tự hỏi. Năm đêm rồi chàng không về với nàng, năm ngày đêm chàng không ngó ngàng gì đến nàng đến con. Vì sao vậy? Nàng đã làm gì khiến chàng giận? Không, nàng không có lỗi gì cả. Hôm ra đi người còn vui vẻ lắm cơ mà. Vậy vì sao? Chàng có niềm vui gì mới chăng? Rất có thể. Nhưng đó là đâu, tại sao nàng không hay biết. Nàng bất giác nghiến răng lại: sẽ trả thù tàn khốc kẻ nào làm ta khốn khổ đêm nay! Thao thức không ngủ được, nàng trở dậy, trùm chiếc áo gấm vàng lên mình rồi sang phòng bên nơi thái tử Nghi Dân ngủ. Trong ánh đèn mờ mờ, nàng thấy con mũm mĩm hồng hào nằm say ngủ bên người cung nữ. Yên tâm về con, nàng càng cảm thấy trống vắng, mở cửa sổ, nàng ngắm vừng trăng lạnh tỏa ánh sáng chan hòa khắp kinh thành. Từ nơi nào đó ba tiếng trống cầm canh trầm đục vang lên.

Sáng ra, người phờ phạc, Dương Quý phi ăn lót dạ qua loa rồi đòi viên quan hầu Lưu Cung đến hỏi:

- Hoàng thượng đi tuần du phương nào mà mấy hôm nay không thấy trong cung?

- Bẩm nương nương, hoàng thượng có đi đâu đâu, người vẫn ở trong cung mà!

- Sao ta không thấy hoàng thượng?

- Dạ bẩm... bẩm.

- Vậy mấy đêm nay hoàng thượng nghỉ ở cung nào?

- Dạ bẩm nương nương, nô tài không rõ ạ!

- Không rõ? Làn môi mỏng của nàng cong lên, giọng kéo dài chì chiết. Không rõ? Chả nhẽ ông ăn hại đến vậy sao? Là viên quan chủ quản Đông cung mà đến hoàng thượng ngự ở cung nào ông cũng không biết! Ông muốn trêu ta hay ông định giấu diếm ta điều gì đây?

Viên quan hoạn bối rối, quỳ xuống:

- Dạ bẩm nương nương, nô tài không dám ạ. Có điều nô tài không dám nói!

- Không dám nói? Có gì mà không dám nói. Tất cả nội cung này là nhà của hoàng thượng, người nghỉ ở đâu không được mà ông không dám nói? Ông định chọc tức ta sao? Vậy thì.

- Dạ bẩm nương nương, nô tài có tội, xin nương nương bớt giận, nô tài xin nói. Chỉ xin nương nương đừng nói với hoàng thượng là nô tài...

- Có gì mà phải rào trước đón sau vậy? Ông nói đi! Giọng nàng đanh lại khắc nghiệt.

- Dạ thưa, mấy đêm nay hoàng thượng nghỉ ở chỗ Lễ nghi học sĩ ạ!

- Lễ nghi học sĩ? Tiếng Quý phi dường như ré lên kinh ngạc.

- Dạ bẩm nương nương, đúng thế ạ, ở chỗ Lễ nghi học sĩ, nô tài không dám nói sai!

- Thôi được rồi, ông ra đi!

Mặt tái đi, Dương Quý phi lảo đảo, bước về giường, nàng nằm vật xuống. "Không ngờ, không ngờ, nàng lẩm bẩm, tình địch của ta lại là con đĩ già!" Nàng nhớ lại, buổi đầu tiên đến vấn an mình, thị ăn nói từ tốn lễ độ nhưng không hiểu sao nàng lại có cảm giác lo lo, không dám nhìn thẳng vào mắt thị. Có vẻ như nàng sợ khi nhìn vào khuôn mặt đẹp lộng lẫy của người đàn bà đang độ hồi xuân. Nàng có biết bao uy thế: tuổi trẻ, xinh đẹp, là Quý phi, mẹ của thái tử. Nhưng tất cả những cái đó cộng lại cũng không làm nàng yên tâm. Vẻ đẹp lộng lẫy, sự hấp dẫn nơi thân xác thuần thục đang hồi xuân của ả có thể hớp hồn bất cứ người đàn ông nào! Bên cạnh ả, nàng cảm thấy mình chỉ như chú gà nhép tội nghiệp trước con diều. Người đàn bà này sẽ gây họa cho ta, nàng thầm nghĩ. Nếu lúc đó chỉ là cảm giác mơ hồ thì nay bất hạnh đã là sự thật. Chưa bao giờ có chuyện đó trong cung. Ngoài nàng ra, hoàng thượng chưa từng si mê ai đến thế! Hoàng thượng đã sa vào cái bẫy lớn mà con dâm phụ khôn khéo dăng ra!

***

Ở ngôi chí tôn nhưng Lê Thái tông là người bất hạnh. Chàng sớm phải dứt tình mẫu tử. Trong ký ức của chàng, hình ảnh mẹ chỉ là khuôn mặt mờ mờ hương khói trong ngôi đền nhỏ một buổi chiều ảm đạm. Rồi mẹ biến mất và để chàng lại giữa những người xa lạ. Dù tất cả đều chiều chuộng nâng niu chàng thì chàng vẫn cảm thấy thiếu cái gì đó mà sau này chàng hiểu là tình mẹ. Cha quá bận rộn với những trận đánh, những cuộc hành quân, những việc lớn không có thời giờ chăm sóc chàng. Rồi cha cũng sớm ra đi, chất lên vai đứa trẻ là chàng cái gánh nặng quốc gia. Tuổi trẻ của chàng bị tước đoạt. Mới mười một tuổi, chàng đã phải đội mũ mang đai thiết triều, đối diện với những ông già râu bạc, những võ tướng oai phong. Tất cả đều phủ phục dưới chân chàng. Chàng không sao hiểu được mỗi lời nói của chàng lại có uy lực đến vậy. Do tính hiếu thắng con trẻ, chàng thích thú với quyền lực của mình. Nhưng rồi chàng nhận ra cùng với uy lực, chàng cũng mất bao nhiêu cái chàng yêu thích. Không được nói những điều muốn nói, không được làm những việc muốn làm. Tới lúc chàng nhận ra mình chỉ là con rối, là thằng hình nhân trong tay quan thái sư Lê Sát. Vừa là lão thần, vừa là cha vợ, lão luôn bắt bẻ luôn luôn cấm đoán. Chàng sợ lão như sợ ông ba bị. Vắng lão, chàng đã nổi loạn đòi lại tuổi thơ của mình bằng cách chơi đùa với bọn thái giám. Có bận chàng cưỡi voi cho chúng chọi nhau. Hai con voi đực lớn xông vào nhau phát ra tiếng động rầm trời. Giữa cuộc đấu voi, người ta dâng một con sơn dương đực lớn. Chàng liền cho con voi chàng đang cưỡi xông vào con sơn dương. Nhìn con vật đồ sộ, lúc đầu con sơn dương sợ sệt lui bước nhưng khi bị dồn đến đường cùng, con sơn dương liều chết xông lên giương sừng húc lại con voi. Đang khoái chí vì con "ngựa" của mình áp đảo đối phương, chàng chợt hoảng hồn khi con vật khổng lồ bỏ chạy. Chàng chỉ vừa trên mình voi phóng xuống đất thì con voi sa giếng. Cả triều đình hốt hoảng. Mấy tiểu thái giám thân thiết với chàng bị lôi ra chém. Từ đấy chàng bị giám sát chặt hơn. Bọn tiểu thái giám lạy như tế sao mỗi khi chàng bày trò tinh nghịch. Người vợ đầu tiên người ta lấy cho chàng năm mười một tuổi là Nguyên phi Ngọc Dao, con của Đại tư đồ Lê Sát. Người thứ hai là Lê Chiêu nghi, con của Đô đốc Lê Ngân. Những cuộc hôn nhân được sắp đặt, dù muốn dù không, chàng cũng phải chấp nhận. Chàng có vợ nhưng không hề có tình yêu. Vì vậy, sau này khi Sát và Ngân có tội, chàng phế truất hai người cũng nhẹ nhàng. Chàng thực sự biết đến tình yêu từ Dương Thị Bí. Phải chăng ở tuổi mười lăm chàng đã trưởng thành nên người con gái vừa gặp đã hớp hồn chàng. Người vợ này không do mai mối sắp đặt mà do chính chàng tìm. Trong lần về Lam Kinh, chàng thăm một làng dệt chiếu và thấy người con gái xinh xắn ngồi trên khung dệt, chàng đưa nàng về cung phong làm Quý phi. Khi nàng sinh cho chàng đứa con trai đầu, hoàng tử Nghi

Dân, chàng càng yêu quý hơn. Tuy nhiên, như mọi bậc đế vương trên đời, Lê Thái tông vẫn nạp phi và tuyển thêm cung nữ để thỏa mãn nhu cầu hưởng lạc.

Nhưng từ khi gặp Nguyễn Thị Lộ, Thái tông cảm thấy cuộc đời mình không như trước nữa. Quyền lực vô biên của chàng lần đầu tiên bị thách thức. "Uy quyền có thể làm được nhiều điều nhưng không làm nên tình yêu!" Nàng nói. Quả vậy, nàng là người đàn bà đầu tiên mà chàng phải bỏ công chinh phục. Cảm hóa nàng không dễ. Chàng không ép buộc bởi chàng cần một người tình, người yêu chứ không chỉ là một con mái tuân phục! Chàng muốn nàng tự nguyện hiến dâng. Chàng biết nàng có cảm tình với mình. Chàng cũng biết, trong cái cảm tình ấy mong manh tình yêu. Nhưng sống lâu năm với con người đạo đức, nàng đã nhiễm thói quen kìm nén. Nàng khép lòng lại như vị tướng giữ thành. Chính cái đêm nàng gẩy đàn trong nước mắt ấy, chàng đã nghe rõ lòng nàng và chàng hành động. Lúc đó hoặc mãi mãi không bao giờ! Lúc đầu, nàng chống cự. Nhưng chàng biết, đó là nàng chống cự lại bản thân. Chàng đã giúp cho nàng chiến thắng. Sau đó mọi chuyện đã khác. Khi đã sang bờ bên kia, không còn quay trở lại được nữa, nàng trở về đúng với bản năng nàng: người đàn bà khao khát tình yêu. Nàng đã tận lòng dâng hiến... Nàng không mưu cầu ngôi vị, nàng không màng danh lợi. Vì vậy tình yêu của nàng là vô tư. Cái vô tư của nàng mang chút khắc khoải của tội lỗi. Tình yêu của nàng không chỉ ngọt ngào mà đằm vị đắng cay. Chính vì thế nó mang lại cho chàng hương vị lạ. Không phải chàng mà chính nàng là người dẫn dắt trong cuộc tình. Sau vồ vập ban đầu, nàng nói: "Chàng biết không, thiếp đã chiều chàng, nhưng như vậy sẽ làm hư chàng. Chàng biết vì sao lại gọi là tinh không? Tinh là tinh túy, là tinh khiết tức là cái quý giá nhất của con người. Tinh khí là của quý mà trời ban cho người đàn ông để duy trì nòi giống, để giáo dưỡng đàn bà. Không có cái đó cố nhiên không duy trì được nòi giống mà cũng không giáo dưỡng được đàn bà. Người đàn bà quy phục chồng ở chuyện đó. Người đàn bà phải theo phải quy phục người đàn ông rồi mới nói đến tam tòng tứ đức. Không có cái đó tắc loạn! Nhưng của trời cho có hạn, như ngọn nến đốt mãi cũng phải tắt. Vì vậy phải giữ gìn vật quý đó, đừng phí phạm, đừng bừa bãi. Mỗi lần vui thái quá sẽ là vị đắng chát về sau." Một cảm giác khác cũng đến với chàng. Đấy là lần đầu tiên chàng biết sợ một người đàn bà. Người ấy là nàng. Nàng là cô tiên của tuổi thơ chàng, nàng còn là mẹ mà khi gần nàng, chàng cảm thấy tâm hồn yên ổn. Nàng là người duy nhất chàng nhận những lời khuyên mà không cảm thấy bị coi thường. Từ nàng, chàng tìm được sức mạnh, được sự tỉnh táo trước mớ bòng bong phức tạp của cuộc đời. Hơn một cô tiên trong mơ bởi nàng là người thực. Hơn cả mẹ bằng xương thịt vì nàng có thể âu yếm có thể ôm ấp và đưa chàng lên đỉnh tuyệt vời của khoái cảm. Nàng là vị thần mà cuộc sống ban cho chàng. Chàng đê mê trong hạnh phúc.

***

Dù quân hầu đã hô vang tới ba lần: "Hoàng thượng đến!" Và lũ thái giám cùng cung nữ quỳ mọp xuống thi lễ thì bà chủ Đông cung vẫn không thấy bước ra. Viên hoạn quan thưa: "Bẩm hoàng thượng, nương

nương hơi khó ở nên không ra tiếp thánh giá được, xin hoàng thượng xá tội!" Nghe vậy, Thái tông bước nhanh vào nội cung. "Ái khanh, ái khanh!" chàng gọi. Trong ánh đèn lồng, Dương Quý phi nằm thiêm thiếp như ngủ. Nhà vua lay nhẹ người nàng. Lát sau nàng từ từ mở mắt, ngồi dậy: "Hoàng thượng người còn nhớ đường về nơi này sao? Tưởng người không tới, thiếp đi ngủ sớm, không nghênh tiếp thánh giá, xin thánh thượng xá tội!" Nghe giọng nàng có ý mỉa mai, Thái tông hỏi lại: "Khanh nói sao? Khanh nói còn nhớ đường về nghĩa là thế nào?" "Thưa, thiếp nghĩ là cung cấm trăm đường khiến hoàng thượng bị lạc!" "Bị lạc? Trẫm mà bị lạc giữa nội cung của mình? Khanh định mỉa mai ta gì đây?" "Thưa, thiếp làm sao mà dám mỉa mai người. Có gì thì người tự biết chứ!" "Nàng. nàng. dừng lại một lúc, nhà vua tiếp, cổ nhân nói không sai, đàn bà và tiểu nhân là khó dạy!" Không nhìn nhà vua, vành môi mỏng của nàng cong lên, giọng chì chiết: "Vậy mà cổ nhân cũng sai đấy!" "Sao? Nàng nói sao? Giọng nhà vua sửng sốt, nàng bảo cổ nhân cũng sai là thế nào?" "Các cụ nói: trai tơ vớ phải nạ dòng, như nước cáy thối chấm lòng lợn thiu. Vậy mà lòng lợn thiu chấm nước cáy thối cũng ngon lắm đấy chứ! Cổ nhân chả sai là gì?" "Khanh khanh dám." Nhà vua giận tái mặt không nói thêm được nữa, gạt tay hất ấm trà cùng những chiếc chén xuống đất vỡ tan. Ngài giận dữ bỏ đi. Người ta bảo con rồng vốn hiền có thể vuốt ve nhưng trên thân rồng có những vảy ngược, vô ý chạm vào sẽ bị nó giết! Dương Quý phi đã chạm vảy ngược của con rồng. Nhà vua yêu nàng, nhiều khi đùa bỡn cợt nhả, nàng quen thói nên cũng buông tuồng không gìn giữ. Thấy nhà vua đi lại với Lễ nghi học sĩ, cũng tưởng chỉ là chuyện trăng hoa thường tình nên hơi làm mình làm mẩy nhắc nhở nhà vua, không dè dụng vào chỗ phạm của người, khiến nhà vua nổi giận. Ngày hôm sau ngài giáng Dương Thị Bí xuống làm thứ phụ, nhân đó bãi ngôi thái tử của Nghi Dân, trong chiếu nói: "Người mẹ kiêu căng lăng loàn thì con đẻ ra chưa chắc đã hiền, không thể ở ngôi thái tử."

***

Không thể nói hết niềm vui sướng của Thần phi Nguyễn Thị Anh khi mẹ con Dương thị bị phế truất. Như trời giúp, tự nhiên nàng trở thành người đứng đầu hậu cung còn con nàng ngấp nghé ngôi thái tử. Từ gia đình thứ dân xã Bố Vệ huyện Nông Cống tiến cung may mắn được vua yêu, phong làm Thần phi, nàng vô cùng mãn nguyện. Biết thân biết phận mình, nàng một lòng tuân phục Dương Quý phi. Khi Nghi Dân được phong thái tử, mẹ con bà Quý phi dọn sang Đông cung, nàng càng tỏ ra tôn kính họ. Nàng khôn khéo nuông chiều nết đành hanh ngạo mạn của bà Quý phi. Thấy Thần phi như vậy, trong cung không ai dám ho he phản ứng gì. Được thể Dương Quý phi càng lộng hành, không coi ai ra gì rồi tự mình gây vạ lớn. Học bài học của Quý phi, Nguyễn Thị Anh càng tỏ ra hiền dịu hơn, nàng đối đãi với mọi người ân cần, rộng rãi. Biết nhà vua sủng ái Lễ nghi học sĩ nên nàng cũng muốn làm thân với bà. Biết rằng trong cung, vua là chung của mọi người, dù được vua sủng ái cũng chả ai giành riêng được cho mình. Vì vậy nàng không dại dột ghen tuông như Quý phi mà tập trung vào củng cố địa vị của mình và tạo cơ hội để con nàng được phong thái tử. Nàng nói với bà Lộ:

- Từ khi phu nhân vào cung, như đưa làn gió xuân đến. Trước đây, các cung nữ chỉ có việc điểm trang rồi ngồi chờ ân huệ của thánh thượng, ngày ngày như thế sao khỏi buồn tẻ vô vị. Bây giờ trong cung vang vang tiếng học chữ, lời ca hát, ai cũng vui. Thánh thượng càng vui hơn, người không ngớt khen ngợi phu nhân và dạy bản cung ráng học theo phu nhân!

- Cảm ơn nương nương quá khen, thần chỉ làm công việc được thánh thượng phó thác. Nếu có được thành tựu nào, đó cũng là nhờ hồng phúc của thánh thượng và nương nương!

- Phu nhân quá khiêm nhường rồi. Lời khen ngợi của hoàng thượng với phu nhân là thật. Bản cung cũng rất cảm kích, muốn được phu nhân bảo ban cho. Sau này may nhờ hồng phúc của tổ tiên mà con bản cung được làm thái tử, cũng phải nhờ phu nhân dạy dỗ cho nó nên người!

- Đa tạ nương nương, thần sẽ hết lòng phò tá nương nương cùng thái tử!

Nhìn theo bóng Thị Lộ rời khỏi cửa, Thị Anh nghĩ thầm: "Mụ phù thuỷ, đồ dâm phụ, con yêu tinh. Không biết có bùa mê bả lú gì mà nó hớp hồn nhà vua đến thế. Phải đề phòng ả. Chưa biết lòng dạ ả ra sao. Nếu tuân phục ta thì tốt, còn chống ta, ta sẽ làm cho mụ điêu đứng!"

***

- Bệ hạ buồn vì việc phế truất quý phi cùng thái tử sao? Đang đàn cho nhà vua nghe, thấy người không vui, Thị Lộ dừng tay hỏi.

- Vậy nàng bảo ta vui được sao? Quý phi là người trẫm yêu quý, đã dành cho thị nhiều ưu ái. Nhưng sao thị lại vậy? Quả nhân nhìn lầm người sao? Uổng phí công quả nhân đã đem khúc củi mục cố tạc thành ông bụt!

- Bệ hạ có lầm chăng nữa thì cũng sao đâu bởi nhìn nhận con người chả là việc khó nhất trong trời đất sao? May là bệ - Bệ hạ có lầm chăng nữa thì cũng sao đâu bởi nhìn nhận con người chả là việc khó nhất trong trời đất sao? May là bệ hạ đã sửa được lỗi lầm. Đấy là phúc lớn của muôn dân. Kinh Dịch nói: "Vạn vật đều nhờ đức quẻ Khôn." Đức quẻ khôn là đức của người mẹ. Người mẹ trong một gia đình thường dân đã vậy, người mẹ là mẫu nghi thiên hạ trong cung cấm càng có vai trò quan yếu hơn, vì vậy phải hết sức thận trọng. Đức quẻ Khôn là đức của nước, tức đức nhu thuận mềm mại. Có nhu thuận mới đạt được tứ đức mới theo được tam tòng mới vượng phu ích tử mới sinh con hiền lương. Vậy đức khiêm cung nhu thuận là đức tính hàng đầu của người mẹ!

- Nàng nói rất phải, quả nhân sớm mồ côi mẹ nên ít hiểu biết điều này vì vậy khi chọn phi cũng chỉ theo cảm tính, nghe nàng nói, trẫm càng hiểu, một người tính nết như Dương thị không thể nào làm người mẹ tốt. Nhà vua cười mỉm, nói tiếp: Vậy mong khanh chọn giúp trẫm người nào có thể làm mẫu nghi thiên hạ?

Thị Lộ vui vẻ:

- Thiếp không thể chọn mẫu nghi thiên hạ cho bệ hạ nhưng có thể làm cho hậu cung của người không còn những kẻ như Dương thị để bệ hạ có thể yên tâm bất cứ đứa trẻ nào do bệ hạ sinh ra cũng là người hiền!

- Vậy khanh giúp trẫm đi!

- Thưa, thiếp đã có ý về việc này, hẹn hôm nào đó sẽ trình người rõ. Không chỉ muốn hậu cung bệ hạ không còn đàn bà lăng loàn mà thiếp muốn rằng, trong dân dã, loại đàn bà đó cũng sẽ bị thanh trừ!

- Trẫm không hiểu? Nhà vua nhìn nàng vẻ chăm chú.

- Thưa, gia đình là gốc của nước. Từng gia đình không yên, cả nước không yên. Trong gia đình, người đàn bà, người mẹ là cái nền. Dân gian có câu: Sẩy cha ăn cơm với cá, sẩy mẹ liếm lá dọc đường. Trong gia đình mà người mẹ hiền lương thì khi chẳng may người cha có mệnh hệ nào, đàn con vẫn được nuôi dạy chu đáo. Muốn có nhiều đàn bà hiền lương, từ xưa đã nêu gương tiết liệt. Nhưng theo thiển nghĩ, vậy chưa đủ, còn cần có biện pháp chế tài với những người đàn bà kiêu căng thô lỗ lăng loàn. Muốn vậy, thiếp xin bệ hạ xuống chiếu trừng trị những hạng đàn bà đó.

- Khanh nói rõ hơn xem?

- Dạ thưa, thiếp thiển nghĩ, mỗi hình phạt đưa ra đều nặng nề cho muôn dân, là điều mà bậc minh chúa không muốn. Vì vậy, hình phạt nên đơn giản, dễ thi hành. Thiếp trộm nghĩ, để trong họ trong làng công khai đưa ra những người đàn bà hung hãn lăng loàn rồi tuỳ nặng nhẹ mà phân xử, từ đánh đòn thị chúng, nộp phạt đến bắt giam. Sao cho nghiêm mà đừng khắc nghiệt quá. Có thể cho gia đình hay họ tộc đứng ra bảo lãnh, giúp tội nhân sửa đổi.

- Được, trẫm chuẩn tấu. Khanh suy nghĩ thêm cho cặn kẽ rồi viết thành tờ chiếu, trẫm sẽ ban hành.

Từ đấy, chiếu trị tội bọn đàn bà hung dữ lăng loàn ban khắp dân gian.

***

Cung Khánh Phương không lớn nhưng xinh xắn. Có vườn hoa, có bể cạn cùng non bộ với cây si cổ lá nhỏ li ti, cành uốn theo thế nấp bóng tùng quân, những chùm rễ nâu mịn buông tới gần mặt nước thì lún phún trắng. Thấp thoáng trong khe núi giả có những chú tiều phu lom khom, những con nai vàng ngơ ngác. Bên cầu, ông Lã Vọng đội nón, râu dài ngồi câu cá. Tiệp dư Ngọc Dao thích nhất là rặng liễu tơ trồng dọc theo con đường ra đến Ngọc Hồ. Mùa xuân liễu xanh rờn buông mành trông thật thướt tha yểu điệu. Màu xanh liễu, dáng mềm của liễu êm đềm quá khiến nàng cảm thấy thư thái, lòng dịu đi thanh thản. Sáng nay, theo thói quen, nàng lại dạo dưới màn tơ liễu. Nàng nhớ đến cây liễu bên bờ ao nhà ông nội ở xã Động Bàng huyện Yên Định từng che mát tuổi thơ nàng. Ông nội Ngô Kinh là gia thần của Tuyên tổ Phúc hoàng đế, được Thái tổ phong chức Thái phó. Nhờ ông nội mà cha nàng là Ngô Từ được làm gia thần của Thái tổ, có công cung cấp quân lương nên được phong chức Thái bảo. Sau ngày chiến thắng, ông rồi cha nàng được triều đình cấp đất xây phủ nên cả nhà ra Thăng Long sinh sống để hưởng lộc nước. Cha nàng là chỗ thân tình của quan Thừa chỉ đại học sĩ Nguyễn Trãi và bà Nguyễn Thị Lộ. Thông cảm với hoàn cảnh hiếm muộn của bà Lộ nên cha đã cho ông bà đứa cháu gái ba tuổi, con người em ruột, làm con nuôi. Ông bà rất thương yêu, đặt tên là Ngô Thị Chi Lan. Vợ chồng quan Thừa chỉ cũng coi nàng như con. Nhờ phúc ấm tổ tiên mà chị Xuân của nàng được vào cung hầu vua. Một bận vì tò mò, nàng theo chị vào nội cung, may mắn được nhà vua cho làm cung tần sau đó phong làm Tiệp dư. Từ ngày vào cung Khánh Phương, nàng như lạc lên tiên cảnh. Nàng chỉ băn khoăn là mình chậm có thai. Nàng năng đến chùa cầu tự. Hình như điều mong ước bấy lâu nay đã kết quả. Đi bên nàng là cung nữ tâm phúc Xuân Trang. Hai người ríu rít trò chuyện. Không giấu nổi niềm vui, nàng nói:

- Chị đã mơ gì, em biết không? Ngọc Dao nói trong lúc hai gò má hồng hồng lên vì ngượng.

- Nương nương mơ gì, nói cho em biết với! Người cung nữ hào hứng vẻ tò mò.

- Ta mơ. Ta mơ. Nhưng nói ra ngượng chết đi được!

- Nương nương nói đi mà, em chứ có phải ai đâu mà ngượng?

- Thôi để ta nói nhá! Hơn tháng trước, sau khi hầu hạ thánh thượng, ta mơ thấy Ngọc hoàng thượng đế dự tiệc bàn đào, có một tiên đồng khôi ngô tuấn tú hầu hạ bên người, dâng người chén rượu. Uống xong, nhìn tiên đồng, ngài nói: Ta cho con đầu thai vào nàng Tiệp dư Ngọc Dao, rồi con sẽ làm vua nước Nam. Sáng nay ngự y xem mạch, nói là ta có mang. Giấc mơ ấy không biết thực hay hư?

- Nương nương mơ như vậy thật sao? Cô cung nữ hỏi.

- Thật chứ chị dối em làm gì? Có điều chị thấy giấc mơ lạ quá, không biết lành hay dữ?

- Hay quá rồi nương nương ơi. Người mơ như vậy sau khi hầu hạ hoàng thượng thì chắc là giấc mơ sẽ ứng nghiệm, nương nương sẽ sinh quý tử, rồi con nương nương sẽ làm vua!

Ngọc Dao vội đưa tay bưng lấy miệng Xuân Trang, nói nhỏ:

- Khẽ miệng thôi, người khác nghe thấy thì chết đấy!

- Sao lại chết ạ? Nô tỳ tưởng như vậy phải vui mới đúng chứ! Xuân Trang mở to mắt ngơ ngác hỏi.

- Em dại quá! Không như em tưởng đâu. Tin này mà lộ ra thì không yên với Thần phi đâu. Chị nói cho em biết thôi, không được nói với ai nữa, chuyện chết người đấy!

- Nô tỳ hiểu ạ! Mừng cho nương nương, nhưng em sẽ im như thóc, không hé môi với ai đâu!

Đang tưới hoa, nhưng đôi mắt sắc của cung nữ Xuân Thanh luôn dõi theo hai bóng người đi dưới hàng liễu. Thấy Tiệp dư và Xuân Trang trò chuyện vui vẻ đắc ý, cung nữ Xuân Thanh cảm thấy nhức nhói, lòng ghen tỵ nổi lên: "Nó thì được cùng nương nương đi dạo, còn mình phải múc nước giếng sâu lên tưới cây, vừa mệt lại ướt át bẩn thỉu, tức muốn ứa máu. Nhất định phải biết xem họ nói những gì!

May mà mình khôn khéo kết thân với nó!" Nghĩ vậy thị mỉm nụ cười bí ẩn.

Xuân Trang và Xuân Thanh vào cung một lượt. Xuân Trang trúng các cuộc tuyển cung nữ từ phủ huyện rồi lên kinh đô. Xuân Thanh là cháu họ của hoạn quan Đinh Phúc nên việc vào cung dễ dàng hơn. Khi đưa cháu vào cung Đinh Phúc dặn: "Trong cung mọi sự phải cẩn thận đề phòng, không khéo thì mắc tội, có khi mất mạng, lại còn làm tội lây đến cả cha mẹ vì vậy bề ngoài cháu không được tỏ ra quen biết ta, cũng không để cho ai biết là cháu ta. Chỉ có vậy ta mới giúp được cháu." Khi Ngọc Dao được hoàng thượng sủng ái phong làm Tiệp dư cho ở cung Khánh Phương, Đinh Phúc bố trí cho cháu vào hầu Ngọc Dao. "Trong triều nhiều bất trắc cháu thấy đấy. Dương thị hôm trước còn là quý phi, là mẹ của thái tử, uy quyền che phủ tam cung. Nhưng chỉ một sớm bị truất phế, thành dân thường. Không những ngôi thái tử của con bị mất mà cả đến những kẻ tâm phúc cũng bị hại. Ngoài đời, ăn cây táo rào cây táo nhưng trong cung, không chỉ rào cây táo mà còn phải rào cây na, cây ổi. Hiện thời Thần phi là chủ hậu cung, ta phải thờ bà ấy. Nhưng nếu chỉ có vậy thì khi chẳng may bà ấy bị phế, biết dựa vào đâu? Vì vậy ta cho cháu vào hầu hạ bà Tiệp dư, cố làm sao thành người thân tín của bà ấy và nắm chắc được mọi ý nghĩ cũng như việc làm của chủ rồi báo cho ta biết. Nếu sau này Tiệp dư được vua sủng ái, cháu sẽ theo, còn nếu có chuyện gì, ta sẽ dựa vào Thần phi mà cứu cháu. Chỉ có cách ấy mới tự cứu được mình mà hưởng phú quý. Điều cốt tử là phải thật kín đáo." Xuân Thanh rất uất là đã làm hết cách mà không lấy được lòng của bà Tiệp dư trong khi càng ngày bà càng quý Xuân Trang. Vì vậy ả cố làm thân với Xuân Trang để dò xét chủ.

Đêm, thị bò sang giường Xuân Trang, giả bộ mệt mỏi, nhăn nhó nói: "Em bóp tay chân giúp chị đi, chị tưới hoa cả buổi, đau nhừ người." Xuân Trang vui vẻ bóp tay chân cho người chị kết nghĩa. Khi hai bàn tay mềm ấm của Xuân Trang đưa lên vai ả, đầu cô ngả gần đầu ả, Xuân Thanh nói: "Em nay có gì mà vui thế, nét mặt cứ tươi như hoa, đã đẹp lại còn đẹp hơn! Biết đâu em tôi gần Ngô tiệp dư, có lúc lọt mắt xanh thánh thượng lại được lên làm phi thì bà chị này được nhờ rồi!" "Chị cứ nói vậy, chứ em có gì vui đâu?" "Không vui sao mặt cứ hơn hớn như bắt được của vậy? Có gì vui cho chị biết để chị vui chung với, dấu chị làm gì? Hay là nương nương thưởng cho em cái gì chăng? Chị thấy nương nương quý em lắm! Nương nương thật tốt. Được hầu hạ nương nương là phúc đức của chị em mình." Vốn cả tin, nghe những lời đường mật ấy, Xuân Trang không đắn đo nữa, liền kể giấc mơ của Tiệp dư. "Em chỉ kể cho chị nghe thôi đấy, không được nói với ai đâu kẻo hại đến nương nương!" "Em yên tâm đi, đời nào chị lại kể cho ai nữa. Chị em mình có phúc rồi Xuân Trang ơi!" Vui như mở hội, ả vừa nói vừa ôm ghì người em kết nghĩa.

Sáng hôm sau, tìm gặp Đinh Phúc, Xuân Thanh liền kể về giấc mơ của Ngô Tiệp dư. Ngay lập tức Đinh Phúc vào bẩm báo với Thần phi.

- Có giấc mơ như vậy sao? Thị Anh hỏi.

- Dạ quả là như vậy, người cháu của nô tài nhờ hồng phúc của nương nương, được hầu Tiệp dư. Nó không được Tiệp dư sủng ái nhưng có con bạn được Tiệp dư rất quý. Sáng hôm qua hai người đi dạo, Tiệp dư đã nói ra giấc mơ đó. Đêm qua cháu nô tài phải hết sức gạn hỏi, bạn nó mới nói. Trước khi vào đây, nô tài đã xem lại sổ ghi chép. Đúng là cách đây hơn tháng, thánh thượng nghỉ đêm ở cung Tiệp dư. Nô tài hỏi, thái y cũng nói là Tiệp dư có thai rồng ạ! Mặt thần phi Nguyễn Thị Anh chuyển từ hồng sang tím tái. Cặp môi hình trái tim mím lại, hai bàn tay cuộn thành nắm đấm. "Thôi được, ông lui ra đi!" Nàng nói với Đinh Phúc.

Tin Đinh Phúc mang đến như sét đánh ngang tai làm Thần phi choáng váng. Vậy là điều mình lo lắng lâu nay đã thành sự thật, nàng nghĩ. Ả mang thai rồng, thêm giấc mơ tiên đồng đầu thai hẳn sẽ sinh quý tử. Ngôi thái tử của Bang Cơ bị đe dọa. Không như Dương thị, nàng là người biết lo xa. Tuy con nàng được phong làm thái tử, uy của nàng trùm cả nội cung nhưng nàng cũng hiểu, tất cả chỉ là tạm thời, chưa có gì chắc chắn. Trước kia ai chả bảo Dương thị có phúc nhưng chỉ cần một lần làm hoàng thượng nổi giận là mất hết. Nàng biết, lỗi tại Dương thị nhưng cũng còn tại có Bang Cơ. Nếu không có Bang Cơ hẳn là hoàng thượng sẽ cắn răng chịu đựng Dương thị mà chẳng dám ho he. Nay điều đó lại diễn ra với nàng: khi Ngô thị sinh quý tử, biết đâu vì lý do nào đó mà có cần gì lý do, chỉ cần ả khéo nịnh nọt chiều chuộng thì địa vị của con mình không còn, đời mình cũng tàn cuộc! Làm sao đây? Làm sao đây? Nàng oán trách ông giời sao lại cho Ngô thị vào cung? Không được oán trách lung tung nữa, nàng tự nhủ, bây giờ không phải lúc ngồi mà oán trách, phải tính toán cách nào? Tới chiều nàng nghĩ ra một độc kế. Đêm hôm đó nàng khâu một hình nhân con trai hai tuổi mặc áo gấm màu vàng. Khâu xong, nàng lấy bảy chiếc kim cắm vào bảy huyệt quan trọng trên người hình nhân. Sáng ra, nàng cho gọi Đinh Phúc đến:

- Ông đã nghĩ ra cách gì giúp ta chưa? Nàng hỏi rồi nhìn viên quan hoạn bằng con mắt trách móc.

Đinh Phúc khúm núm thưa:

- Bẩm nương nương, nô tài đã bàn cùng Đinh Thắng nhưng chúng thần chưa nghĩ ra kế gì ạ!

- Không nghĩ ra hay các ông không muốn nghĩ bởi ta sắp thất thế nên các ông cũng tự lo lấy thân?

Phúc luống cuống:

- Bẩm nương nương không ạ, chúng thần luôn trung thành với nương nương, số phận của nương nương cùng thái tử cũng là vận mạng của chúng thần. Chỉ vì chúng thần tối tăm chưa nghĩ ra kế gì hay thôi ạ!

- Được rồi, ông đứng lên đi! Các ông không nghĩ ra thì hãy làm theo kế của ta vậy! Nói rồi Thị Anh lấy ra con hình nhân đặt lên bàn. Đến nước này không dùng độc kế không xong. Nhưng mưu cao thì họa càng sâu, các ông phải cùng ta sống chết làm đến cùng, có phúc cùng hưởng, có họa cùng chịu. Ông có dám làm không?

- Bẩm nương nương, chúng thần nguyện hết sức khuyển mã hầu hạ nương nương cùng thái tử ạ.

- Vậy thì đây, các ông phải làm ba việc sau: thứ nhất, tìm một đạo sĩ tin cẩn xin một đạo bùa cho vào ruột hình nhân này, khâu lại rồi sai cô cháu gái ông, cô ta tên gì nhỉ? Xuân Thanh, phải, phải Xuân Thanh đem thằng hình nhân giấu vào chỗ kín đáo trong cung Khánh Phương. Phải nhớ kỹ chỗ dấu để rồi còn tìm. Sau đó, ông đến gặp thái y tin cẩn, bảo ông ta cho hai thang thuốc. Một thang cho thái tử uống vào thì người nóng sốt nhưng không thể đoán ra bệnh gì. Một thang uống vào thì hết bệnh. Phải nhớ là thuốc cho thái tử uống, sao cho thật an toàn cho người. Có gì bất trắc không chỉ các ngươi mà cả ta cũng mang họa. Việc thứ ba: mời đạo sĩ về lập đàn cúng. Ông nói cho đạo sĩ chỗ để hình nhân. Đạo sĩ sau khi cúng sẽ nói là thái tử bị yểm và chỉ ra chỗ giấu bùa. Khi lấy được bùa đem về cúng giải bùa, thì cho thái tử uống thuốc giải và phải đốt ngay thằng hình nhân để tránh họa về sau. Các ông đi làm ba việc đó đi, còn lại ta lo. Nhớ là phải thật cẩn thận, lộ ra là chết cả lũ. Nói xong nàng đưa cho Phúc một gói bạc: Đây là số bạc một trăm lạng, ông mang theo lo công việc!

Buổi chiều Đinh Phúc đến báo mọi việc đã xong và đưa cho Thần phi hai gói thuốc một gói đề chữ "tiền" một gói đề chữ "hậu". Nửa đêm về sáng, bỗng nhiên thái tử lên cơn sốt rồi khóc ré lên, phá tan không khí tĩnh lặng của Đông cung. Từ đó đến sáng, thái tử cứ ngằn ngặt khóc, các cung nữ, đến cả Thần phi không sao dỗ được.

Đang cùng bách quan thiết triều, hay tin thái tử bị bệnh, vua Thái tông lập tức bãi triều trở về Đông cung. Đến nơi, người thấy thái tử Bang Cơ nằm lả đi trong tay mẹ, mặt đỏ bừng, chiếc khăn dấp nước đắp lên trán, còn Thần phi ôm con, đầu tóc rối bù, nước mắt lã chã, vừa khóc con vừa gọi nhà vua.

- Đặt tay lên trán con, nhà vua hỏi các quan thái y: Thái tử bị bệnh gì? Ba vị quan thái y nhìn nhau rồi một vị già nhất quỳ tâu:

- Muôn tâu thánh thượng, chúng thần chỉ thấy thái tử sốt nhiều mà không biết là bệnh gì, chúng thần đáng chết!

- Hồi hoàng thượng, Đinh Thắng xen vào, các vị thái y đã chẩn bệnh cho thái tử rất kỹ nhưng không thể xác định là bệnh gì. Theo thiển ý của thần, có lẽ đây không phải bệnh thông thường mà có thể do quỷ ám hay có người trấn yểm ạ!

- Ma quỷ? Bùa yểm? Trẫm chúa ghét những trò dị đoan. Trước đây trị tội Lê Ngân cũng vì chuyện đó. Nay lại có chuyện bùa chú quỷ ma trong cung của trẫm. Thật hoang đường!

Vẫn ẵm con trên tay, Thần phi quỳ xuống sụt sùi:

- Bệ hạ ơi, xin người cứu lấy con thiếp. Có bệnh thì vái tứ phương. Các thái y giỏi nhất của người bó tay rồi, còn cách nào hay hơn, xin người cứu con thiếp với. Thái tử có mệnh hệ nào thì thiếp sống làm sao? Đến đây, nàng bù lu bù loa: con ơi con, sao mẹ khổ thế này, con nỡ bỏ mẹ mà đi sao?

Không chịu được tiếng khóc cùng sự lu loa của đám đàn bà, chàng gắt:

- Thôi, tùy các ngươi muốn làm gì thì làm!

Nói rồi nhà vua phẩy tay bỏ đi.

***

Lâu nay Thái tông có thói quen, mỗi khi có gì buồn bực trong lòng, chàng lại về cung Lễ nghi học sĩ. Về bên nàng, chàng như người đi giữa nắng được ẩn trong bóng râm. Chàng thấy tâm hồn trở nên thanh thản, tâm trí tỉnh táo. Sao lạ vậy, có lúc chàng tự hỏi. Hơn một người vợ. Người vợ chỉ biết tuân phục và nuông chiều. Hơn một người mẹ, từ mẫu chỉ biết thương yêu và răn dạy. Nàng như là người mẹ trong một người tình. Nàng biết khuyên can ta những điều sâu xa, nàng cũng nghiêm khắc như người mẹ với những điều ta chưa phải. Nhưng sau đó, bao giờ ta cũng được hưởng sự vuốt ve chiều chuộng cùng niềm vui ân ái . Chàng nhận ra, từ khi gặp nàng, chàng đã thành người khác, trầm tĩnh hơn chín chắn hơn.

Nhìn vẻ mặt ủ dột của nhà vua, Thị Lộ hỏi với giọng thương cảm:

- Nguyên Long, bệnh thái tử sao rồi?

- Thái y bó tay, còn bà ấy định mời đạo sĩ về giải bùa!

- Đạo sĩ ư? Phân vân một lúc, nàng tiếp: có bệnh vái tứ phương, thôi cũng được, cốt sao cho Thần phi yên lòng!

Dáng bộ mệt mỏi, nhà vua ngả mình trên giường. Thị Lộ bước lại, bàn tay mềm mại của nàng xoa xoa lên thái dương, lên trán lên má nhà vua, qua hai vai rồi lan đi khắp cơ thể. Chỉ lát sau nhà vua chìm vào giấc ngủ.

Nhìn nhà vua ngủ, trong lòng Thị Lộ bồi hồi xáo trộn nhiều tình cảm. Chàng ngủ yên lành vô tư như đứa trẻ. Nhưng trên vầng trán thơ trẻ sớm mờ mờ những nếp nhăn in dấu ấn cuộc đời khắc nghiệt. Trong dáng dấp đứa trẻ thơ này lại mang oai phong của con mãnh hổ. Nhưng dù sao, chàng cũng mới qua vòng thơ trẻ. Có thể là thiên tử nhiều người mơ ước nhưng chàng là đứa trẻ bất hạnh! Nhìn chàng ngủ nàng bỗng thấy xót thương như người mẹ xót thương con. Nàng không ngờ có một ngày mình lại là người như thế này! Nhưng thế này là thế nào? Nàng nghĩ. Xấu xa hay tốt đẹp? Hèn hạ hay cao thượng? Không dễ trả lời! Một tập hợp những điều phức tạp. Nàng không bao giờ muốn mắc vào cái nghiệp chướng này. Nàng muốn mình mãi mãi sống cuộc đời thanh bạch cùng Ức Trai, vui với cây cỏ với núi rừng, vui cùng thơ văn của người. Nhưng rồi sự dun dủi của số phận bắt nàng vào cung. Rồi việc gì phải đến đã đến! Nàng không giữ được tiết với chồng. Nàng đã thành dâm phụ. Nhưng trong hoàn cảnh bất khả kháng, nàng đã làm được những việc hữu ích. Trong những việc hữu ích ấy, nàng tự hào là mình đã cải biến được Thái tông. Một ông vua ít học, hành động nông nổi theo bản năng, từ khi yêu nàng, từng ngày một nhà vua trở nên chín chắn hơn, trầm tĩnh, sáng suốt hơn. Giữa công ấy và tội ấy, bên nào nặng bên nào nhẹ? Điều đó nàng không quan tâm lắm. Nàng chỉ buồn vì đã không phải với Nguyễn Trãi, nàng đã phụ người chồng muôn vàn yêu kính. Và đó là nỗi đau day dứt lòng nàng.

***

Chỉ cần chờ có thế, Đinh Phúc lập tức đưa đạo sĩ về. Trong Đông cung lập đàn cúng với trống chiêng inh ỏi. Đạo sĩ mặc áo vàng thắt khăn vàng cầm kiếm gỗ múa. Đang nhảy nhót, đạo sĩ ngã xuống ngất lịm đi, lát sau ngồi dậy nói với Đinh Phúc:

- Có kẻ yểm bùa mưu hại thái tử. Kẻ đó rất cao tay nên bần đạo không biết được hắn là ai. Nhưng bần đạo đã biết chỗ giấu đạo bùa. Nói rồi đạo sĩ đưa la bàn ra ngắm nghía một lúc, nói: cứ đi về hướng cấn đúng năm trăm bước sẽ tìm thấy đạo bùa.

Lập tức Đinh Phúc cùng Đinh Thắng lấy quân cấm vệ chiếu theo la bàn đi tìm. La bàn dẫn đến cung Khánh Phương cũng là lúc vừa đủ năm trăm bước. Quân cấm vệ định xông vào cung, lính gác ngăn lại. Hai bên giằng co không ngã ngũ. Đinh Thắng phải đi mời nhà vua. Nhà vua cùng Thắng đến cung Khánh Phương. Quang cảnh thật rối loạn, lính hai bên sát khí đằng đằng. Tiệp dư Ngọc Dao người xanh xao quỳ xuống:

- Hoàng thượng, người ta vu cho thiếp làm bùa hại thái tử. Thiếp oan quá, xin bệ hạ giải oan cho thiếp! Nói xong nàng khấu đầu trước chân vua.

- Nàng hãy đứng lên. Cứ để cho họ khám. Nếu không thấy bùa ngải gì thì mặc nhiên nàng được minh oan, sự trong sạch của nàng được làm rõ. Ngọc Dao đứng dậy, vừa khóc vừa lủi thủi bước vào cung. Được thể, lính cấm vệ tràn vào cung Khánh Phương lục lọi. Nhà vua vào trong cung chờ đợi. Lát sau Đinh Thắng dâng lên nhà vua hình nhân đứa trẻ mặc áo màu vàng, y lôi từ ruột hình nhân một đạo bùa bằng giấy vàng. Vạch áo hình nhân thấy những chiếc ghim sắt nhọn hoắt, nhà vua giận dữ thét lớn:

- Quân phản loạn! Đồ rắn độc! Không ngờ ngươi mặt người dạ thú táng tận lương tâm đến vậy.

Nhà vua chưa nói dứt lời, nàng Ngọc Dao vốn yếu đuối, ngất đi như cây chuối bị chặt, bất tỉnh nhân sự.

- Hạ ngục tất cả bọn người trong cung Khánh Phương, còn Tiệp dư, giam vào lãnh cung, chờ xử sau! Nói xong nhà vua giận dữ bỏ đi.

***

Giao con cho cung nữ ẵm, Thị Anh mắt ráo hoảnh, tuyệt không còn vẻ sầu thảm lúc trước, đi đi lại lại chờ đợi có vẻ nôn nóng. Đinh Thắng trở về cùng con hình nhân áo vàng trên tay:

- Bẩm nương nương, nô tài đã tìm thấy bùa trong cung Khánh Phương, trình nương nương .

Nhận hình nhân cùng đạo bùa, nàng thét lên:

- Quân ác độc! Chúng trù ẻo con bà đến thế này sao? Giết hết chúng đi! Con ơi là con ơi! Nàng la lối rồi giằng lấy con mềm oặt trong tay cung nữ.

Đạo bùa cùng hình nhân được đưa cho đạo sĩ. Y nói:

- Đạo bùa cùng hình nhân thế mạng đã tìm được, bây giờ bần đạo cúng giải bùa để cứu thái tử. Y đặt hai vật trong tay vào chiếc đĩa rồi đưa lên bàn thờ. Chiêng trống rộn lên, đạo sĩ lại cầm gươm múa những đường thuần thục như một võ sư. Múa mấy hiệp như đánh nhau với người vô hình, đạo sĩ ôm ngực như người bị thương, bước loạng choạng, sau đó gượng lại vung gươm chém tiếp. Cuối cùng, đạo sĩ chém một nhát mạnh rồi dừng lại:

- Con quỷ này rất mạnh, bần đạo suýt bị nó hại. Nhưng cuối cùng cũng diệt được nó. Bây giờ phải nhanh nhanh cứu thái tử.

Cầm hình nhân và đạo bùa lên, y lấy ngón tay trỏ vẽ những hình trên không phía trên hai vật, phun lên đó một bụm máu rồi ném vào hỏa lò đang rực cháy. Y ném thêm vào đó mớ giấy tiền vàng bạc, nói:

- Con quỷ này rất thiêng, phải cao tay lắm mới diệt được nó nên bần đạo cũng phải có lễ tiễn nó!

Thái tử Bang Cơ hết sốt, ngủ ngon trong tay mẹ.

***

Tỉnh lại thấy đang nằm ở nơi lạ hoắc, Tiệp dư Ngọc Dao vô cùng hốt hoảng:

- Ta, ta ở đâu thế này? Đây là đâu? Sao ta lại ở đây? Nàng từ từ bò dậy, lảo đảo đứng lên nhìn căn phòng vắng lạnh.

Vừa lúc đó Xuân Trang từ phía sau chạy tới, dìu nàng ngồi lên ghế.

- Nương nương, nương nương tỉnh rồi sao? Lạy trời, nương nương đã tỉnh rồi. Người làm em sợ quá. Như vậy là người đã thiếp đi một ngày một đêm rồi đó!

- Vậy sao, một ngày một đêm? Nhưng điều gì đã xảy ra vậy? À, ta nhớ ra rồi. Có phải đầu tiên là quân cấm vệ kéo đến định xông vào cung, lính gác cự lại. Rồi hoàng thượng đến, người nói: cứ để cho khám, nếu không có sẽ làm rõ sự trong sạch của nàng. Cấm quân ùa vào lục soát, rồi Đinh Thắng mang ra một hình nhân, một đạo bùa. Rồi. rồi ta không biết gì nữa!

- Lúc đó nương nương ngất đi rồi, làm sao biết được. Xuân Trang lau nước mắt trên má nàng.

- Nhưng sao chị em ta lại ở nơi này, mà đây là đâu, chị không biết?

- Nương nương không biết là phải, đây là lãnh cung!

- Trời, đây là lãnh cung! Vì sao ta lại ở lãnh cung? Ngọc Dao hỏi trong hoảng loạn.

- Dạ, khi tìm thấy hình nhân cùng đạo bùa, hoàng thượng truyền lệnh giam nương nương vào lãnh cung để hậu xét. Còn người trong cung tất cả cùng bị hạ ngục.

- Trời, vậy là hoàng thượng giam ta rồi! Nhưng ta bị tội gì đây?

- Dạ thưa, nương nương bị kết tội yểm bùa mưu hại thái tử!

- Hoàng thượng cũng tin điều đó sao?

- Tang vật rành rành bắt được trong cung, bảo người không tin sao được?

- Vậy ư? Ta mà lại làm điều thất đức đó sao? Em, em gần ta nhất, em có tin là ta làm không?

- Em biết chứ, thưa nương nương, người làm gì em chẳng biết sao? Người hiền lành như bồ tát sao lại làm cái việc bạo ngược ấy được. Nhất định có kẻ vu oan giá họa cho nương nương!

- Tìm thấy bùa ở chỗ ta thì đích thị có người giá họa cho ta rồi! Trời Phật ơi, ta có ăn ở thất đức với ai đâu mà nên nông nỗi này? Hoàng thượng ơi, oan cho thiếp quá!

- Xin nương nương nén bớt đau buồn vì còn hài nhi trong bụng. Nương nương không nhớ là nương nương đang mang thai rồng do Ngọc hoàng thượng đế sai tiên đồng xuống đầu thai sao? Nương nương tin đi rằng cây ngay không sợ chết đứng. Nỗi oan của nương nương rồi sẽ được sáng tỏ. Lúc này nương nương cần vững tâm để giữ sức khoẻ. Nói rồi cung nữ Xuân Trang đưa đến cho nàng bát cháo vừa nấu và nàng gắng gượng nuốt miếng ăn đầu tiên sau hơn một ngày nhịn đói.

***

Đinh Thắng nét mặt hớn hở quỳ trước bệ rồng:

- Muôn tâu, nhờ hồng phúc của thánh thượng, sau khi giải bùa, thái tử đã bình phục. Sau giấc ngủ ngon, giờ người đã ăn được bát cháo. Thần phi kính mời bệ hạ tới thăm thái tử.

- Khoẻ rồi sao? Nhanh vậy sao? Được, để trẫm tới thăm thái tử cùng vấn an Thần phi.

Đón nhà vua trước cửa cung, Thần phi cúi đầu thi lễ. Được nhà vua tận tay nâng lên, nàng hớn hở báo tin:

- Nhờ hồng phúc của hoàng thượng, sau khi được đạo sĩ giải bùa, thái tử đã hết bệnh, người đã ăn được bát cháo và bây giờ lại ngủ tiếp ạ.

- Để trẫm vào thăm con!

Nhà vua bước vào, nhìn con nằm ngủ ngon lành trên chiếc giường nhỏ, đưa tay sờ lên trán con, vẻ mặt nhà vua dịu lại:

- Trẫm cảm ơn nàng đã cứu con trẫm. Nếu riêng trẫm, trẫm cũng không biết xoay sở ra sao! Nàng đã trọng thưởng cho đạo sĩ chưa?

- Đội ơn thánh thượng, thiếp đã mạo muội thay mặt người thưởng cho đạo sĩ. Nhìn nhà vua, nàng tiếp, nay thái tử thoát nạn nhưng thiếp chưa thể yên tâm vì giống mặt người dạ thú còn trong cung, thì mối đe dọa với con thiếp vẫn còn!

- Nàng nói phải, trẫm đã giam Ngô thị vào lãnh cung, rồi sẽ xét xử sau. Trẫm quyết không tha!

- Còn xét xử sau gì nữa, thưa bệ hạ, tội của thị đã rõ ràng. Chỉ có voi giày mới xứng với tội của thị. Chỉ khi nào con ác phụ bị phanh thây xé xác, thiếp mới yên tâm và tính mạng của thái tử mới được đảm bảo!

***

Lòng dạ Thái tông rối như tơ vò. Thái tử bỗng nhiên bị ốm, thái y bó tay. Mười mươi tưởng chết. Nhưng rồi pháp sư đến, như có phép thần, thái tử hết bệnh nhưng lại nảy ra chuyện bùa yểm trong cung Khánh Phương. Thật điên đảo! Phải xử Ngô thị thế nào đây? Nhà vua nghĩ đến việc mình đã phế truất ba bà phi. Chả lẽ lại thêm người nữa với hình phạt ghê gớm như Thần phi vừa tâu?

Những ngày qua nhiều lần Thái tông xem xét lại việc làm của mình. Tiên tề gia. cổ nhân dạy, vậy với một thiên tử thì mình đã tề gia ra sao? Phế truất hai bà phi họ Lê là bất khả kháng. Cha họ có tội, họ không còn xứng với vai mẫu nghi thiên hạ. Việc với Quý phi là chẳng đặng đừng. Người đàn bà kiêu căng lăng loàn như thế không thể tiếm vai chính cung và đứa con do người đàn bà ấy sinh ra cũng không thể ở ngôi thái tử. Nói cho cùng thì trong đạo tề gia, mình cũng chưa có gì thái quá. Nhưng dù sao phế lập cũng là việc không hay. Giờ lại xảy ra chuyện bạo thiên nghịch địa này càng khiến cho mình khó xử. Trong thâm tâm, nhà vua không tin Ngô Tiệp dư có bản lĩnh làm cái việc ghê gớm này. Trong các bà vợ nhà vua, nàng là người nhu thuận nhất, hiền lành rộng rãi bao dung như một nữ bồ tát. Nàng chăm đi lễ chùa cầu tự. Nàng cũng không có động cơ hại thái tử. Lẽ nào nàng lại dám mắc tội tru di chỉ vì lo cho đứa con vừa mới hoài thai? Chàng thấy thật hoang đường thật khó tin. Nghĩ thế nhưng rồi lúc nào đó trong lòng chàng những tiếng nói khác cất lên: Ai đo được lòng người sâu hiểm? Thêm nữa, tang chứng rành rành, và lại phạm cái tội mà mình chúa ghét.

Nghĩ ngược nghĩ xuôi đều không yên bề nào khiến nhà vua mất ăn mất ngủ. Ngài tiếc rằng, đây là việc nhà nên không thể nghị luận ở triều đình mà cũng không thể đưa cho hình quan xét xử. Lòng chàng càng bối rối.

***

Trước những chuyện xảy ra trong cung, Nguyễn Thị Lộ rất lo lắng. Trong đầu óc nàng, chuyện hệt như một thần thoại. Thái tử đột nhiên mắc trọng bệnh, các thái y bó tay, pháp sư lập đàn cúng lễ, chỉ ra bùa yểm trong cung Tiệp dư, cúng giải bùa, thái tử lập tức khỏi bệnh. Chuyện thần thoại ngoài đời do dân gian đặt, còn thần thoại trong cung này chỉ có thể do con người dàn dựng. Chỉ có bàn tay con người mới dựng được bản kịch hoàn hảo đến vậy! Nhưng chính vì sự hoàn hảo mà nó bộc lộ chân tướng. Ngón đòn này đánh vào ai? Vào Tiệp dư Ngô thị, vốn con của gia đình đến ba đời hầu hạ nhà Lê, giờ lại mang thai mà các thái y đoan chắc là thai rồng. Thêm nữa lại câu chuyện không biết từ đâu đó đưa ra, là Ngọc Dao nằm mơ thấy tiên đồng xuống đầu thai! Việc này đe dọa ai nhất? Chắc chắn là ngôi vị của thái tử Bang Cơ. Có Bang Cơ nên Nghi Dân mới dễ dàng bị phế rồi Quý phi cũng hết thời! Liệu sự việc có thể lặp lại: ông tiên đồng sắp sinh sẽ đẩy Bang Cơ khỏi ngôi vị và kéo luôn Thần phi xuống vực? Ai dám nói có, ai dám bảo không? Nhưng ở đời, có sự gì không thể xảy ra? Tiên hạ thủ vi cường! Lúc này ra tay là thuận nhất. Khả năng Thần phi thủ mưu vụ này là rõ. Nàng cũng hiểu Thần phi, khác Dương thị kênh kiệu lăng loàn nhưng không hiểm độc, Nguyễn thị khôn ngoan, bề ngoài tỏ ra ngọt nhạt thân mật nhưng bên trong là những toan tính sâu xa. Do linh cảm mà ngay từ lần tiếp xúc đầu tiên, nàng đã nhận ra điều này và cảnh giác. Nhưng không ngờ thị lại có gan lớn đến mức này! Nàng đương băn khoăn nghĩ ngợi trong tâm trạng lo buồn thì Thái tông đến. Nhìn vẻ ủ dột của nàng, nhà vua hỏi:

- Có điều gì làm nàng lo lắng?

- Thiếp không lo sao được khi trong cung cấm xảy ra chuyện tầy đình như thế!

- Cảm ơn nàng đã lo cùng trẫm. Quả thật chưa bao giờ trẫm hoang mang như lúc này! Biết tin ai được đây? Trẫm phế Dương thị vì tội lăng loàn. Nhưng bây giờ hậu cung của trẫm còn xảy ra việc nghiêm trọng hơn cả lăng loàn là yểm đảo mưu giết thái tử, việc đại nghịch vô đạo, muốn tuyệt dòng giống của trẫm! Con đàn bà dám làm cái việc bạo thiên nghịch địa ấy lại vốn là con gia thần tận trung đã ba đời hầu hạ nhà trẫm.

Nhìn thẳng vào mắt nhà vua trong tình cảm vừa yêu vừa thương mà bao dung như người mẹ, nàng nói:

- Nguyên Long, chàng tin là Ngô Tiệp dư làm chuyện đó thật sao?

- Nàng biết đấy, ta đâu muốn tin nhưng sự thật là thế, tang chứng rành rành.

- Thưa được, cứ cho là tang vật rành rành đi, thì thử hỏi, Ngô thị ra tay nhằm mục đích gì? Để tranh ngôi thái tử chăng? Nếu có dã tâm ấy thì thị cũng biết ra tay lúc này là quá sớm. Con thị còn chưa ra đời, chưa thực biết là trai hay gái, liệu có sống sót được không vì người ta vẫn nói: chửa là cửa mả. Ai dại dột lo cho cái lợi quá xa xôi ấy mà không nghĩ tới cái họa trước mắt: tội ác chẳng những diệt thân mà còn là họa tru di! Thánh thượng than biết tin ai được đây! Nhưng sống giữa con người mà không tin người thì sao sống nổi? Vậy phải tin nhưng không được mù quáng. Theo thiếp, Tiệp dư chẳng những chưa có động cơ giết người mà về bản lĩnh cũng không phải con người có thể làm việc ác đó. Một con người yếu đuối quen tuân phục lại vốn xuất thân từ gia đình nhiều đời làm tôi tớ của người, được hưởng phúc từ nhà Lê, trung thành hết mực với người. Vì vậy, thiếp có thể cam đoan rằng người làm việc này không phải Tiệp dư.

- Không phải Tiệp dư thì ai? Nguyên Long sốt ruột hỏi.

- Xin người đừng vội, hãy nghe thiếp đã. Bệ hạ nói đến tang chứng. Đúng là tìm được hình nhân và đạo bùa trong cung Khánh Phương. Nhưng bệ hạ có biết chắc bùa ấy do Ngô Tiệp dư làm không? Bệ hạ không biết chắc chứ gì? Đúng là bệ hạ không biết vì bây giờ tang vật cũng không còn! Nếu tang vật còn, bệ hạ bằng cách xem đường kim mũi chỉ sẽ biết ai khâu, bằng cách tra lại nguồn gốc các loại vải, lụa làm hình nhân sẽ biết được xuất xứ của nó, rồi việc này gọi việc khác sẽ tìm ra nhiều điều khuất tất. Tang vật không còn vì người ta nói rằng phải thiêu hình nhân mới giải được bùa cho thái tử. Nhưng đó là điều xưa nay chưa ai nói, bởi cái linh nghiệm nếu có là ở đạo bùa. Lấy đạo bùa đi rồi, hình nhân vô giá trị, chỉ còn là mớ giẻ rách. Phải chăng biết rằng những vụ án bùa chú trong cung cấm nhà Tống thường bị Bao Công phát giác nên hôm nay, sợ sự xét đoán sáng suốt của thánh thượng mà người ta hủy con hình nhân để phi tang? Như vậy là ngu ý của thiếp nghĩ đến một mưu mô to lớn, có nhiều người tham gia, được sắp đặt công phu. Trong vòng quay mưu mẹo ấy, Ngô Tiệp dư cùng đứa con trong bụng nàng chỉ là vật tế thần, vật hy sinh, là cái đích để trừ diệt!

Dừng lại một chút nhìn nhà vua đang gục đầu suy nghĩ, Thị Lộ rót ly rượu dâng người, nàng nói tiếp:

- Xin bệ hạ thứ tội, nếu thiếp có làm phật lòng người! Bệ hạ biết không, mẹ con Tiệp dư nương nương là vật tế thần nhưng người mắc bẫy đau đớn nhất khốn thay lại chính là bệ hạ! Bệ hạ sẽ trở thành kẻ hồ đồ giết oan vợ con mình và mang tiếng trong lịch sử là hôn quân bạo chúa!

Đặt chung rượu xuống bàn, Thái tông như bừng tỉnh, nói:

- Nghiêm trọng vậy sao? Quả là ta không nghĩ ra!

- Thưa, vẫn chưa hết, sau khi Ngô thị bị phanh thây cùng đứa con trong bụng nàng, nhà Lê chỉ còn người nối dõi là Bang Cơ. Xin bệ hạ thứ tội, nhưng thiếp nói thật, lấy gì đảm bảo thái tử không gặp những run rủi bất trắc? Khi đứa trẻ sinh ra, người ta chấm tử vi cho nó nhưng rồi gấp lại, cất đi, chỉ đến năm mười ba tuổi mới đem ra giải đoán vì lẽ, từ tuổi đó đứa trẻ mới thành người. Sinh mệnh con người vốn mong manh mà! Lúc đó bệ hạ tính sao cho cơ nghiệp nhà Lê? Thiếp biết, bệ hạ vốn nhân từ, dù có phế truất mấy bà phi nhưng cũng chưa bao giờ đưa họ vào vòng lao lý. Nhưng nếu bây giờ, theo ý muốn của Thần phi, giết Ngô Tiệp dư thì người sẽ làm một việc thất đức, đường con cái về sau sẽ đầy rẫy oan khiên.

- Ta hiểu, ta hiểu. Cảm ơn nàng cho ta hiểu hết chiều sâu của sự việc. Vậy thì bây giờ ta làm gì đây?

- Xin bệ hạ nghe tiếp. Liệu bệ hạ có thể xử nổi vụ án này chăng? Chứng cứ có đó. Nhưng chỉ căn cứ vào một con hình nhân mà kết tội thì sao tránh khỏi hồ đồ, sao tránh mang danh hôn ám? Với bệ hạ, tất cả đều rất khó. Có trọng án không thể không xét xử. Nhưng chỉ căn cứ vào những chứng cứ bề nổi mà xét thì sao cho khỏi oan sai? Thấy khuôn mặt trẻ thơ của chàng suy nghĩ nghiêm trang quá, trông ngộ nghĩnh, nàng bất giác bật cười thành tiếng, làm hoàng đế ngơ ngác. Nàng an ủi, chàng yên tâm đi, thiếp đã nghĩ cho chàng một cách thoát khỏi mê hồn trận này.

- Nàng nói đi, ta đang muốn nghe đây!

- Đấy thực sự là âm mưu rất lớn chống lại chính bệ hạ mà có lẽ kẻ tạo ra độc kế cũng chưa lường hết hậu quả. May mà chưa có thiệt hại nào thực sự xảy ra. Theo thiển ý, bây giờ bệ hạ không truy cứu vụ án này nữa. Nếu làm đến tận cùng sẽ không tránh khỏi gây cảnh nồi da xáo thịt. Vậy theo thiếp, chỉ còn cách, là hóa giải vụ án bằng việc không truy cứu Tiệp dư với lý do không đủ chứng cứ. Lấy độc trị độc, dùng gậy của bọn ác đánh lại chúng, bằng cách nói, do hình nhân bị đốt nên không còn chứng cứ buộc tội Ngô Tiệp dư. Chỉ vào việc phát hiện hình nhân trong cung Khánh Phương không đủ kết luận là Ngô thị làm. Nhưng vẫn để án treo đó, nếu sau này có những biểu hiện gì liên can, sẽ gộp vào trị tội!

- Trẫm chấp nhận, không truy cứu nữa.

- Nhưng thưa bệ hạ, thế cũng chưa xong. Mấu chốt của vụ này là có ai đó muốn thanh toán Ngô Tiệp dư cùng thai rồng trong bụng nàng. Không hiểu hoàng thượng đã nghe câu chuyện Tiệp dư nương nương sau đêm hầu hạ người, nằm mơ thấy Ngọc hoàng thượng đế sai tiên đồng đầu thai vào nàng không?

- Có chuyện đó thật sao?

- Thưa có, chính vì chuyện đó lọt ra ngoài mà sinh chuyện. Nhưng cũng chính vì có người rắp tâm diệt tiểu long từ trong trứng nên bệ hạ càng phải cố sức giữ mạng sống của mẹ con nàng Ngọc Dao. Nếu Tiệp dư nương nương còn ở trong cung, sẽ lại có âm mưu khác nhằm hại nàng. Vậy, xin bệ hạ nghe theo kế của thiếp. Kế này do chính phu quân thiếp là quan Hành khiển Lê Trãi nhờ thiếp dâng hoàng thượng.

- Quan Hành khiển nghĩ giúp ta sao? Nhà vua hỏi lại.

- Dạ thưa, sau khi nghe tin lộn xộn trong cung, quan Hành khiển rất lo lắng, người đã cho gia nhân chạy thư về bàn với thiếp.

- Vậy kế của người ra sao?

- Sau khi trả Tiệp dư về cung Khánh Phương, xin bệ hạ cho thần được đem nàng dấu ở nơi kín đáo, rồi trong cung cho người phao tin là được nhà vua rộng lượng tha cho nhưng Ngô thị vì sợ tội nên bỏ trốn. Nhờ vậy, Tiệp dư không bị truy sát nữa, có thể sống an toàn. Chờ khi nàng mãn nguyệt khai hoa ta sẽ tính sau!

Trầm ngâm suy nghĩ một lúc, nhà vua gật đầu:

- Diệu kế! Diệu kế! Ta càng hiểu vì sao nàng yêu Ức Trai. Thị Lộ nhìn nhà vua, dò hỏi. Không, không, đừng hiểu lầm ta. Ta không ghen với Ức Trai đâu vì ta biết nàng cũng rất yêu ta. Ôi, tuyệt vời sao, tình yêu của nàng chia sẻ cho hai người đàn ông không những không mất đi mà càng cho lại càng nhiều, lại càng đầy! Vậy nàng hãy yên tâm. Ta càng yêu Ức Trai vì người giúp ta thoát khỏi cạm bẫy lần này. Đúng như nàng nói, vụ án này càng truy cứu càng rối mà truy cứu rồi thì phải xử lý, làm tới cùng sẽ là tù đày giết tróc sẽ là oan khiên mà người bị hại sau cùng lại chính là trẫm! Cảm ơn hai khanh! Thôi được, nghe lời nàng, trẫm không truy cứu vụ này nữa. Trẫm giao Tiệp dư cùng noãn chúa cho hai khanh. Trẫm tin hai khanh. Nếu có gì khó khăn trẫm sẽ giúp sức!

***

Trở về cung, nhà vua cho gọi Đô giám trung thừa Lương Đăng vào, ngài truyền:

- Khanh truyền khẩu dụ của trẫm: thả hết người của cung Khánh Phương bị giam, cho ai nấy về việc cũ. Rước Ngô Tiệp dư trở lại cung, nói rằng, do chứng cứ không rõ ràng nên trẫm không truy cứu nhưng để treo đấy, sau này nếu có tội sẽ xử một thể. Trẫm cấm chỉ không bàn tán gì về việc này nữa!

Nghe Đinh Phúc báo là Ngô Tiệp dư được xá tội, ra khỏi lãnh cung, trở về cung Khánh Phương, Thần phi Nguyễn Thị Anh rất tức tối:

- Vậy ta công cốc sao? Mất bao công sức mà không làm gì được ả chết dẫm ấy sao? Sao nhà vua xử gì mà lạ vậy! Tội thân ta làm mệt thái tử, tốn bao công sức cùng tiền bạc! Gái này chẳng chịu để bị xử ức thế đâu! Nói rồi nàng xăm xăm đi tới điện Hội Anh là nơi nhà vua đang phê duyệt văn thư.

Quỳ trước mặt nhà vua, nàng nói trong tiếng khóc nấc vẻ oan ức:

- Xin thánh thượng làm chủ cho thiếp, con thiếp.

- Nàng đứng lên đi, và cũng nín đi, có gì từ từ nói. Một cung nhân lấy ghế cho phi ngồi. Ngồi trên ghế, nàng nói trong tiếng nấc ấm ức:

- Con thiếp bị người ta hại thập tử nhất sinh, may mà cứu được, tang chứng đã rành rành xin bệ hạ trừng phạt kẻ ác tâm, trả thù cho con thiếp.

- Khanh muốn ta xét xử thế nào đây? Tìm được hình nhân thế mạng và đạo bùa trong cung Khánh Phương nhưng ai dám chắc là do Tiệp dư làm? Hơn nữa, bây giờ vật chứng ấy cũng bị huỷ rồi, bảo ta lấy gì làm căn cứ mà xử? Đầu óc ngu tối của các khanh không thấy hết mức nghiêm trọng của sự việc đâu. Tiếng là hại thái tử nhưng đây quả là âm mưu nhằm hại Ngô

Tiệp dư cùng đứa con trong bụng nàng. Kẻ ác tâm định mượn tay trẫm làm cái việc thất đức ấy, tức kẻ loạn thần muốn bắt trẫm tự tay triệt hạ nòi giống máu mủ của mình. Cái mưu đại nghịch này chính là nhằm vào trẫm. Nhưng môi hở răng lạnh, vì thái tử cuối cùng cũng qua khỏi nên trẫm bỏ qua không truy cứu!

- Muôn tâu bệ hạ nhưng oan ức quá, oan ức quá, con thiếp.

- Khanh còn muốn truy cứu sao đây? Nhìn Thần phi với vẻ giận dữ, nhà vua cười mỉm, nói: Nếu truy cứu, trẫm sẽ bắt đầu bằng việc cho bắt gã đạo sĩ. Không biết từ đâu tới mà chuyện trong nhà trẫm y biết rõ như trong lòng bàn tay, cả cái tội y cố tình hủy tang vật vụ án, khanh bằng lòng không?

Nghe nhà vua nói, mặt Thần phi đang từ bừng bừng tức giận chuyện sang tím tái, tay run run. Nàng quỳ xuống:

- Muôn tâu thánh thượng, thần ngu muội không nhìn ra cao kiến của thiên nhan, xin người tha tội.

Ra khỏi điện, thần phi loạng choạng bước về cung, trống ngực đập hơn trống làng, vừa uất ức vừa sợ. Đinh Phúc đi sau thấy lạ không dám hỏi.

Về cung, ngồi lả người trên ghế, cho đuổi hết người hầu ra ngoài, nàng nói với Đinh Phúc:

- Nguy quá, suýt nữa thì ta tiêu mạng rồi. Hoàng thượng nói là không đủ chứng cứ nên không truy cứu còn ta nằng nặc đòi người trả thù cho thái tử. Ông có biết hoàng thượng nói sao không? Ngài bảo:

nếu truy cứu thì trước hết phải bắt tên pháp sư, làm sao hắn biết việc trong cung như trong nhà hắn, thêm nữa, hắn có tội huỷ tang vật. Ông nghĩ xem? Nếu hoàng thượng làm như vậy thật thì chuyện gì sẽ xảy ra? Ta nghĩ, lời hoàng thượng vẫn còn như cái án treo đó. Vì vậy, trước hết, để tránh mối họa, ông phải bịt miệng gã pháp sư đi! Và tạm thời án binh bất động, đừng làm gì thêm cho rối chuyện. Nhưng nhớ rằng, thù này ta không quên!

***

Bọn người của cung Khánh Phương sau hơn nửa tháng bị giam giữ, ai cũng sợ mất vía, tưởng phen này không còn chỗ chôn. Chỉ cần chủ bị gán tội đại nghịch là hàng loạt người bị chết theo. Được thả về gặp lại nhau mọi người nước mắt ngắn nước mắt dài mừng khôn xiết kể. Ngô Tiệp dư tới điện Kinh Diên tạ ơn nhà vua. Nàng tới cổng, lính gác ngăn lại:

- Bẩm nương nương, hoàng thượng đang bàn chuyện cơ mật, không cho ai vào!

- Xin các người vào bẩm với hoàng thượng là ta xin vấn an người. Người lính gác đi vào, lát sau một công công bước ra:

- Nô tài kính chào nương nương. Hoàng thượng có khẩu dụ nói rằng người không muốn gặp nương nương. Những gì cần nói người đã nói trong khẩu dụ, vậy xin nương nương hồi cung.

Lủi thủi như chó bị cắt tai, nàng cúi đầu bước theo con đường mùa hè xanh rợp bóng cây, có hương sen ngan ngát.

Cung nữ Xuân Trang lặng lẽ đi sau.

Không được gặp mặt nhà vua, Ngô Tiệp dư lòng lo sợ vô hạn, nàng nghĩ rằng, tuy không truy cứu nhưng nhà vua vẫn nghi nàng ám hại thái tử, một cái án tử treo lơ lửng trên đầu mình. Một nỗi lo nữa cũng lớn không kém: kẻ nào hại mình đó, nay thấy mình yên lành trở về tất sẽ bày mưu khác. Mình ngoài sáng, họ trong tối làm sao mà đề phòng? Lo lắng, đau buồn khiến nàng bồn chồn ăn không ngon ngủ không yên. Xuân Trang nói với nàng:

- Nương nương đừng nghĩ nhiều hóa quẩn. Phải thấy được như vầy là may rồi. Em tưởng đầu lìa khỏi cổ, chị em phải gặp nhau dưới suối vàng. Nhưng hoàng thượng lại không bắt tội, nương nương được trở về như trước còn em cũng được hầu hạ nương nương là phúc lớn rồi . Nương nương hãy tĩnh trí lại, cố ăn uống, thuốc thang, không chỉ vì sức khỏe nương nương mà còn vì cái thai trong bụng người.

- Em nói phải, nhờ trời rồi tai qua nạn khỏi.

Nói là nói vậy nhưng trong lòng nàng vẫn nơm nớp lo.

Một buổi chiều, Xuân Trang chờ tới khi chỉ còn hai người trong phòng mới đưa cho Ngô thị phong thư niêm kín, phong bì không ghi người gửi cũng như người nhận. Cầm phong thư, nàng băn khoăn nỗi lo của con chim bị tên sợ cả cành cong, không biết lành hay dữ. “Ai đưa cho em?” nàng hỏi. “Một cung nữ trong cung Lễ nghi học sĩ kín đáo đưa cho em, bảo khi không có ai hãy đưa cho nương nương, dặn nương nương đọc xong phải đốt ngay." Nghe đến Lễ nghi học sĩ, nàng thấy bình tâm trở lại, mở thư đọc: "Qua sự việc vừa rồi, thấy nương nương ở lại trong cung không ổn, thần đã bàn với hoàng thượng đưa nương nương đi trốn. Sáng mai nương nương cho người thân tín mang tư trang quần áo thật nhẹ nhàng tới chỗ hẹn đưa cho người mang thư này. Xem xong đốt ngay." Đốt lá thư xong, nàng ngồi thừ người ra suy nghĩ. "Đúng như mình nghĩ. Trong cung bây giờ là miệng hùm hang sói không biết đâu mà lường. Trốn khỏi nơi đây là thượng sách. Nhưng một mình mình thân gái dặm trường lại bụng mang dạ chửa thì làm sao mà trốn? Có Lễ nghi học sĩ giúp cho thì yên tâm. Lâu nay, được nàng ưu ái dạy cho ngón đàn giọng hát rồi được nàng yêu thương, Ngô thị coi nàng như mẹ. Từ khi biết bà dan díu với hoàng thượng, nàng thực sự đau lòng, như bị mất đi một cái gì thiêng liêng. Không phải nàng ghen vì làm sao mà ghen trong cung với hàng trăm người con gái mà người nào thì cũng của nhà vua. Nhưng nàng muốn thấy bà trong hình ảnh đẹp, một người mười phân vẹn mười. Việc bà dan díu với nhà vua, có gì đó trái luân thường đạo lý. Bà còn lớn hơn tuổi mẹ hoàng thượng. Nàng không chịu được điều đó, nàng đau khổ thất vọng. Tuy vậy ở hoàn cảnh nàng, biết nói sao? Nhưng nay, trong cơn hoạn nạn này, nàng hiểu, chính bà đưa bàn tay cứu vớt mẹ con nàng. Đêm hôm đó nàng cho tư trang vào trong cái tay nải nhỏ, sáng ra đưa cho Xuân Trang: "Em đem cái này đến chỗ gặp người hôm qua, đưa cho người ta. Phải kín đáo, đừng để ai biết!" Trở về, Xuân Trang nói với nàng: "Theo lời nương nương dặn, em đã trao tay nải cho người cung nữ hôm qua. Người đó dặn em nói lại với nương nương là vào giờ ngọ, nương nương ăn vận bình thường, đi một mình kín đáo đến cung Học sĩ, sẽ có người đón!" Y lời dặn, đầu giờ ngọ nàng ra khỏi cung, theo con đường liễu. Đi theo sau nàng là một cung nữ tin cẩn. Vừa tới cửa cung Học sĩ, liền có người đón dẫn nàng vào trong. Người cung nữ đi theo dừng lại nhìn xung quanh một lát rồi quay về.

Người cung nữ dẫn Ngô thị vào một phòng vắng, nói: xin nương nương ngồi đợi một lát, bà tôi sẽ tới ngay. Nói xong cô đi ra, khép cửa lại phía sau. Lát sau, từ chiếc cửa phía trái, Thị Lộ bước ra, nghiêng mình chào. Khi cả hai yên vị, người hầu gái bưng ra một khay trà. Thị Lộ rót nước mời khách, nói:

- Sự việc vừa qua rất nghiêm trọng. Mưu hại thái tử chẳng qua là cái cớ để hại mẹ con nương nương. Lần này nhờ từ tâm của hoàng thượng, nương nương tránh được tai nạn nhưng mưu hại chưa phải đã hết. Nếu còn ở trong cung, mối nguy sẽ khó lường, thần lĩnh ý thánh thượng, đưa nương nương lánh tới một nơi kín đáo. Nay thần thỉnh nương nương tới đây rồi chúng ta đi.

- Tiệp dư xin đội ơn. Thấy người cùng thánh thượng lo cho như vậy là kế vạn toàn, nếu không, mấy hôm nay trong cung ta cứ nơm nớp lo, đến héo hon! Tiệp dư sẽ nghe theo chỉ bảo của người.

Sang giờ mùi, Ngô thị lên kiệu từ trong nhà để kiệu. Kiệu được khênh ra sân, bà Lộ lên kiệu, xuất cung.

Đến chùa Huy Văn, một vị hòa thượng đón họ tại cổng chùa, sau đó cổng được đóng lại, vị hòa thượng dẫn kiệu vào một góc khuất nẻo, sát bên một cái cửa. Thị Lộ xuống kiệu cùng với người đàn bà buông tấm vải màu nâu che kín người. Nhà sư dẫn hai người đi theo hành lang dài rồi ra khoảng vườn rộng. Ở cuối khu vườn, trên bờ hồ là ngôi nhà ngói nhỏ thanh tịnh sạch sẽ. Gian ngoài kê chiếc bàn đặt sẵn ấm trà. Nhà sư nói:

- Mời hai vị thí chủ an tọa, lát nữa hoà thượng trụ trì sẽ tới vấn an hai vị.

Theo lối đi vỉa gạch từ chùa xuống, vị hòa thượng già bước vào, chắp tay trước ngực:

- Nam mô a di đà Phật. Bần tăng xin kính chào nhị vị thí chủ. Hai người đứng dậy đáp lễ.

-Nam mô a di đà Phật, chúng tôi xin kính chào trụ trì.

Thị Lộ nói:

- Thưa nương nương, đây là thầy Viên Giác chủ trì chùa Huy Văn, người tin cẩn. Quay sang hòa thượng, nàng tiếp, thưa thầy, theo hẹn trước với thầy, nay tôi đưa nữ thí chủ đây tới nương bóng Phật, mong nhà chùa hết lòng giúp đỡ.

- Xin nhị vị thí chủ yên tâm. Chùa đây vốn là chỗ thân tình với quan Hành khiển. Bần tăng cũng được thư đại quan, nhờ lo việc trọng đại này. Về việc bảo mật, bần tăng xin lo chu tất. Chỉ muốn biết chỗ ở này có thuận tiện với các vị không?

Tiệp Dư nói:

- Thưa lão tăng, đương lúc khó mà được chỗ ở như thế này là may lắm rồi, chúng tôi không dám đòi hỏi gì hơn. Chúng tôi chỉ lo nhất là việc an ninh.

- Điều này xin thí chủ yên tâm. Hòa thượng nói. Họ nhìn ra sân, hai người được dẫn đến, đó là cung nữ Xuân Trang và một thái giám trong cung Lễ nghi học sĩ được cử đi chăm sóc Tiệp dư. Họ đi theo đường khác nên đến sau. Căn dặn hai người tâm phúc ở lại trông coi săn sóc Ngô Tiệp dư, Thị Lộ chia tay nàng rồi chào hòa thượng Viên Giác ra về. Chiếc lá bồ đề khô đậu nhẹ xuống sân chùa vắng teo.

***

Bước vào Đông cung, hoạn quan Đinh Thắng mặt tái mét, giọng lo lắng nói với Nguyễn phi:

- Bẩm nương nương, nô tài không tìm được người đạo sĩ hôm nọ. Nô tài đến chỗ cũ bên hồ Thiền Quang thì thấy đạo quán đóng cửa. Hỏi thì người xung quanh nói là thày trò đạo sĩ đi khỏi năm sáu ngày rồi. Họ không biết là đi đâu ạ.

- Vậy là khó rồi đó, tên đạo sĩ thấy động nên bỏ trốn. Nó trốn cũng là mối đe dọa không nhỏ!

Hai người đang rì rầm thì Đinh Phúc bước vào:

- Bẩm nương nương, trong cung Khánh Phương có tin là Ngô thị vì sợ tội nên bỏ trốn rồi ạ!

- Bỏ trốn? Nguyễn phi hỏi lại.

- Dạ thưa, đúng vậy, y thị sợ tội bỏ trốn.

- Thôi được, trời cũng giúp ta một việc. Không khảo mà xưng, sợ tội bỏ trốn sẽ chẳng còn cơ hội trở lại. Phi quay lại nói với hai người:

- Hai ông vẫn phải lo hai việc ấy: tìm tung tích tên đạo sĩ cùng tung tích Ngô thị. Nếu gặp, tốt nhất là khử chúng đi. Ngô thị giờ đã là kẻ có tội đào tẩu, nếu có chuyện chi với thị, chắc hoàng thượng cũng không bắt tội đâu. Nhưng nhớ là phải làm cho thật gọn gàng, tránh để lại dấu vết.

CHƯƠNG NĂM

Lễ nghi học sĩ vào cung nay đã sang năm thứ tư. Được nhà vua trọng dụng, nàng đem hết tâm lực chỉnh đốn hậu cung. Ngoài những việc dạy cung nữ, nàng còn cho tìm những danh ca danh cầm của triều trước cùng những người có tài thanh luật khắp nơi về cung vừa dạy cung nữ vừa giúp nàng sưu tầm những bài hát, bản đàn, điệu múa trong dân gian để dần dần khôi phục nhạc múa cung đình. Nàng nhớ lại lời Nguyễn Trãi: "Trước đây ta không làm được nhạc cho nhà vua, chính vì thời cơ chưa chín. Nhà vua còn quá trẻ, thấy nói chế nhạc thì thích chứ chưa biết nhạc như thế nào và việc làm nhạc khó khăn ra sao. Ta cần một nền quốc nhạc tương xứng với văn hiến Đại Việt. Nhà vua thích một thứ đồ chơi. Do vậy một kẻ dốt nát và liều mạng như Lương Đăng được tin dùng. Nay đồ chơi ngài đã có. Nhưng tiếng dị nghị cũng nhiều. Dần dà nhà vua sẽ thấy ra cái sai của mình. Không được đụng đến cái vảy ngược của con rồng. Nàng tuyệt đối không được mảy may bóng gió chê nhạc của Lương Đăng mà việc phải làm bây giờ là chế ra thứ nhạc mới, hoàn hảo để dần dần thay cho âm nhạc hổ lốn của y. Để dạy cung nữ múa hát, nàng cho tìm những nhạc sư, danh ca danh cầm về cung. Trong số họ, nàng chọn những người tâm phúc, cùng họ bàn thảo để chế ra các loại nhạc. Ta đưa cho nàng những cuốn sách về nhạc từ nhà Chu đến nhà Đường để nàng tham khảo. Nhớ là chỉ tham khảo thôi bởi nhạc là hồn người. Lương Đăng chết ở chỗ, lúc thì bắt chước nhạc lễ của người Tàu, chỗ lại dùng nguyên xi nhạc thôn dã. Cả hai cách đều không ổn. Bắt chước ngoại bang thì bị ngoại lai, còn rập khuôn nhạc dân dã lại quá thấp, không xứng nhạc cung đình. Phải là sự hòa hợp, hòa hợp với lỗ tai với cái hồn người Việt, và vì là nhạc lễ, cũng không được quá nôm na mà phải nâng cao lên, uy nghiêm, trang trọng. Đây, ta nhớ tên vài nhạc sư, danh ca danh cầm, nàng cố tìm họ."!

Theo danh sách của Nguyễn Trãi, nàng dò tìm từng người. Danh cầm họ Phạm, danh ca họ Đào là hai người nổi tiếng trong cung của Thuận tông nhà Trần, sau đó vào trong nhà của Hồ Nguyên Trừng. Khi nhà Hồ mất, họ lưu lạc trong dân gian bán dạo giọng ca, tiếng đàn độ nhật, sinh kế khó khăn. Khi được mời vào cung, họ mừng lắm, nhất là khi được biết bà Lễ nghi học sĩ, vợ quan Hành khiển Nguyễn Trãi chủ xướng công việc. Không còn phải lo đời sống, được trọng vọng và được làm công việc mình thích, ai cũng vui, nên ráng sức cống hiến đồng thời tiến cử những người quen biết. Khi nhân tài đã tạm đủ, nàng nói với họ: "Ngoài việc dạy cung nhân, bản quan còn muốn các vị bỏ tâm lực nghiên cứu xây dựng một đội nhã nhạc của cung đình, một ban ca vũ với âm nhạc xứng cùng tầm vóc Đại Việt, có thể làm vui lòng hoàng thượng và bá quan trong những dịp lễ hội. Trong các vị ở đây, có người thấu đáo nhạc luật thời Chu thời Hán, thời Đường. Có vị thông hiểu nhạc luật thời Lý

Trần. Nay chúng ta không theo nhà nào mà góp cái hay của mọi nhà thành nhạc của Đại Việt thời Lê." Nghe vậy, nhạc sư họ Phạm thưa:!

- Thưa Lễ nghi học sĩ, lời dạy của quan lớn chính hợp ý chúng tôi. Dạy cung nữ là một việc nhưng trong thâm tâm, chúng tôi muốn chung sức xây dựng nền âm nhạc của Đại Việt thời Lê ta. Những năm lưu lạc trong dân gian, chúng tôi tích cóp được nhiều điều bổ ích. Chúng tôi trộm nghĩ không bằng lòng lắm với lễ nhạc do quan Đô giám trung thừa Lương Đăng làm. Nay quan Học sĩ có chủ trương như vậy, chúng tôi rất mừng, nguyện sẽ hết lòng!!

- Cảm ơn các vị, Thị Lộ nói, chúng ta đồng lòng làm nhạc nhưng việc này ta làm một cách lặng lẽ, không nên ồn ào, e rằng có ai đó gây khó cho chúng ta, xin các vị lưu ý.!

Nhờ vào những người này, Thị Lộ đã dần dần chế ra nhã nhạc cung đình với những nhạc công, vũ công ưu tú. Một hôm nhạc sư họ Phạm nói: "Thưa Lễ nghi học sĩ, nương theo nhạc các thời trước, chúng tôi khôi phục điệu múa Chư hầu đến chầu. Âm nhạc hài hòa, trong sáng, những lối múa dịu dàng uyển chuyển. Có thể nói là ta đã nâng nghệ thuật của tiền nhân lên một bước. Tuy vậy chúng tôi còn có điều chưa toại lòng là chưa làm ra điệu vũ nhạc của riêng triều Lê ta. Vì vậy, chúng tôi đã bàn nhau làm một điệu vũ nhạc dựa trên tinh thần bài "Đại cáo bình Ngô" của quan lớn Hành khiển Lê Trãi, lấy tên là Bình Ngô phá trận. Đây là bản phác thảo của điệu vũ nhạc đó, xin đại quan đọc rồi cho chúng tôi những lời chỉ dạy." "Cảm ơn, rất cảm ơn các vị có lòng nghĩ đến việc lớn của nước nhà. Tôi nghĩ rằng hoàng thượng sẽ rất mừng về việc này. Tôi tuy không thành thạo lắm về âm luật nhưng cũng cố gắng xem, rồi sau đó sẽ bàn kỹ với các vị. Sau khi chúng ta bàn bạc xong, tôi sẽ trình lên thánh thượng. Xin các vị suy nghĩ tiếp cho hoàn chỉnh thêm và có thể triển khai cho từng bài nhạc hay điệu múa cụ thể." Nguyễn Thị Lộ đọc bản phác thảo. Sau khi nghiền ngẫm thật kỹ ý đồ của nhạc sư họ Phạm, nàng nói: "Phác thảo của các vị phần tráng thì được nhưng bi chưa đủ. Tôi biết các vị cũng hiểu điều này nhưng còn e dè, sợ rằng đưa phần bi nhiều sẽ xái. Điều này không lạ, cũng là suy nghĩ thường tình đẹp tốt phô ra, xấu xa đậy lại. Nhưng trong nghệ thuật lại không thể như vậy. Trong nghệ thuật cần sự tương phản, tương phản càng mạnh, hiệu quả càng cao. Theo tôi, phần nỗi đau khổ của dân ta dưới ách quân Minh cần tô đậm hơn. Phần Hội thề Lũng Nhai nên giảm bớt không khí phấn hứng, thể hiện nỗi phẫn uất mãnh liệt được kìm nén lại. Và không khí bi được đẩy tới tận cùng ở cảnh Lê Lai cứu chúa: sự bất lực đến đau đớn của Thái tổ cùng sự hy sinh bi tráng của Lê Lai. Cảnh Ải Chi Lăng như phác thảo là được: chiến công lừng lẫy với quân reo ngựa hý sĩ khí bừng bừng, đầu giặc bêu trên mũi dáo! Cảnh cuối Hội thề Đông Quan nên cho tưng bừng hơn, biến thành bài ca chiến thắng của hòa bình cùng lòng nhân ái." "Quan lớn Lễ nghi học sĩ dạy rất phải, nhạc sư họ Phạm gật gật đầu xác nhận. Lời của quan lớn khiến chúng tôi nhìn rõ hơn vào chiều sâu của bản vũ nhạc. Quan lớn cũng giúp chúng tôi gỡ bỏ những e dè trong việc nói đến cái bi. Được quan lớn chỉ bảo, chắc chúng tôi tu chỉnh bản vũ nhạc tốt hơn nhiều." Sau khi sửa chữa thật hoàn chỉnh, trong một đêm trăng thanh gió mát, sau khi đàn cho nhà vua nghe, Thị Lộ trình bày bản phác thảo điệu vũ nhạc Bình Ngô phá trận. Chưa bao giờ được nghe về một ý đồ làm nhạc hay đến vậy, Thái tông lặng đi mê mẩn rồi sôi nổi nói: "Hay, tuyệt hay! Nàng đã giúp ta một ý hay tuyệt. Lâu nay ta vẫn bâng khuâng thấy cần làm một cái gì đó nêu bật công lao của Tiên đế mà chưa biết làm sao. Nay nàng gợi cho ta ý thật hay! Đúng, phải có một bản nhạc, một điệu múa thể hiện được hết cái bi cái hùng của thời dựng nước. Nàng cho tập gấp đi!" Được thể, Thị Lộ khôn khéo đề nghị nhà vua đứng ra chủ trì việc tập vũ nhạc, nàng biến nó thành bản ứng chế của thiên tử. Thái tông rất vui lòng. Đêm mùng mười tháng Ba, sau kỳ thi Đình, lấy Nguyễn Trực đỗ trạng nguyên, Nguyễn Như Đổ bảng nhãn và Lương Nhữ Hộc đỗ thám hoa cùng gần ba chục đồng tiến sĩ xuất thân, trong cung mở hội hoa đăng treo đèn kết hoa, mừng tân trạng nguyên tân tiến sĩ. Hôm đó các cung nữ góp vui bằng những lời ca, tiếng đàn được mọi người tán thưởng. Cuối cùng là đội nhã nhạc trình diễn mừng nhà vua, thần phi, thái tử, các quan cùng tân tiến sĩ bản vũ nhạc Bình Ngô phá trận do nhà vua ngự chế. Trong tiếng đàn tiếng địch tiếng chiêng tiếng trống khi lâm ly tha thiết lúc trầm hùng, đoàn vũ công múa những động tác lúc uyển chuyển lúc mãnh liệt tái hiện những năm tháng gian khổ hào hùng khiến những triều thần vốn là chiến binh năm xưa nghĩ về tuổi tráng niên oanh liệt của mình, nghĩ về đồng đội đã hy sinh, nhiều người cảm kích không cầm được nước mắt. "Đây mới là âm nhạc" Lễ bộ thượng thư Đào Công Soạn nói với quan Tham tri

Nguyễn Truyền. "Đúng vậy, thưa quan lớn, đây mới đích thực là vũ nhạc trong triều. Chỉ tiếc rằng quan Hành khiển Nguyễn Trãi không có ở đây để thưởng thức thứ âm nhạc tuyệt vời này.""Ngài không ở đây, quả là tiếc, bởi lẽ chính phu nhân ngài góp phần làm nên nhã nhạc này!" "Quan Lễ nghi học sĩ làm điều này cũng còn vì chúng ta nữa, phải không quan lớn?" "Vâng, đúng vậy, cũng còn vì chúng ta. Tiếc rằng ông Liễu không biết chuyện này. Không hiểu nay ông ấy sống chết ra sao?" "Đệ cũng thấy thương Nguyễn Liễu. Cũng vì phản đối lễ nhạc của Lương Đăng mà tí nữa mệnh chung!"!

Tiếng xì xào bàn tán của các quan viên đến tai Đô giám trung thừa Lương Đăng khiến hắn giận đến điên người. Hắn nghĩ: "Giỏi cho con đàn bà thối thây này. Dựa vào vai trò học sĩ lại được nhà vua yêu, ả không còn coi ai ra gì nữa. Do thị gièm pha mà trọng thần tiên triều, quan Nhập nội thị trung Đình thượng hầu Lê Lễ ở tuổi gần tám chục bị giáng làm Thái tử thiếu bảo, khiến các cựu thần ê mặt, ai cũng bầm gan tím ruột mà chịu ngậm tăm. Mới đây thị lại cứu Tiệp dư khỏi tội voi giầy, khiến Thần phi phải ngậm bồ hòn làm ngọt, bây giờ lại dùng âm nhạc làm bẽ mặt ông mày. Được, đời còn dài. Ông sẽ cho mày chết không có chỗ chôn!" Nghĩ thế nhưng thâm tâm Lương Đăng rất sợ. Cái kim trong giẻ lâu ngày cũng lộ ra nữa là lễ nhạc luôn chiềng trước mọi người. Dần dà y cũng nhận ra rằng, lễ nhạc là chuyện hệ trọng, dục tốc bất đạt, không thể làm trong một sớm một chiều. Mình làm nhanh, được vua khen. Nhưng đúng đó là thứ văn bia, cái hay cái dở đập vào mắt mọi người sao chẳng có lời kia lời nọ. Vẫn biết, đó là ý của hoàng thượng, người đã khen thì người sẽ không bắt tội mình nhưng khi nhiều người chê thì nhà vua sẽ không tin mình nữa. Đấy là mối lo làm y khốn khổ. Có điều lâu nay y nghĩ, chê thì lạ gì? Bọn Nguyễn Trãi chả chê hoài chê hủy đó sao? Chê thì dễ nhưng anh có giỏi thì hãy làm đi?" Lâu nay y vẫn có ý ngầm thách thức. Nhưng bây giờ, không chỉ nói nữa mà thứ âm nhạc đó có rồi, lại có ngay trong cung, thành đội nhã nhạc của cung đình, Lương Đăng thấy mối đe dọa nguy hiểm đã tới. Một mối hận quá lớn y không chịu nổi.!

Quả như Nguyễn Trãi nói, nhà vua thích làm nhạc như đứa trẻ thích đồ chơi. Chỉ cần có thôi mà nào biết đâu giá trị của nó. Nhưng rồi khi nghe trong triều những tiếng xì xào bàn tán chê lễ nhạc hổ lốn của Lương Đăng, người cũng rầu. Trong thâm tâm, nhà vua hối hận rằng mình đã nóng vội, không nghe lời Nguyễn Trãi. Nhưng sự đã rồi, ngài không muốn nói đến nữa nên ngài cũng buông trôi, không mấy tha thiết với nhạc lễ. Nay thấy trong cung rộn rã thứ nhạc trầm bổng du dương đem lại niềm vui cho mọi người, nhà vua rất mừng. Nhất là sau đêm nghe đội nhã nhạc trình diễn và được các quan khen ngợi, nhà vua hiểu ra thâm ý của Thị Lộ. Bằng hành động, bằng công việc làm ra thứ âm nhạc thực sự, nàng đã lặng lẽ giúp mình sửa những sai lầm. Nhà vua nói với nàng:!

- Trẫm cảm ơn nàng đem lại không khí vui vẻ thanh tao trong hậu cung của trẫm. Trẫm hiểu, nàng đã thầm lặng giúp trẫm xây dựng lễ nhạc mới. Trẫm thấy hối vì trước đây không nghe theo Lê Trãi, để Lương

Đăng làm hỏng việc lớn. Trẫm càng cảm ơn khanh, không hề chê bai trẫm mà đi con đường riêng giúp trẫm nhận ra chỗ yếu của mình. Trẫm mong khanh cứ tiếp tục sử dụng tốt những nhân tài mà khanh chiêu tập được để giúp trẫm làm ra lễ nhạc thay cho nhạc của Lương Đăng!!

- Tạ ơn bệ hạ quá khen! Thần chỉ làm công việc được bệ hạ giao phó. Chính do bệ hạ ưu ái tin cậy mới được như vậy. Nhớ lại lời Nguyễn Trãi dặn khi người về triều làm giám khảo thi Hội, nàng nói tiếp : "Bẩm hoàng thượng, thiếp xin thỉnh giáo người một điều. Đó là việc thi chọn nhân tài nước ta đã làm từ thời Lý. Nay bệ hạ cho thành lệ ba năm một khoa là đưa sự đã có từ trước vào quy củ. Thế là việc hay. Nếu bệ hạ muốn đóng một cột mốc cho văn hiến Đại Việt, thiếp nghĩ, không gì hơn là từ khoa Nhâm Tuất này cho viết Văn bia tiến sĩ và đúc bia ghi tên các tiến sĩ đem đặt ở Văn Miếu." "Nàng nói rõ hơn xem!" nhà vua tỏ ra chăm chú lắng nghe. "Hồi bệ hạ, sau chút dừng như suy nghĩ, nàng nói tiếp bằng giọng du dương, khoa cử ở nước ta có từ thời Lý. Từ đó tới nay có không ít trạng nguyên tiến sĩ ra đời làm rạng danh văn hiến Đại Việt. Mỗi khoa thi đều có xướng danh, đãi yến rồi vinh quy, rất long trọng. Nhưng sau đó thì sao? Sau đó là quên lãng, chỉ lưu trong sách sử, dân gian nào biết đấy là đâu bởi người xưa chưa kịp lập bia. Nếu từ khoa Nhâm Tuất năm nay bệ hạ làm được việc này: cho người viết Văn bia tiến sĩ khắc vào đá rồi khắc tên tuổi, quê quán từng vị tiến sĩ đỗ mỗi khoa vào một bia, đem trưng ở Văn Miếu thì đấy chẳng những sẽ là bảng vàng bia đá muôn đời vinh danh các tiến sĩ mà cũng là bảng vàng bia đá ghi công bệ hạ khởi xướng việc lớn của Đại Việt vậy." "Phải, phải lắm! Nàng đã gợi cho ta một ý rất hay! Tại sao một sự trọng đại như vậy mà mấy trăm năm nay chưa thời nào nghĩ tới nhỉ? Xây một ngôi đình một ngôi chùa người ta còn làm bia ghi tên người khởi xướng, người góp công góp của, vậy mà! Ta nghe nàng, sẽ cho viết văn bia khắc vào một tấm bia lớn để biểu dương việc tuyển chọn hiền tài. Tiếp đó khắc tên tiến sĩ đỗ mỗi khoa vào cùng một tấm. Trước tiên khắc tên tiến sĩ đỗ khoa này, sau đó có thời gian tra lại sử sách để khắc tên các tiến sĩ từ khoa đầu tiên tới nay.Hay hay tuyệt! Cảm ơn nàng, ái khanh của ta!"!

***

- Muôn tâu, lâu rồi thánh thượng bận mải công việc trong cung, thần muốn cùng bệ hạ làm một chuyến du hành ngoạn cảnh kinh kỳ, ý người ra sao?!

- Hay hay lắm, ta với nàng cải trang thường dân xuất cung, chỉ cần hai tên thị vệ, đi lang thang những nơi ta thích!

- Bẩm bệ hạ, đi lang thang để sau. Lần này thiếp muốn đưa người thăm một cảnh chùa có nhiều thú vị.

- Được, chùa cũng được! Nghe nhà vua có vẻ miễn cưỡng, Thị Lộ cười thầm.

Buổi chiều ra khỏi cung, họ hòa vào dòng người bất tận của kinh thành. Sư cụ chùa Huy Văn đón họ ở cổng:

- Nam mô a di đà Phật, bần tăng kính chào chư vị thí chủ vãn cảnh chùa. Xin mời chư vị theo bần tăng vào lễ Phật. Sư cụ Viên Giác đưa hai người vào thắp hương lễ Phật. Lễ xong, Thị Lộ nói với thị vệ:

- Các người chờ ở ngoài này để ta đưa hoàng thượng vào trai phòng đàm đạo với sư cụ.

Đi theo sư cụ, nhà vua và Thị Lộ vào một căn phòng rộng. Tới cuối phòng, nhà sư mở cánh cửa, dẫn hai người bước ra khoảng vườn rộng trồng nhiều hoa và cây thuốc. Theo con đường vỉa gạch, ba người tới trước căn nhà ngói ba gian xinh xắn. Trước cửa, người hầu nam và người hầu nữ quỳ xuống:

- Thánh thượng vạn tuế!

Nhà vua sửng sốt:

- Sao, sao các người lại biết ta? Vừa lúc đó người mẹ trẻ bế đứa bé mới sinh bước ra quỳ trước nhà vua:

- Thần thiếp cùng hài nhi kính chúc thánh thượng vạn thọ vô cương! Nhà vua chợt la lên:

- Nàng, là nàng sao ? Rồi người chạy lên trước. Con ta đây sao? Con trai chứ? Nhà vua đưa hai tay nâng nàng Ngọc Dao dậy. Cả ba người vào nhà. Thị Lộ nói:

- Bẩm hoàng thượng, vâng ý chỉ của người, thần đã đưa Ngô Tiệp dư tới đây nương nhờ cửa Phật, được hòa thượng chủ trì hết lòng cưu mang. Được an toàn nhưng Tiệp dư nương nương luôn mong nhớ bệ hạ. Mới đây Tiệp dư sinh hoàng nam. Nay thần muốn nhân chuyến vãn cảnh chùa để nương nương cùng hoàng tử được gặp mặt rồng. Nói xong, tất cả lui ra để nhà vua ở lại với Tiệp dư.

- Thiếp có tội, xin hoàng thượng giáng tội!

Thấy mọi người đã ra ngoài, Tiệp dư Ngọc Dao cúi đầu nói nhỏ, nước mắt rơm rớm. Nhà vua an ủi:

- Nàng không có tội gì cả, trẫm hiểu. Người có lỗi là trẫm vì đã không bảo vệ được vợ con mình. Để nàng phải xiêu bạt ra ngoài là trẫm có lỗi với nàng với con. Nhưng trẫm tin ở Lễ nghi học sĩ. Đưa nàng trốn đi là cách an toàn nhất với nàng và tránh được những biến động trong cung. Nay nàng đã mẹ tròn con vuông, ít bữa nữa trẫm sẽ đưa nàng cùng con về cung.

- Mẹ con thiếp xin đội ơn thánh thượng. Thiếp có tội phải bỏ cung mà đi, thánh thượng không bắt tội là phúc cho mẹ con thiếp lắm rồi. Giờ thánh thượng thương cho phần nào, mẹ con thiếp được nhờ phần ấy!

- Ái khanh yên tâm, trẫm sẽ đền bù cho ái khanh!

Thị Lộ cùng hòa thượng trụ trì trở lại:

- Bẩm thánh thượng, tiểu hoàng tử chưa có tên. Xin người đặt tên cho tiểu hoàng tử.

- Phải, phải, trẫm phải đặt tên cho hoàng tử. Nhưng tên gì bây giờ, nhà vua vỗ trán. Thôi được, trẫm đặt thế này vậy, là Tư Thành, Lê Tư Thành. Tư là tư duy là suy nghĩ. Thành là chân thành. Là người chỉ nghĩ đến sự chân thành. Vậy được không?

- Hoàng thượng vạn tuế!

- Thỉnh hoàng thượng hồi cung kẻo muộn! Thị Lộ nói nhỏ.

Dặn dò Tiệp dư cùng cung nữ và thái giám, Thị Lộ đưa nhà vua hồi cung.

Trở về cung, khi còn hai người, Thị Lộ nói:

- Hồi hoàng thượng, vị sư trụ trì Viên Giác là chỗ thân tình với phu quân của thần. Khi nghe thần nói cần phải đem Ngọc Dao nương nương đi trốn, phu quân thiếp nhờ sư cụ giúp. Sư cụ đã nhận lời và chăm sóc cho nương nương đầy đủ. Thần cho cung nữ của cung Khánh Phương và một thái giám trong cung của thần, cũng là những người thân tín đi theo chăm nuôi Tiệp dư.

- Cảm ơn nàng, cảm ơn cả phu quân nàng đã lo cho ta. Bây giờ ta yên tâm rồi. Ta sẽ đưa Tiệp dư cùng ấu chúa về cung.

- Thưa bệ hạ, để cân nhắc đã, bây giờ vào cung thần sợ không an toàn cho ấu chúa.

- Sợ không an toàn? Nàng nói sao? Nàng lo cho trẫm thì tốt. Nhưng lại đáng trách khi hiểu như vậy về trẫm. Trước đây, trẫm do dự nghi hoặc là một chuyện, còn bây giờ, đã biết đích xác vợ mình, con mình mà không bảo vệ được vợ con thì trẫm có đáng mặt đàn ông không? Thôi chuyện này không bàn nữa, sáng mai trẫm cho người đi đón mẹ con Ngọc Dao về cung.

- Nếu bệ hạ cho vậy là tốt, thiếp cũng đồng tình. Thực lòng thiếp chỉ lo cho sự an nguy của hoàng tử.

- Trẫm hiểu!

- Hồi hoàng thượng, thiếp có điều muốn nói!

- Có gì nàng cứ nói đi!

- Thiếp nghe trong cựu thần có tiếng lao xao chê thiếp là đàn bà ở hậu cung lại xen vào việc triều chính khiến thiếp thấy phân vân.

- Nàng nói rõ hơn xem!

- Dạ thưa, đó là việc giáng chức ông Lê Lễ. Quả thật thiếp cũng chỉ thấy sao nói vậy thôi, không có ý gì. Thiếp thấy ông già đứng vào hàng đại phu nhất phẩm mà trong triều chỉ ngáp vặt, chả bao giờ nói được một câu cho gẫy gọn, nói như người xứ Thanh thì là ăn không nên đọi, nói không nên lời. Một vị quan như vậy chả là vết nhơ của triều đình sao? Chỉ vì thiếp vô tình nói thật ý mình đến tai thánh thượng mà ông ấy phải giáng chức, thiếp lấy làm hối. Nhất là sau này được biết ông ấy là gia thần có công cứu giá tiên đế. Thiếp xin hoàng thượng tha tội!

Lặng yên suy nghĩ một lát, nhà vua đáp:

- Trẫm đã suy nghĩ những điều nàng nói. Dù không vui nhưng phải nhận là nàng nói đúng. Từ đó ta ngộ ra, trong triều đình quá nhiều người là họ hàng gia nhân của nhà ta nhưng thật ít người tài! Tại sao vậy? Chính vì Thái tổ cha ta một phần hẹp hòi, muốn giành lợi quyền cho những người cùng quê theo ông buổi đầu, một phần vì lúc khởi nghiệp rất sợ người ngoài, nhất là những người dòng dõi nhà Trần, những kẻ khoa bảng người Kinh Lộ. Kết quả là từ nhỏ trẫm đã có một triều đình như vậy. Và trẫm cũng quen đi, tưởng như cuộc đời vốn thế. Sau này lớn lên trẫm dần hiểu ra, đó là cái yếu của Tiên đế. Triều đình nhà Lê là của muôn dân Đại Việt chứ đâu chỉ của Thanh Hoa? Càng không phải là gia thần của nhà Lê. Xử sự như Tiên đế là hạ thấp các quan triều, hạ thấp triều đình dẫn đến hạ thấp chính người! Trẫm từng nghe câu chuyện, Lê Lễ là người cao lớn khoẻ mạnh, gan lỳ đã nhiều phen cứu Tiên đế thoát chết trong gang tấc. Ơn cứu tử ấy Tiên đế ghi nhớ suốt đời. Trước khi nhắm mắt, người gọi ông đến gần, nói: "Công lao của ngươi như thế, có giữ chức tể tướng cũng xứng. Tiếc vì ngươi không có tài. Ta đi rồi, còn ai biết đến ngươi nữa. Từ nay chỉ có giáng thôi!" Người nói với ông ta trong nước mắt. Quả nhiên Tiên đế đã dự liệu những điều tất phải xảy ra! Với những người có công như Lê Lễ, kính trọng ông ta phải làm cách khác chứ không thể biến ông ta thành ông phỗng đá trong triều. Mở khoa thi chính là trẫm tiến hành việc canh cải triều cương. Nàng yên tâm, sau Lê Lễ, sẽ còn những người khác!

- Hoàng thượng nói vậy, thiếp yên lòng. Xin đội ơn hoàng thượng!

***

Việc nhà vua cùng Lễ nghi học sĩ xuất cung vi hành dù kín đáo đến mấy cũng không giấu nổi những cặp mắt dòm ngó. Ngay đêm đó, Đinh Thắng báo với Thần phi Nguyễn Thị Anh:

- Bẩm nương nương, chiều nay hoàng thượng cùng bà Lễ nghi học sĩ Nguyễn Thị Lộ xuất cung vi hành có vẻ kín đáo lắm ạ.

- Vậy sao? Họ đi đâu?

- Thưa, người của nô tài cử đi cho biết, nhà vua chỉ mang theo hai vệ sĩ, đi đến chùa Huy Văn. Ở đấy, sau khi vãn cảnh chùa, thắp nhang cúng Phật, nhà vua cùng bà học sĩ vào trai phòng đàm đạo với hòa thượng chủ trì khá lâu.

- Ông có biết họ nói những gì không?!

- Thưa không, những người đi theo không được vào.

Thị Anh suy nghĩ lúc lâu, nói:

- Đấy là sự lạ, nhà vua lâu nay ít xuất cung. Lẽ nào vi hành chỉ vì thăm cảnh chùa, đàm đạo với nhà sư? Vốn tính người có hay đi chùa đâu? Ta nghi rằng, ngôi chùa này với hoàng thượng có điều gì bí mật. Đầu mối chuyện này hẳn là ở con phù thủy già Thị Lộ. Hay mụ ta giấu Ngô thị ở đấy? Nếu vậy, nàng bấm ngón tay, nếu vậy, có lẽ bây giờ ả đã mãn nguyệt khai hoa rồi? Ông xem xét kỹ ngôi chùa đáng nghi này xem. Nhớ là phải thật cẩn thận, không được khinh suất, nếu đúng như ta nghĩ, phải diệt cả cái ổ chó đó đi. Phải nhanh tay!

Ngay sáng hôm sau nhà vua sai Lễ nghi học sĩ dẫn thị vệ đến chùa Huy Văn đón nàng Ngọc Dao và hoàng tử. Bà Lộ thay nhà vua cảm ơn sư cụ trụ trì cùng chư tăng đã chăm nuôi Tiệp dư và ấu chúa đồng thời cúng vào chùa một cân nhang trầm cùng lạng vàng và tặng đại sư Viên Giác vuông gấm màu vàng dùng để may cà sa. Hai chiếc xe cùng đội kỵ binh hộ tống lướt nhanh trên những con đường lát đá trong nắng chan hòa. Xe dừng lại trước cung Khánh Phương trong sự ngạc nhiên của cung nữ và thái giám. Từ trên xe bước xuống, bà Lễ nghi học sĩ khoan thai đi tới vén rèm cửa chiếc xe sau, nói nhỏ:

-Về nhà rồi, mời nương nương!

Nàng Ngọc Dao được bà Lộ dìu yểu điệu bước xuống xe. Các cung nữ và thái giám ồ lên reo mừng, chạy vội lại vây lấy chủ. Họ càng hân hoan hơn khi thấy cung nữ Xuân Trang ôm hài nhi xuất hiện trước cửa xe.

- Hoàng tử! Hoàng tử!

mọi người reo vui rồi dẫn hai mẹ con nàng Ngọc Dao vào cung. Mọi người đang hàn huyên vui vẻ, cười cười khóc khóc thì viên thái giám tổng quản đến truyền khẩu dụ của thánh thượng:

"Vừa qua, trong cung xảy ra lộn xộn. Trẫm buộc phải để Ngô Tiệp dư xuất cung đến nơi an toàn chờ mãn nguyệt khai hoa. Nay mẹ tròn con vuông, ta cho đón nàng cùng hoàng tử Tư Thành về cung Khánh Phương là nơi chính vị của mẹ con nàng. Tính mệnh của hoàng tử cũng là vận mệnh nhà Lê ta. Các ngươi phải chăm sóc hoàng tử chu đáo. Bất cứ việc làm nào nguy hại đến hoàng tử đều là trọng tội, trẫm không dung thứ!"!

Khi Đinh Phúc báo lại quang cảnh diễn ra ở cung Khánh Phương, Nguyễn Thị Anh mặt tái đi vì giận dữ. Ngồi như trời trồng hồi lâu không nói, lòng thị trào lên niềm căm giận tột cùng. Không thể dồn hờn căm vào mẹ con Ngọc Dao, bao nhiêu uất ức thị chất lên Nguyễn Thị Lộ, kẻ thù lớn nhất, thị thề sẽ uống máu ăn gan con phù thủy thối thây này!

CHƯƠNG SÁU

Tới chân đê, Thị Lộ bảo dừng kiệu. Nàng xuống kiệu, bước lên đất bùn nhão nhoẹt. Người hầu vội vã dương ô che mưa rồi dìu nàng lên đê sau đó lò dò từng bước khó nhọc theo bờ đê dốc xuống thuyền. Chỉ khi đã ngồi yên vị trên thuyền nàng mới kịp nhìn ra dòng sông đỏ như son rộng mênh mông băng băng chảy. Nàng chợt nhớ lại mùa đông năm nào, cũng ở bến Đông này, nàng tiễn đưa Nguyễn Trãi về Côn Sơn. Từ đó nàng chưa có dịp trở về nhà. Nàng chỉ gặp Nguyễn Trãi khi người hồi cung triều kiến hoàng thượng, trong những dịp tết lễ. Có điều, trong những lần gặp gỡ ấy không bao giờ người gần gũi với nàng. Khi thì mệt, khi thì. Nàng nhận ra có vết rạn ngày càng lớn giữa hai người. Nàng vô cùng ân hận về lầm lỗi của mình. Ta đã phụ chàng. Ta đã phản bội... Ta quá xấu xa. Ta là dâm phụ! Nàng dùng hết những từ đồi bại nàng có được để tự nguyền rủa mình. Nàng thấy mình trơ trọi như kẻ bị săn lùng không còn nơi ẩn nấp. Trước đây, cung đình vua Lê là nơi trú ẩn khá an toàn. Núp sau nhà vua, núp sau những công việc, nàng tự an ủi mình hay tự lừa dối mình. Đến bây giờ, một mình trên con đò rộng sẽ đưa nàng trở về mái nhà xưa, một mình đối diện với mình và sắp phải đối diện với chàng, nàng như kẻ bỗng nhiên bị lột trần ra giữa chợ. Trong lòng nàng là mớ tình cảm hỗn độn. Nàng vui vì sắp gặp lại chàng, sắp trở lại mái nhà quen thuộc. Nhưng nàng lại lo lại sợ những điều đổ vỡ. Nỗi lo lắng mấy năm trời giờ dồn lại. Nó như đám cháy, càng đến gần càng nóng rát. Lòng tan nát, nàng nhìn ra dòng sông mùa lũ mênh mông.

Tách bến, chiếc buồm cánh dơi khó nhọc chạy vát ngược ngọn gió tiến dần lên từng chút một. Lòng bâng khuâng nỗi buồn da diết vô định, cầm cây nguyệt cầm lên, nàng hát:

Mưa rơi rơi
Nước sa giữa vời
Sông chảy bên trời
Tình nhân ơi
Như giọt mưa rơi
Bao giờ trở lại
Tình nhân ơi.

Rời sông Cái, con thuyền rẽ sang dòng Như Nguyệt tiến về Đông. Trên bờ sông những hàng thông cao vút vươn tán như những cây lọng dưới trời mưa sùi sụt. Đấy là những hàng thông được trồng từ đời Trần. Thị Lộ nhận ra mình đang đi trên Ngự đạo, con đường đưa các vua Trần xưa về Yên Tử.

Chiều hôm sau thuyền cập bến Côn Sơn, Thị Lộ lên bờ. Mưa đã tạnh. Theo đoạn đường men sườn đồi, nàng trở về nhà, sau nàng là mấy người hầu. Chiếc cổng xây cũ kỹ mở rộng, bên trong vắng tanh. Nàng vào đến giữa sân mới thấy lão Mộc vội vã chạy ra chào hỏi:

- Phu nhân đã về! Phu nhân đã về! Bà trẻ ơi, phu nhân đã về!

Theo tiếng gọi, nàng Cẩm Vân từ nhà trong đi ra giọng mừng rỡ:

- Phu nhân đã về! Ông nói thế nào hôm nay phu nhân cũng về. Nhưng người phải vào Dinh đạo trông coi việc chuẩn bị nghênh giá nên dặn em ở nhà đón phu nhân!

Nhìn dáng vẻ đẫy đà của người cung nữ với cái bụng lùm lùm, Thị Lộ cầm tay Cẩm Vân nói vui :

- Cảm ơn em đã chăm sóc lão gia. Ta cũng mừng cho em.

Cẩm Vân đỏ mặt, bước nhanh lên trước mở cửa đón nàng vào nhà. "Chàng không ở nhà, nàng nghĩ, trong lòng thoáng buồn. Nhưng cũng có cái hay, ta chủ động làm quen lại với nơi đây để đỡ lúng túng lúc gặp chàng."

Cầm chén trà do Cẩm Vân nâng hai tay đưa, nàng ân cần hỏi:

- Em khỏe không, sống ra sao?

- Dạ bẩm phu nhân, em khỏe, sống cũng vui vì lão gia săn sóc ân cần.

- Em được mấy tháng rồi, trai hay gái?

- Dạ bẩm, được bốn tháng ạ, lương y xem mạch nói là con trai.

- Mừng cho em. Em đã làm được việc mà nhiều năm ta không thể! Nàng nói giọng thật buồn. Lão gia khoẻ không, mỗi bữa người ăn được mấy bát cơm, người có vui không?

- Thưa phu nhân, lão gia khỏe. Mỗi bữa người xơi được hai bát. Hồi này lão gia vui hơn nhưng luôn miệng nhắc đến phu nhân!

- Nhắc đến ta sao? Như vô tình nàng nhắc lại lời nói của Cẩm Vân rồi nói tiếp, ta cảm ơn em đã chăm sóc người thay ta!

Sau khi tắm rửa, mặc bộ quần áo lụa màu huyết dụ thêu hình chim phượng kim tuyến trên ngực, nàng bước vào thư phòng của chồng. Đột nhiên cánh mũi phập phồng, nàng hít vào ngực mùi vị quen thuộc. Đấy là chàng, hơi hướng của chàng mà nàng từng quen. Tim đột nhiên đập mạnh, người như lả đi, nàng ngồi xuống chiếc ghế bên cạnh bàn. Định thần lại, nàng ngắm nhìn những cuốn sách ngay ngắn trong tủ. Những cuốn sách đang mở trên bàn, ngọn nến cháy dở, nghiên mực, ống bút, chiếc giường đơn với tấm mền màu chàm. Lòng nàng bỗng trào nên cảm xúc xót xa. Thương quá! Con người trong sáng nhường ấy, đức độ tài năng nhường ấy mà sao cô đơn đến vậy? Chàng là cả một thế giới cô đơn! Người thân thiết cuối cùng là mình cũng rời bỏ chàng! Rưng rưng lệ như muốn khóc, nàng bước vội khỏi thư phòng. Lén lau nước mắt, nàng bước ra sân, dạo dưới hàng cau trước cửa. Từ độ nàng đi xa, hàng cau hình như cao hơn, gầy hơn. Dưới bóng cau mấy cây mai già nở thấp thoáng đóa hoa trắng nhỏ tỏa hương dìu dịu.

Trong vườn những bụi cúc xanh tốt sắp ra nụ hứa hẹn lứa hoa Trùng Cửu. Mảnh vườn này cũng là tâm huyết của nàng. Nàng đã cùng lão Mộc chọn giống rồi trồng từng cây nhãn cây vải, từng gốc chanh gốc bưởi, những gốc đào gốc mận, từng hàng tiêu. Hàng năm nàng thuê người vét ao thả cá. Mỗi gốc cây đều mang tâm sự của nàng và là chứng nhân của những ngày xưa đầm ấm.

Trời ngả chiều, nàng từ vườn trở về thì vừa lúc Nguyễn Trãi chống gậy trúc bước qua cổng vào sân:

- Ông đã về! ông đã về! Người nhà reo lên.

- Ông đã về! Nàng bước vội đến bên chồng, nói nhỏ rồi cúi xuống như người có lỗi.

- Nàng về lâu chưa, đi đường có mệt lắm không? Nhìn vợ từ đầu đến chân, Nguyễn Trãi bỗng nhiên thấy sững sờ. Nàng vẫn trẻ tươi và tràn sức sống. Ánh mắt nghiêm khắc của ông dường như cũng dịu bớt. Dường nhu ông cũng tự ngượng với mình khi từ trong nhà đi ra, Cẩm Vân trẻ trung hạnh phúc với cái bụng tròn tròn trong sắc áo màu lá sen:

- Mời tướng công vào nhà, Cẩm Vân nói rồi tự nhiên một tay cầm gậy trúc còn tay kia dìu Nguyễn Trãi bước lên bậc tam cấp.

Hành động bình thường ấy như tia chớp lóe lên trong óc nàng nói rằng, ở ngôi nhà này, nàng đã thành người thừa! Một cảm giác đau buốt xuyên thấu ngực nàng.

Đêm. Thư phòng sáng trưng đèn nến. Thị Lộ ngồi đối diện Nguyễn Trãi qua chiếc bàn nhỏ khảm trai. Nàng Cẩm Vân bưng khay trà vào, rót ra hai chung trà ngạt ngào hương cúc:

- Mời ông cùng phu nhân xơi nước!

- Cảm ơn nàng, Thị Lộ nói khẽ! Nàng Cẩm Vân nghiêng mình đáp lễ.

- Nàng ngồi xuống đây! Thị Lộ nói rồi chỉ chiếc ghế bên cạnh mình. Đoạn nàng nhìn Nguyễn Trãi:

- Hôm thiếp về, hoàng thượng có gửi quà của người tặng tướng công và nàng Cẩm Vân. Đây là cân chè Long Tỉnh, một lạng sâm Cao Ly và một tấm gấm hoàng thượng tặng quan Hành khiển. Nàng lấy từ chiếc làn đặt bên cạnh, dùng hai tay dâng cho chồng. Nguyễn Trãi cũng đưa hai tay trân trọng nhận những tặng vật. Còn đây, là một cân mứt sen và tấm đoạn Tô Châu nhà vua tặng nàng Cẩm Vân. Nàng đưa cho Cẩm Vân. Cẩm Vân quỳ xuống hai tay nâng mấy món tặng vật cao hơn đầu, miệng hô: Hoàng thượng vạn tuế! Nguyễn Trãi chắp hai tay hướng về phía tây Nam vái: đa tạ thánh ân!

- Còn đây, Thị Lộ nói tiếp, đôi hoa tai này ta tặng nàng. Nói rồi nàng cầm cái hộp nhỏ bọc nhung màu đỏ đưa cho Cẩm Vân. Tay run run, Cẩm Vân mở hộp lấy ra đôi hoa tai vàng, cẩn hồng ngọc. Mặt tái đi sung sướng, nàng nắm chặt đôi hoa tai trong tay, mắt long lanh nhìn Thị Lộ:

- Em cảm ơn phu nhân!

Khi mọi người đã yên vị, Thị Lộ rót một chung chè mời Cẩm Vân, nói nhỏ: nàng uống nước! Cẩm

Vân cúi đầu đáp lễ, uống xong chén chè, nàng ý nhị cáo lui.

Nâng chung trà lên, Nguyễn Trãi nói:

- Trong cung, nàng thường uống chè gì?

Thị Lộ cười mỉm:

- Thiếp uống đủ thứ chè, mùa nào thức ấy, chè sen, chè ngâu, chè cúc rồi những thứ chè quý của phương Bắc. Chỉ thiếu có một điều.

- Điều gì vậy, Nguyễn Trãi nhìn nàng, hỏi.

- Thiếu người đối ẩm!

Nhấp ngụm nước chè, Nguyễn Trãi gật gật đầu nói nhỏ:

- Ta hiểu.

- Chỉ có đối ẩm với chàng, thiếp mới cảm thấy thi vị của việc uống chè! Từng hầu chè hoàng thượng rồi tiếp chè nhiều vị quan to trong triều, thiếp nhận ra là, trong cái đạo uống chè, không phải chè ngon mà điều thứ nhất là uống với ai! Chàng biết không, chỉ việc này thôi cũng đủ cho thấy khi xa chàng, thiếp cô đơn đến chừng nào! Nàng nói giọng nghẹn ngào.

- Thật tội nghiệp cho nàng! Nguyễn Trãi nhìn nàng đăm đăm rồi nói bằng giọng cảm thán. Ở đây, ta cũng thiếu nàng nhiều lắm!

- Giá đừng có vào cung, thiếp cứ ở bên chàng.

- Còn gì hơn thế nữa! Hai chục năm qua nàng là một phần cuộc sống của ta. Tình yêu của nàng là báu vật trời ban cho ta. Nàng là nguồn thơ ca của ta. Để nàng lại trong cung là ta chia lìa với một phần cơ thể. Ta cũng muốn có nàng bên mình, tuổi càng cao, ta càng thấy thiếu vắng nàng. Cẩm Vân bên cạnh, ngoan hiền nhưng không thể thay thế được nàng, nhất là giữa những năm tháng cô đơn này. Dừng lại lúc lâu như tư lự, ông tiếp, nhưng nói cho cùng, nàng biết đấy, cuộc đời chẳng có cái gì trọn vẹn cả. Chúng ta xa nhau cũng chẳng phí hoài. Những ngày xa ta, nàng đã làm được nhiều việc lớn mà cả đời Trãi này không làm nổi! Những ngày qua có dịp nhìn lại cuộc đời mình, ta nhận ra đời ta đã hết ngay khi đất nước không còn bóng giặc. Những năm sau đó chỉ là quãng đời thừa. Trong một bài thơ ta đã nói triều quan chẳng phải ẩn chẳng phải! Ta sống lay lắt bên lề của triều đình mà còn lâm vòng lao lý suýt bỏ mạng. Những năm đầu triều Thái tông, ta tưởng như một phen được thi thố thì lại bị làm nhục ê chề vì hoạn quan Lương Đăng. Cái lễ nhạc do tên đầy tớ ngu dốt này tạo ra là mối nhục của Đại Việt mà trước hết là mối nhục của Trãi này. Nhưng từ khi vào cung, nàng đã làm được biết bao điều ích nước lợi dân. Việc hạ bệ Lê Lễ là tiếng chuông cảnh tỉnh đối với đám quan lại vô dụng bám vào triều đình, những kẻ mũ cao áo dài mà chỉ là thứ phỗng sành. Nàng đã tập hợp được những danh ca danh cầm lưu lạc trong thiên hạ để bảo tồn âm nhạc cung đình rồi từng chút một, nàng xây dựng lại nhã nhạc. Lấy chính át tà, nàng chỉnh đốn lễ nhạc bát nháo của Lương Đăng. Làm điều này chính là nàng đã rửa nhục cho ta, cho lương tri cho trí tuệ Đại Việt. Nàng còn cứu được mẹ con Tiệp dư Ngọc Dao. Cứu một người phúc đẳng hà sa. Không chỉ cứu một người, nàng cứu dòng giống nhà Lê, hy vọng đem lại cho đất nước một ông vua sáng. Dừng lại nhìn Thị Lộ, Nguyễn Trãi nói tiếp: Có thể nàng chưa nhận ra nhưng chính nàng cải hóa nhà vua từ chàng trai trẻ hoang dã ít học trở thành vị hoàng đế có tâm, có trí đi trên con đường vương đạo. Biến cải nhà vua thành con người như vậy là cái phúc lớn của dân của nước. Cái việc tưởng chừng không ai làm nổi ấy nhưng nàng đã làm được.

- Tất cả những điều trên là do chàng dạy dỗ, là do thiếp học được từ chàng, là do công của chàng. Thị Lộ cúi đầu nói nhỏ.

- Thôi được, không nói công của ai nữa, mà ta với nàng cùng làm nhưng người thực hiện chính là nàng, cần biết bao nhiêu khôn ngoan bao nhiêu khéo léo, phải người bản lĩnh như nàng mới làm nổi. Sơ sẩy một chút, nàng phải trả giá, có khi bằng chính mạng sống của mình.

- Cảm ơn chàng đã hiểu thiếp nhưng.

Nguyễn Trãi vội ngắt lời:

- Thôi, chuyện còn dài, sau hãy nói. Nàng mệt rồi, nên đi nghỉ, ta còn phải viết xong bản tấu kịp trình hoàng thượng.

Miễn cưỡng Thị Lộ đứng lên khó nhọc lê bước về căn buồng của nàng ở nhà dưới. Nguyễn Trãi thẫn thờ ngây nhìn theo bóng vợ... Nàng đứng lặng giữa buồng. Căn buồng cùng giường chiếu tuy đã được sửa sang quét dọn nhưng vẫn âm thầm tỏa ra mùi lạnh lẽo của một nơi vắng chủ. Nàng gieo mình lên chiếc ghế bên bàn trang điểm, mặt cúi xuống. Thế là hết, nàng tự nhủ, nước mắt nàng tự nhiên ứa ra. Thế là hết, giữa chàng và ta không còn mối thâm tình chồng vợ ngày xưa. Trong lòng chàng ta không còn như xưa. Chàng vẫn ân cần chăm sóc, vẫn yêu thương trìu mến ta nhưng tuyệt nhiên không còn đằm thắm. Phải chăng vì chàng đã già? Phải chăng vì có Cẩm Vân bên cạnh khiến chàng thỏa mãn không còn khát khao đòi hỏi? Có, có tất cả những cái đó nhưng cái chính lại là những việc ta đã làm trong cung biến ta thành người xa lạ với chàng! Ta đã thực sự mất chàng! Quá đau khổ, nàng loạng choạng bước lại giường, gieo mình xuống chiếu. Ta đã phản bội chàng, ta là con đàn bà hư hỏng. Ta là kẻ có tội. Ta thật đáng chết! Ôi, ước gì ta chết được? Người nàng bỗng nhiên rét run lên. Mắt căng ra, đầu nhức buốt. Chiếc gối lụa dưới đầu nàng ướt nước. Những lúc cô đơn vầy, nàng lại nhớ đến quê nhà, đến làng Hải Hồ huyện Ngự Thiên phủ Tiên Hưng nhỏ bé của nàng bên sông Cái cuồn cuộn phù sa. Từ trên đê nhìn xuống, những bãi cói xanh ngút ngát. Trồng cói là nghề vất vả bán mặt cho đất bán lưng cho trời nhưng may sao nhà nàng có nghề dệt chiếu, cha nàng có nghề bốc thuốc, lại có chữ nghĩa nên chị em nàng ít phải chân lấm tay bùn. Nàng được cha cho học chữ thánh hiền, những tứ Thư, ngũ Kinh rồi thi phú. Lớn lên, nàng xinh đẹp nhất vùng, có tài thơ văn, đối đáp. Do vậy thường được cha cùng các chú các bác trong phường chiếu cho lên kinh thành bán chiếu gon. Nhờ lên kinh thành mà nàng học được nhiều điều hay nết tốt của người kẻ chợ. Chiếu của phường dệt Hải Hồ bền và đẹp nổi tiếng kinh thành, thêm cái duyên bán hàng của nàng khiến chiếu càng thêm đắt nên phường quyết định thuê nhà ở kinh thành làm cửa hàng và nàng ở luôn kinh thành bán chiếu. Nàng thường theo xe đi giao chiếu cho khách. Một lần đi giao hàng, có một văn nhân tuổi trạc tứ tuần dáng hào hoa phong nhã xem vẻ người có học, đi theo nàng một đỗi đường, hỏi mua chiếu rồi ghẹo nàng bằng bài thơ Quốc âm:

Cô ả từ đâu bán chiếu gon?
Chẳng hay chiếu ấy hết hay còn?
Xuân thu mấy độ bao nhiêu tuổi?
Đã có chồng chưa? Đã mấy con?

Bốn câu thơ có vẻ bông đùa nhưng tế nhị, lại tỏ ra mối quan tâm muốn biết đến đầu nguồn lạch sông nên nàng ứng khẩu họa lại bài thơ của người tài tử với vẻ lễ độ, chân thành nhưng cũng pha một chút đáo để:

Thiếp ở Hải Hồ bán chiếu gon,
Nỗi chi ông hỏi hết hay còn
Xuân thu nay mới đôi mươi lẻ
Chồng còn chưa có, có chi con!

Không ngờ người ấy lại là Nguyễn Trãi, cháu ngoại quan Tư đồ Trần Nguyên Đán, là con quan Hàn lâm viện học sĩ kiêm Tư nghiệp Quốc tử giám Nguyễn Phi Khanh, đỗ thái học sinh, từng giữ chức Ngự sử đài chánh chưởng thời nhà Hồ, hiện bị quân Minh giam lỏng ở thành Đông Quan. Cuộc gặp gỡ tình cờ đã thành duyên phận gắn bó nàng với chàng. Nàng cùng chàng trốn vào Thanh theo Thái tổ. Không phải một sớm một chiều, mối tình bền chắc vậy mà bây giờ! Không trách ai được, nàng chỉ tự trách mình và nhẫn nha uống đến giọt cuối cùng chén đắng!

Nguyễn Trãi ngồi lặng lẽ trên ghế như một bức tượng, chòm râu thưa im phăng phắc, trong đầu bộn bề bao ý nghĩ. Khi để nàng vào cung, ông chỉ có nỗi buồn là xa nàng. Nhưng trong cái thế bất khả kháng ấy, ông cũng thấy lóe lên tia hy vọng: ở trong cung, nàng có thể làm được việc ích nước lợi dân. Chưa bao giờ ông ngờ tới chuyện gian díu giữa nhà vua và nàng. Nhà vua còn quá trẻ, với biết bao cung tần mỹ nữ bên cạnh, làm sao lại có chuyện này khác với người đàn bà lớn hơn tuổi mẹ mình? Trong suy nghĩ của ông, đấy là chuyện vô luân không thể tưởng tượng nổi! Khi ông biết được thì chuyện đã rồi. Cơ sự đã vậy, bất khả vãn hồi! Ông cay đắng nhận ra sự thật phũ phàng! Có người an ủi ông: Cầm lòng vậy, cùng lắm Thị Lộ cũng chỉ là vợ lẽ. Vợ lẽ, nàng hầu có đáng gì! Vợ lẽ nàng hầu rẻ rúng đấy nhưng là sở hữu, là danh dự của đấng nam nhi! Không chỉ vậy, nàng với ông là vô giá, ông quý hơn tất cả. Chính vì vậy, dù suy nghĩ cách nào thì với ông vẫn là nỗi đau là nỗi nhức nhối. Là cục xương mắc giữa cổ, nhả không ra, nuốt không vào! Không thể nói cách nào khác, nàng đã phản bội ông! Chính nàng đã vấy vết nhơ, vấy nỗi điếm nhục lên mặt ông! Chính nàng đã đánh một đòn chí tử vào lòng tự hào vào sĩ diện của ông. Vào triều, những kẻ đầy tớ thấp hèn như Lương Đăng, Đinh Phúc, Đinh Thắng bề ngoài ra vẻ khúm núm thưa gửi nhưng rồi nhìn ông với cái nhìn giễu cợt. Bạn đồng liêu nhiều người không tán thành. Ai có tội trong chuyện này? Nàng! Chính là nàng! Nàng có thể từ quan trở về cuộc sống đạm bạc. Vì sao nàng đã không làm cái việc lẽ ra phải làm ấy? Phải chăng sống trong cung, cái bả phú quý làm nàng mờ mắt? Phú quý cũng dễ lung lạc người ta! Nhưng với nàng không chỉ phú quý mà còn quyền lực. Được vua sủng ái, có kẻ hầu người hạ, có quyền sai phái cắt đặt, giáng chức người này, thăng chức người kia cũng là nỗi ham hố của con người, nhất là với đàn bà! Vẫn chưa hết, với nàng còn là ái tình ông nghĩ và đấy chính là điều ông sợ nhất, cố lờ đi nhưng cuối cùng, nó cứ lồ lộ hiện ra khiến ông đành cay đắng chấp nhận. Ở tuổi ngoài bốn mươi nàng là người đàn bà hồi xuân tràn đầy sức sống. Tình yêu của vì đế vương trẻ tuổi như mồi lửa bén vào đống rơm khô. Cái mà ông già như ta không còn thì nhà vua dồi dào sung mãn. Dân gian chẳng nói Nạ dòng vớ được trai tơ, đêm nằm tơ tưởng như mơ được vàng. đó sao? Không từ quan trở về với ta là nàng đã đi theo tiếng gọi đó, đi theo sự lựa chọn của con tim nàng. Đã là lựa chọn của nàng, ta còn biết làm sao đây? Sẽ trừng trị đánh đập nàng như một kẻ vũ phu ư? Không thể! Không chỉ vì tình địch của ông là đức vua mà còn vì danh dự của ông, danh dự của nàng và vì tình yêu của ông với nàng sâu nặng lắm! Ông cũng không thể giương ngọn cờ khởi loạn chống lại nhà vua vô đạo! Trong mắt ông, nhà vua là bậc minh quân. Sau khi tách khỏi đám quyền thần Lê Sát, Lê Ngân, nhà vua quyết đoán nhiều việc sáng suốt. Trong dân gian từng có câu hát ca ngợi công đức của người: Đời vua Thái tổ Thái tông, lúa má đầy đồng trâu chẳng buồn ăn! Một ông vua như thế không phải là hôn quân vô đạo. Và cũng chính bởi nhà vua anh minh nên nàng mới yêu! Phải nói là trong cơn khủng hoảng ban đầu, ông thực sự bối rối, không tìm ra cách giải thoát nên chỉ để mặc nỗi đau nỗi buồn vò xé tâm can. Ông âm thầm sống nơi đây, không về triều, không liên hệ với nàng. Rồi với năm tháng, nỗi đau có nguôi ngoai đi. Ông nhận ra trong cách ứng xử của nàng có điều gì đó hợp lý. Cái lý thật đa đoan của cuộc đời. Mỗi con người là một tiểu vũ trụ. Cái tiểu vũ trụ của nàng cũng thiêng liêng như vũ trụ của ông. Vậy vì lẽ gì, nàng lại thành một vật sở hữu của ông? Ông có năm thê bảy thiếp, có Cẩm Vân kề bên sao lại bắt nàng phải chung thủy? Mà nào ông có thể đem lại cho nàng niềm vui? Một con người tài trí như nàng có thể bình lặng trong cái ao nhỏ của riêng ông nhưng khi ra biển, nàng là rồng là giao long vùng vẫy! Nàng là gió. Làm sao có thể nhốt gió? Nghĩ lại, ông thấy, trong tình yêu ông dành cho nàng có lẫn cả tình cha con. Trong yêu chiều có việc dạy bảo. Trong những đêm xa cách, ông dần dần thông cảm và tha thứ cho nàng. Trong hoàn cảnh éo le bất khả kháng của mình, ông tìm ra cách ứng xử riêng. Giữ mối tình cảm tốt đẹp với nàng, ông bày vẽ cho nàng giúp nhà vua làm những việc hữu ích. Và với vốn thông minh cùng trái tim nhân hậu sẵn có, nàng đã làm được nhiều việc mà thú thật ông hay bất kỳ người nào khác không làm nổi. Và cũng phải nhận rằng, nhờ có nàng vào cung mà trong mắt nhà vua, vai trò của ông được nâng lên. Nhà vua hiểu ông hơn, tin ông hơn nên giao cho làm những việc có thực chất. Phải nhận là, từ sau ngày chiến thắng, những năm tháng này ông được sủng ái nhất! Tuy nghĩ vậy nhưng Nguyễn Trãi vẫn thấy có điều gì đó không ổn dày vò ông. Trước đây nàng ở xa ông, mọi suy nghĩ của ông đều rõ ràng. Nay nàng trở lại cùng ông trong một mái nhà, có một điều buộc ông phải quyết định. Từ lâu ông lờ mờ nhận ra trong ông tình chồng vợ với nàng đã phai nhạt. Nay dưới cùng mái nhà với nàng là một thử thách: có thể nào sau những chuyện như vậy, ông lại gần gũi với nàng về thân xác? Ông thấy không thể! Nếu chung đụng với nàng, ông sẽ phạm tội với chính mình, với những điều thầm kín trong lòng. Ông nghĩ, tốt hơn cả là coi nàng như người bạn để giữ lại những điều tốt đẹp của ngày qua... Nhớ đến công việc còn phải làm, Nguyễn Trãi dập tắt những dòng ý nghĩ miên man, cầm lấy bút viết tiếp bản tấu. Nhưng chỉ được mấy dòng, ông buông bút ngồi thừ người ra... Lát sau ông đứng dậy ra khỏi thư phòng. Như người mộng du, bàn chân đưa ông qua khoảng sân hẹp. Ông e dè rón rén đạp lên ánh trăng suông vằng vặc rồi lẻn vào dưới mái hiên. Qua song triện cửa sổ, ánh trăng vẽ lên rõ mồn một thân hình nàng ngồn ngộn với bắp chân trần ghếch lên khêu gợi. Nàng là của ta, ông nghĩ, ta là sở hữu chủ, ta có toàn quyền. Trong óc ông hiện về niềm khoái lạc mê ly nàng từng đem lại. Lúc này nó dậy lên trong ông sự khát thèm. Nàng cũng đang chờ ta trong khát khao dâng hiến. Chỉ cần đẩy nhẹ cánh cửa, một thế giới kỳ diệu hiện ra. Chợt tiếng kêu thét lên khiến ông giật mình nấp vào sau cửa sổ. Ông nhận ra tiếng ré gào đực của con mèo trên mái nhà rồi tiếp đó là tiếng chân thú rượt đuổi nhau. Thảng thốt, nàng giật mình bật dậy nhìn quanh ngơ ngác. Rồi nhận ra không có gì nguy hiểm, nàng nằm xuống buông tiếng thở dài. Mọi xúc cảm nơi ông tắt lặng, Nguyễn cúi đầu thất thểu trở lại thư phòng.

***

Sáng ra, giấc ngủ muộn màng của Thị Lộ bị tiếng hót líu lo của đàn sáo đá trên cây mít chái nhà đánh thức. Bị thức giấc bất thần nàng nhăn mày bực bội với lũ chim trời nhưng rồi nàng bỗng nhớ, lũ sáo là chiếc đồng hồ quen thuộc của nàng. Biết bao nhiêu buổi sáng hạnh phúc nàng thức giấc trong tiếng đàn sáo ríu ran rộn rã. Chúng như bầy trẻ thơ vô tư đem lại cho nàng niềm vui sống. Nàng cũng vô tư thơ trẻ như đàn sáo trong sự yêu chiều của chàng, trong cuộc sống yên bình ung dung tự tại. Chàng gọi đó là địa sáo, tiếng của đất sinh sôi. Có lẽ hôm nay tiếng bầy sáo vẫn vô tư thơ trẻ như xưa nhưng tâm sự nàng thì khác. Dù quá mệt sau một đêm mất ngủ, nàng vẫn phải dậy để hòa vào không khí gia đình. Khi nàng ra sân, đã thấy Nguyễn đang tập bài quyền quen thuộc của người. Nàng nhớ là bài quyền dưỡng sinh này nhà sư chùa Huy Văn dạy chàng trước khi theo vào Thanh với Đức Thái tổ. Từ đó không khi nào người bỏ tập, lấy nó làm phương tiện bồi bổ sức khỏe.

Thị Lộ đến gần chồng khi ông tập xong bài quyền. Nàng hỏi:

- Đêm qua lão gia ngủ ngon không?

- Ta thức khuya nên sáng dậy có hơi mệt. Còn nàng lạ nhà có ngủ được không?

- Thiếp hơi mệt nên cũng khó ngủ!

Sau đó nàng theo ông thăm cây cảnh trong vườn. Vườn cây coi vẻ kém sắc vì mưa nhiều, những bụi cúc đại đóa được chăm chút đặc biệt dành cho dịp Trùng

Cửu có vài cành bị sâu cắn gẫy gục trong đêm. Nhìn vết sâu, nhớ lại những ngày nhỏ trồng rau trồng đậu ở làng Tân Lễ, nàng nói :

- Chắc là sâu xám. Đêm lên cắn phá rồi ban ngày nó chui xuống đất. Nói rồi nàng lấy cái bay đào nhẹ vào đất ẩm sát gốc cây. Vài nhát bay, nàng gẩy lên con sâu lớn. Lom khom đứng bên nàng, Nguyễn Trãi lặng lẽ ngắm bàn tay nàng quen thuộc. Ông nén tiếng thở dài.

Nàng Cẩm Vân đến gần hai người nói nhỏ:

- Mời ông cùng phu nhân vào xơi cơm.

Ra cầu ao rửa tay chân, hai người trở lại nhà trên. Trên sập gụ trải chiếu hoa là chiếc mâm thau trên đó có dĩa dưa cải vàng ruộm và dĩa tôm cờ kho nỏ nồi, bát nhỏ nước mắm trên có mấy khoanh ớt đỏ, hai cái bát hai đôi đũa. Một niêu đất nhỏ đặt trên cái đôn sứ. Thị Lộ ngồi ghé vào chiếu, mở vung niêu cơm. Mùi cơm gạo tám xoan bay ra thơm nức. Dùng đôi đũa cả nhỏ đánh cơm rồi xới ra một bát, nàng đưa bát cơm cho chồng:

- Mời lão gia!

Nguyễn Trãi nhìn nàng:

- Phu nhân ăn luôn thể.

- Lão gia xơi trước, chốc nữa thiếp ăn cùng Cẩm Vân. Tuy đi xa nhưng nàng vẫn nhớ nếp nhà, bao giờ Nguyễn Trãi cũng ăn trước sau đó mới đến mọi người. Được ngồi hầu hạ chồng cũng là hạnh phúc của nàng. Hết bát cơm thứ hai, Nguyễn Trãi buông bát. Thị Lộ lấy quả chuối tiêu trên bàn, bẻ đôi bóc vỏ đưa cho chồng. Nhận quả chuối, ăn chậm rãi ngon lành rồi ông đứng dậy, bước ra thềm nơi cái giá để sẵn thau nước cùng khăn, súc miệng rửa tay lau mặt. Trong khi lão Mộc mang mâm cơm xuống nhà dưới thì Thị Lộ pha chè đặt trên bàn nước ở gian giữa, nàng ân cần mời chồng uống nước. Sau tuần nước, phu cáng túc trực trước sân rước ông vào Dinh trấn. Thị Lộ, Cẩm Vân cùng người nhà tiễn ông ra ngõ. Chào mọi người, Nguyễn Trãi lên cáng.

Nàng nhìn trân trối theo chiếc cáng. Hồn vía nàng cũng như từ bỏ nàng phiêu diêu theo chiếc cáng đi như bay trên con đường vắng rồi mất hút sau hàng cây xanh mờ. Sa xẩm mặt mày, nàng loạng choạng bước vào chiếc sân rộng mênh mông. Nàng thấy trống vắng đến sững sờ. Suốt đêm qua nàng khắc khoải trong thắc thỏm chờ đợi. Nhắm mắt lại, nàng nghe mơ hồ một bước chân, một tiếng kẹt cửa. Một làn gió thoảng, một chiếc lá rụng cũng làm nàng hồi hộp lắng nghe, bồn chồn. Tim đập mạnh, người nàng căng cứng, mồ hôi rịn ra ở chân tóc trước trán. Hy vọng đấy rồi lại thất vọng ngay đấy khi mọi việc trở về im lặng, cái lặng im đau đớn khắc nghiệt. Gần sáng, nàng giật mình chợt tỉnh thức sau giấc ngủ ngắn thiếp đi vì mệt mỏi. "Vậy là chàng không vào! Nàng nghĩ, đúng là chàng bận nhưng cái chính là tình yêu của chàng đã chết. Chàng đã biết mọi chuyện của mình trong cung. Vẫn tỏ ra thương yêu chăm sóc mình nhưng chàng đã đắp bức thành ngăn cách với mình. Vậy là ta đã mất chàng thật rồi!" Thật lòng nàng mong chàng tới không phải vì ham hố xác thịt mà là mong cái dấu hiệu cái biểu hiện của tình chồng vợ. Nếu đến với nàng, tức là chàng tha thứ cho nàng. Không đến có nghĩa là chàng không tha thứ! Nhận ra điều phũ phàng ấy, nàng thấy người mình bỗng chống chế như con thuyền không lái giữa biển khơi đầy bão tố. Nàng thấy mình như cái cây bị bật khỏi gốc, không còn nơi bám víu. Nàng trở thành kẻ trắng tay, mất chồng, không con, sống trong một gia đình hờ. Một thảm kịch, nàng nghĩ. Thảm kịch do chính ta, chính con dâm phụ này gây nên. Chàng không có lỗi. Lỗi cũng không ở Nguyên Long. Con người Nguyên Long là vậy, không ai trách được chàng. Chính ta phải tự trách mình. Nếu ta trung trinh chính chuyên, ta có thể từ chối, trở về tổ ấm của mình. Việc đó không ai cấm. Chính là tại ta. Ta không kiên tâm không tự chủ để rồi mê muội vì tình yêu của Nguyên Long. Ta thành kẻ phản bội, thành dâm phụ. Hình phạt này chính ta phải gánh lấy. Buồn bã thất vọng, nàng trở về phòng, nằm vật ra giường. Nàng nấc lên như con trẻ. Nước mắt ướt đẫm gối lụa. Nhưng chỉ giây sau nàng giật mình vùng dậy. Không, ta không thể, không có quyền buông thả. Nàng biết rằng trong ngôi nhà không còn là của mình này, có những đôi mắt đang nhìn nàng dò xét. Nàng không thể để người ngoài thấy nỗi đau nỗi thất vọng của mình. Nàng hiểu rằng Cẩm Vân đã biết tình cảnh của nàng đêm qua. Đêm qua cô ta đã tế nhị nhường chàng cho ta. Nhưng ngay cả điều đó ta cũng không được hưởng! Sáng ra nàng lén tìm trên mặt Cẩm Vân những biểu hiện của sự mỉa mai giễu cợt nhưng không hề thấy. Ta đã mất tất cả, chỉ còn lại cái vỏ kiêu hãnh. Phải, cái vỏ kiêu hãnh! Không thể để người khác thấy thất bại của ta, lấy đi chỗ bám víu cuối cùng của ta! Ta phải ngửng đầu. Lau nước mắt, nàng mạnh dạn đứng dậy, bước lại bàn trang điểm, thoa chút son lên gò má nhợt nhạt. Bước chân đến cửa, ngoái lại nhìn, nàng thấy tiếc thấy thèm được như ngày xưa, những lúc buồn được một mình trong chiếc giường riêng tư nhấm nháp nỗi đau cùng nước mắt. Thảm hại thay với nàng, điều riêng tư nhỏ nhoi ấy bây giờ cũng không còn nữa!

Nàng bước ra sân. Chan hòa nắng. Sau những ngày mưa âm u, nắng bừng lên trong suốt vàng ong. Trời xanh ngát, những đám mây mỏng nhởn nhơ bay. Và gió thổi hiu hiu. Trong nắng sớm, giữa sự khoáng đạt vô tư của thiên nhiên, nàng cảm thấy hồn mình vơi nhẹ. Vừa lúc đó Cẩm Vân từ phía sau bước tới. Nàng nói:

- Cẩm Vân đấy à, chị đang muốn tìm em.

- Phu nhân có gì dạy bảo ạ? Giọng Cẩm Vân lễ phép.

- Em đừng nói thế, chị chỉ mốn gặp em nói chuyện thôi, chả là hôm qua cập rập quá.

- Em cảm ơn chị đã đem quà về cho em. Hoàng thượng người có khỏe không, thưa chị?

- Hoàng thượng khỏe và vui. Người vẫn nhớ đến em. Bữa chị về, trao quà của em cho chị, người nói: chỗ này nàng thay ta tặng nàng Cẩm Vân. Cho ta hỏi thăm nàng và nhắc nàng ráng chăm sóc quan Thừa chỉ.

- Cảm ơn hoàng thượng đã nhớ đến em. Em sẽ hết lòng hầu hạ lão gia.

Hai chị em dắt tay nhau bước theo con đường lát gạch trong vườn cây râm mát bóng nhãn vải cùng những cây bưởi trĩu quả màu lá mạ tròn căng vít cong đầu cành. Từ góc vườn hương ngọc lan tỏa thơm thoang thoảng.

- Ta cảm ơn em. Về nhà, thấy ông khỏe mạnh, nhà cửa gọn gàng, chị rất vui. Em biết không, đấy vốn là công việc của chị nhưng chị không làm được lại đẩy sang vai em. Nhưng chị hỏi thật, em sống có vui không?

- Thưa chị, vui lắm ạ. Lão gia tuy nghiêm nhưng rất hiền và tốt bụng. Biết chiều ý người nên em cũng được người thương. Từ khi em có thai, người càng quý em hơn. Nói tới đây, nàng đỏ mặt, cúi xuống. Ngẩng lên, nàng hỏi: Trong cung hồi này vui lắm hả chị, em nghe lão gia nói.

- Ông nói sao?

- Nói, phu nhân vào cung, đem chữ thánh hiền rồi đem ca, vũ dạy cho cung nữ nên trong cung rất vui. Các cung nữ được học chữ, rồi ai có năng khiếu gì được theo ngành ấy học thành tài. Lão gia khen phu nhân lắm.

- Người khen như thế nào?

- Người khen phu nhân sáng dạ, biết lo cho dân cho nước. Bỗng nhiên giọng Cẩm Vân trở nên sôi nổi, lão gia quý phu nhân lắm! Mỗi khi cùng em ra vườn chăm cây, người thường chỉ vào từng cây, nói, cây này cây kia do phu nhân trồng, rồi cách phu nhân chăm cây như thế nào.

- Lão gia có vui không?

Im lặng lúc lâu như suy nghĩ, Cẩm Vân nói thật lòng:

- Em cảm thấy người có nhiều tâm sự. Có những lúc người ngồi một mình, như suy nghĩ gì đó, đăm chiêu lắm.

- Có nhiều người đến chơi với lão gia không?

- Không nhiều lắm. Thỉnh thoảng sư cụ chùa Côn Sơn đến thăm. Đôi khi mấy ông quan trong dinh đến nhà. Lâu lắm mới có vị quan trong triều tới.

- Lão gia có hay làm thơ không?

- Em thấy người đọc rồi viết nhiều, cũng có khi hứng lên, người ngâm ngợi một mình.

- Vậy có khi nào người đọc thơ cho em nghe không?

- Không, không có đâu, chưa bao giờ người đọc thơ cho em nghe cả!

- Người còn hay đi dạo trong rừng thông không?

- Có, nhiều buổi chiều người một mình chống gậy lên rừng thông, qua suối, có khi trăng lên mới về. Những ngày ấy em lo đến thắt ruột, chỉ sợ có chuyện gì xảy ra.

Nắm tay Cẩm Vân, nàng lặng im, nghe lòng mình tê tái. Chàng thật cô đơn. Chàng sinh ra để cô đơn. Trước đây có mình là bầu bạn. Không có mình, chàng bầu bạn với ai? Thương chàng muốn thắt ruột.

Buổi chiều, nàng lên chùa dâng hương trên bàn thờ Phật rồi xuống nhà tổ thắp hương trước linh vị Tam tổ Trúc Lâm và ông bà ngoại Trần Nguyên Đán. Rời chùa, nàng bước theo bờ suối. Sau những ngày mưa, nước ào ạt chảy, reo vui. Lội qua suối mát lạnh, đứng sững giây lâu trước hòn đá bàn lớn, nàng nhớ lại những ngày xưa yên ả. Sau khi tắm suối, Nguyễn Trãi lên nằm khểnh trên đá bàn, dưới bóng thông mát rượi nghêu ngao ngâm thơ.

Theo lối mòn, dưới rừng thông, nàng tới viếng mộ của cha chồng. Ngôi mộ xây bằng đá núi. Những cây thông cổ thụ cao vút xòe cành lá như những ô những lọng che mát rượi. Gió miên man rì rào bài ca của vô cùng. Nàng thắp lên một bó hương. Hương trầm tỏa lan hòa với mùi hăng hắc của rừng thông. Làn khói xanh bay là là trên ngọn cỏ lưa thưa. Nằm dưới đất sâu là người cha chồng mà nàng chưa bao giờ gặp mặt. Một con người tài trí mà bất hạnh. Những năm dài bị chìm lấp dưới triều nhà Trần. Khi nhà Hồ lên, mở mặt với đời chỉ được mấy năm lại lâm vòng tù tội lưu đày, bỏ thân ở xứ người. Nhìn ngôi mộ đơn côi lưa thưa cỏ phủ lá thông nâu trong rừng vắng mang vẻ thê lương, nàng bỗng chạnh lòng buồn. Buồn cho người thiên cổ, lại càng buồn cho mình. Rời ngôi mộ, theo lối mòn lên cao, tới nơi có bàn cờ tiên, nàng quay lại ngắm nhìn toàn cảnh núi Kỳ Lân quen thuộc. Không biết bao lần nàng đã cùng Nguyễn Trãi lên đây. Mỗi gốc cây ngọn cỏ, mỗi hòn đá đều gợi nhớ đến người. Không hiểu sao hôm nay nàng cảm thấy cảnh cũ bỗng trở thành xa lạ. Như có cái gì đó ngăn cách với nàng, rời bỏ nàng, không thuộc về nàng.

Trời đã chiều, nàng xuống núi trở về nhà. Sau khi tắm rửa thay quần áo, nàng ra sân đi vơ vẩn như ngắm cảnh, ruột nóng như đốt, nàng dõi nhìn con đường dài hun hút trong chiều muộn. Một người lính cưỡi ngựa dừng trước ngõ. Xuống ngựa, chạy vội vào, anh ta nói với nàng:

- Bẩm phu nhân, quan lớn sai con về báo với phu nhân rằng đêm nay quan lớn còn ở lại nghênh giá nên không về được!

Đứng lặng như trời trồng giữa sân, nàng nhìn theo bóng người lính ra khỏi cổng. Vậy là đêm nay vắng chàng. Chàng không về. Thất vọng, nàng lặng lẽ bước vào căn nhà đang chìm trong hoàng hôn. Đêm ấy, sau khi chuyện trò với Cẩm Vân, nàng vào thư phòng của chồng. Đốt đèn lên, nàng tìm trong giá sách, chọn ra hai tập sách quen thuộc là bản thảo thơ Quốc âm thi tập và Ức Trai thi tập. Ôm hai tập bản thảo vào lòng, nàng thầm nói: "Đây chính là chàng, là tâm hồn là trí tuệ chàng. Thử xem những ngày xa ta chàng sống ra sao?" Mở tập thơ chữ Hán ra, lướt qua những bài quen thuộc cũ, nàng đọc bài mới:

HỨNG CHIỀU

Nhà quạnh xóm cùng khổ vắng teo,
Khăn thâm gậy trúc dạo quanh chiều.
Bãi thôn bóng xế cây đeo ráng,
Đường nội người thưa nước ngập kiều.
Kim cổ không cùng, sông bát ngát,
Anh hùng mang hận, lá veo veo.
Trở về một chắc lan can tựa.
Lạnh lẽo gương thiềm khoảng biếc treo.

Nhắm mắt lại, nàng thấy như hiện ra trước mắt, một buổi chiều thu muộn, ráng in trên hàng cây bên đường vắng, trong xóm núi tiêu sơ hiu quạnh, chàng phong phanh áo mỏng khăn đen chống gậy trúc một mình dạo bước, ngắm dòng sông bát ngát, nghĩ tới sự vô cùng của trời đất, càng thêm sâu mối hận của người anh hùng. Trở về nhà, người đơn côi một thân một mình tựa lan can ngắm mảnh trăng lạnh treo chênh chếch trên vòm trời biếc. Cái tiêu sơ vắng vẻ của xóm núi này nàng quá hiểu. Nàng cũng hiểu nỗi cô đơn một mình một bóng của chàng. Nhưng càng ghê gớm hơn là nỗi cô đơn nỗi đau trong lòng người anh hùng ôm hận. "Chính mình làm đau thêm nỗi đau của chàng." Nàng nghĩ.

Cả buổi sáng hôm sau nàng ở trong thư phòng của chồng. Nàng nhận ra, ngoài việc lên núi ngắm cảnh thì những lúc Nguyễn Trãi vắng nhà, đây là nơi ẩn trốn an toàn của mình. Nàng đọc sách, suy nghĩ tự do bộc lộ tâm trạng mà không sợ con mắt nhìn tọc mạch nào nhòm ngó. Đọc hết tập thơ Quốc âm, nàng như thấy hiện lên tấm lòng của chồng, một tấm lòng trung quân ái quốc đau đáu nhưng đó cũng là nỗi đau nỗi buồn sâu thẳm của con người hữu tài mà chí không thỏa. Thấm nỗi đau của chồng, nàng càng thương chồng lại càng ân hận về tội lỗi của mình. Tuy vậy, những bài thơ cũng gợi lên trong lòng nàng nỗi buồn riêng: không một ý thơ nào của người nhắc đến nàng! Phải chăng nàng không hề có vị trí trong suy nghĩ của chàng? Bao nhà thơ kim cổ viết thơ về vợ họ, những hoài nội, ký nội. vậy mà trong mấy trăm bài thơ của chàng không một dòng một chữ nói về con người từng đầu gối tay ấp từng những ngày gối đất nằm sương. Một thoáng buồn se thắt lòng nàng. Nàng thầm trách chàng vô tâm! Đến chiều thì nàng không còn lòng dạ nào để đọc sách nữa, ruột nóng như lửa, nàng ra dạo vơ vẩn trong vườn, ngắm cây trái, ao cá, nhìn đàn cá tung tăng dưới làn nước trong veo. Tuy vẩn vơ ngắm cảnh nhưng nàng thỉnh thoảng lại liếc nhìn ra ngõ. Nguyễn Trãi về muộn. Khi chiếc cáng quen thuộc hiện ra, nàng rảo bước đi tới. Chiếc cáng dừng lại ở giữa sân. Từ trên cáng bước xuống, Nguyễn Trãi loạng choạng trong bước đi đầu tiên. Nàng tiến lại gần, đỡ tay chồng, cầm lấy chiếc tráp rồi cùng chàng vào nhà.

Đêm xuống. Như đêm trước, Nguyễn Trãi lại chong đèn trước án thư. Nàng lại một mình vò võ đơn côi trong phòng. Trằn trọc mãi không sao ngủ được, trở dậy, thật nhẹ nhàng, nàng bước chân không trên nền gạch lạnh, đi về phía thư phòng. Tới cửa, nàng đứng nhìn chồng ngồi lặng lẽ, chòm râu im phăng phắc trước án thư, nét mặt đăm chiêu. Nhẹ nhàng như một con mèo, nàng bước tới gần, quỳ xuống. Không biết nàng đến, Nguyễn Trãi vẫn mê mải đọc, chỉ lâu lâu tiếng lật sách kêu sột soạt. "Tướng công!" Nàng lên tiếng. Chòm râu cước của Ức Trai rung động. Giật mình, thấy nàng đang qùy dưới chân, ông sửng sốt lêu lên: "Nàng! Sao lại thế này? Đứng dậy đi!" "Tướng công! Thiếp có tội với chàng. Xin người giáng tội!" "Sao nàng lại nói vậy? Thì nàng đứng dậy đã" "Xin tướng công giáng tội cho thiếp!" Không còn cách nào khác, Nguyễn Trãi cúi xuống, nâng vợ dậy. Nàng không chịu đứng lên, khăng khăng nói: "Xin tướng công giáng tội cho thiếp!" Ông đành nghiêm giọng: "Có gì thì nàng hãy đứng dậy rồi nói. Đừng làm vậy khó cho ta!" Vừa nói ông vừa nâng người nàng đứng lên. Đặt ngồi phía đối diện.

"Thiếp đã phụ chàng!" Nàng nói rồi bật khóc. "Thiếp đã phụ chàng. Xin chàng trị tội thiếp! Chàng đánh thiếp, giết thiếp cũng được. Xin chàng đừng ghét bỏ thiếp!" Nguyễn Trãi vô cùng bối rối. Ông không ngờ một cơ sự thế này. Ông càng không chịu được nước mắt. Đưa chiếc khăn cho vợ, ông nói: Nàng hãy nín đi! Nhìn vợ lau nước mắt trong tiếng nấc, ông nói nhỏ và chậm như tự nói với mình:

- Khi chuyện xẩy ra, ta vô cùng đau khổ vì người yêu thương nhất đã phản bội ta. Ta trách nhà vua đã xúc phạm ta. Quả thực lúc đó ta thù hận nàng. Nhưng rồi, khi uống cạn nỗi đau, ta hiểu ra, nàng không phản bội ta mà nàng chỉ theo tiếng gọi của lòng nàng. Nàng yêu ta khi còn quá trẻ, những năm tháng bên ta, tình yêu của nàng đã khuôn theo tình cảm của ta. Nay khi gặp một người như Nguyên Long, những tình cảm từ lâu bị kìm nén trong lòng bừng tỉnh, thúc giục nàng tìm những cái mà nàng vì ta đã để mất. Ta hiểu việc nàng làm. Ta già rồi không thể cho nàng những cái nàng có quyền được hưởng. Lẽ nào ta lại cấm đoán niềm vui, cấm đoán hạnh phúc của nàng? Thiên hạ chê những ông vua ngày xưa khi chết bắt thê thiếp chết theo. Nhưng nếu cấm đoán nàng, thì ta có khác gì một bạo chúa bắt nàng chôn vùi tuổi trẻ. Chính vì vậy, ta từ lâu đã thông cảm với nàng.

- Tướng công tha thứ cho thiếp ? Thị Lộ nói trong tiếng nấc tức tưởi.

- Ta nói ta thông cảm. Ta có quyền gì mà tha thứ với không tha thứ? Đó là quyền của nàng!

- Nhưng tướng công đã không gần gũi thiếp, đã không coi thiếp là vợ nữa!

Trầm ngâm một lúc, Nguyễn Trãi nói:

- Nàng tha thứ cho ta. Từ ngày đó, ta vẫn thương nàng, vẫn trọng nàng, vẫn yêu nàng. Đấy là tình yêu hơn hai mươi năm của chúng ta. Hai mươi năm chung tình, không vẩn đục, sáng trong như băng tuyết. Hai mươi năm còn một chút này! Tình yêu ấy không cho phép ta.

- Vậy là chàng khinh rẻ thiếp, không coi thiếp là vợ chàng? Nàng kêu lên thảng thốt bằng giọng kêu van của kẻ tội đồ bị đem ra hành hình.

- Không! Nàng vẫn là vợ ta. Ta không hề coi rẻ nàng. Nhưng ta không thể.

Uất ức và thất vọng, nàng vội dứng lên, chạy vụt ra ngoài. Nguyễn Trãi cập rập bước theo nàng. Dưới ánh trăng mờ, ông thấy nàng chạy tới bờ ao, đến bên gốc sung, như người muốn gieo mình xuống nước. Chạy vội tới, ông nắm lấy tay nàng. An ủi vỗ về cho nàng nguôi ngoai rồi ông nắm tay dắt nàng về phòng của nàng. Nhìn nàng nằm quay mặt vào phía trong, ông lặng lẽ trở lại thư phòng.

***

Với Thị Lộ, những ngày còn lại ở Côn Sơn là những ngày buồn thảm. Những ngày dài vô tận. Nguyễn Trãi chầu hầu bên nhà vua có nhiều đêm không về. Những đêm ấy nàng nhớ nàng mong trong cảm giác trống vắng đến xót xa. Những đêm ông về thì cùng một nhà mà cách xa vời vợi. Hai người như ở hai phương trời xa lắc. Cái mất mát càng gần gũi hơn, càng cụ thể hơn, tái tê, nhức buốt. Sự tuyệt vọng càng ghê gớm hơn. Tất cả nói lên một điều như bản án tử hình: nàng mãi mãi mất ông! Mất ngủ, dằn vặt, khổ đau khiến người nàng mệt mỏi rã rời như tan ra thành nước. Tuy vậy, bất hạnh thay, nàng không có quyền buông thả, không có quyền mệt mỏi, không có quyền làm như ý mình. Vẫn phải vui trước gia nhân, trước nàng Cẩm Vân, trước những người khách của chồng. Nàng còn việc lớn phải làm là đôn đốc gia nhân sửa sang thu dọn nhà cửa để đón nhà vua đến thăm.

Ngày cuối của kỳ duyệt trận, Nguyễn Trãi ở nhà, cùng nàng đón quan Lễ bộ thượng thư Đào Công Soạn, quan Trung thừa Bùi Cầm Hổ cùng viên quan của nội cung kiểm tra những việc cuối cùng trước khi tiếp giá. Cả quan thượng thư, cả quan trung thừa vốn rất nể Nguyễn Trãi. Trong công việc nghênh giá này, họ càng nể bà Lộ. Vì vậy, những việc gì vừa mắt bà, họ cũng thuận lòng mà không bắt bẻ. Tới chùa Côn Sơn, sư trụ trì Thiện Trai dẫn khách đi vòng một lượt trong chùa, lắng nghe những điều khách góp ý. Nguyễn Trãi nói với sư trụ trì: - Bạch sư cụ, như đã nói trước với cụ, ngày mai vào giờ Tỵ, hoàng thượng sẽ tới. Sau khi thăm tệ xá, hoàng thượng sẽ vãn cảnh chùa. Trưa, người cùng đoàn hộ giá sẽ dùng cơm chay ở chùa. Chiều, sau khi nghỉ ngơi, hoàng thượng sẽ thưởng lãm thắng cảnh Côn Sơn. Sau khi dùng cơm tối, hoàng thượng cùng các quan sẽ nghe sư cụ thuyết giáo về phật pháp cùng lịch sử Tư Phúc tự. Rất mong nhà chùa lo chu tất.

- Việc nghênh giá là đại sự quốc gia mà cũng là vinh dự của bản chùa, bần tăng sẽ chu toàn, xin chư vị yên lòng!

Thấy việc chuẩn bị tiếp giá được như ý, các quan triều trở về hành cung.

***

Gần tháng trời, vừa đi đường xa vừa thức khuya dậy sớm gội nắng phơi sương theo dõi cuộc tập trận nên Thái tông hơi mệt. Thấy sắc mặt nhà vua kém tươi, Thiếu úy Lê Khả nói: "Tâu hoàng thượng, hay là ta không đi Côn Sơn nữa mà trở về cung ngay để hoàng thượng được nghỉ ngơi, cho long thể thư nhàn. Người đã làm việc quá vất vả?" Lời nói của viên quan đầu triều chỉ đúng một phần tâm trạng nhà vua. Thực tình ngài thấy hơi bải hoải. Nếu không phải đi đâu nữa mà được hồi cung nghỉ ngơi thì hay biết mấy. Nhưng không thể không đi Côn Sơn! Nhà vua nói: "Đúng là trẫm hơi mỏi người nhưng không thể không đến Côn Sơn vì đã hứa với quan Hành khiển!" Lê Khả không hiểu được điều sâu kín trong lòng chủ. Nếu chỉ đi Côn Sơn, nếu chỉ thăm Nguyễn Trãi hay bất kỳ việc gì khác, nhà vua có thể không làm. Nhưng đây lại là ý đồ của ngài ngay từ khi hoạch định chuyến đi. Ngài đã hẹn với Thị Lộ: "Chuyến đi này nàng không thể cùng đi với ta. Vậy nàng hãy về nhà với Nguyễn Trãi. Xong việc, ta sẽ rẽ vào thăm thắng cảnh Côn Sơn, nhân thể đón nàng về." Trong thâm tâm, ngài thật nhớ nàng, nỗi nhớ bâng khuâng day dứt.

Không đêm nào ngài không nghĩ đến nàng. Nhớ dáng đi, nhớ lời nói, nhớ cơ thể trắng ngần đầy đặn, thơm tho, những cái vuốt ve, cái cách âu yếm của nàng mà không bà phi hay cung nữ nào có được. Những ngày qua nhà vua sống trong trạng thái lửng lơ như người bị hút mất hồn, chàng như người tương tư. Chàng mong cho xong công việc. Bây giờ công việc đã xong, những mệt nhọc như cũng tan đi, lòng vui hớn hở như con trẻ, chàng lên đường.

Đầu giờ Tỵ đoàn thuyền ngự đến Côn Sơn. Thái tông cho hạ trại dưới chân núi, chỉ đem hơn hai chục người cùng ngài lên thăm nhà quan Hành khiển Nguyễn Trãi. Nguyễn Trãi, Thị Lộ cùng nàng Cẩm Vân quỳ trước cổng tiếp giá. Từ trên xe bước xuống, nhà vua nét mặt tươi cười nói lớn: "Trẫm miễn lễ, các khanh bình thân." Khi Thị Lộ từ từ đứng lên, gặp ánh nhìn của Nguyên Long, nàng cúi vội xuống tránh né như người ta nhắm mắt lại trước tia chớp chói chang. Toàn thân nàng run rẩy. Chàng yêu ta đến vậy sao? Nàng thầm nghĩ. Chỉ một thoáng thôi, ánh mắt chàng nói lên tất cả. Một trời yêu thương, một trời khao khát! Chỉ xa mình chưa đầy một tháng mà chàng đã nhớ đến vậy? Nàng cảm thấy nóng bừng nơi má. Nàng e lệ nhìn quanh, bàng hoàng sung sướng. Việc này cũng xảy ra nhanh như một tia chớp. Nguyễn Trãi rước nhà vua vào nhà trong khi nàng thưa cùng các quan viên: "Đa tạ chư vị tới thăm tệ xá. Nhưng vì nhà cửa chật chội, cảm phiền chư vị ngồi ngoài rạp này, xơi cùng chúng tôi chén nước chè nhạt." Gia nhân cùng với người của nội cung tiếp nước các vị khách. Nhà vua ngồi trên chiếc ghế cổ mặt đá hoa,

khảm trai. Quan hầu đặt khay nước lên chiếc bàn cổ chân quỳ, mặt đá, chạm lộng giàn nho cùng những con sóc. Nguyễn Trãi lom khom đứng bên vua, thưa:
- Tâu thánh thượng, đội ơn thánh thượng tới thăm lão thần. Tiếc là nhà cửa chật chội, không nghênh tiếp được như ý, xin thánh thượng miễn tội.

- Đừng khách khí, Thái tông nói ôn tồn. Chính vì vậy trẫm đến thăm khanh để bày tỏ lòng quý trọng đối với một trong những đại công thần của trẫm. Khanh có biết khi bước vào sân, nhìn cơ nghiệp của khanh, trẫm nghĩ sao không?

- Dạ bẩm, thần muốn được nghe ạ.

- Trẫm vừa vui vừa không vui. Vui vì sao, không vui vì sao khanh biết không?

- Thưa, thần muốn được biết ạ.

- Không vui vì thấy một đại công thần thờ hai triều vua mà cảnh nhà sơ sài quá. Trẫm biết đó là tội của trẫm đã không cho khanh được cuộc sống như ý muốn! Trẫm buồn vì vậy. Trẫm lại vui vì một đại công thần thờ hai triều vua mà vui vẻ sống trong cảnh thanh bần. Điều này chứng tỏ tâm khanh sáng, lòng trung của khanh vằng vặc. Hết lòng vì việc nước mà không cầu cuộc sống hơn những gì vua có thể ban cho, đó là tấm gương của khanh treo giữa triều đình!

- Đa tạ thánh thượng quá khen. Nhưng thưa, đó là nếp nhà của thần. Thần học từ cha thần là Nguyễn Phi Khanh và cũng học từ ông ngoại Trần Nguyên Đán. Cơ ngơi này cũng là của ông ngoại mà thần thừa hưởng.

- Trẫm biết. Tới đây trẫm hiểu vì sao khanh gắn bó với nơi này. Phong cảnh hữu tình. Sau lưng là núi, trước mặt là cánh đồng cùng sông nước. Chính cái đẹp này là kho của vô tận. Theo sự điều khiển của bà Lộ, người nhà cùng quân hầu bưng ra những đĩa hồng xiêm, bưởi hồng đào, cam đường, chuối tiêu chín trứng cuốc mời nhà vua cùng mọi người thưởng thức. Ăn trái cây, uống chén chè ướp sen, nhà vua nói, cho trẫm thăm cơ ngơi của khanh.

Nguyễn Trãi mời nhà vua thăm khoảng vườn rộng trồng nhiều loại cây quý. Ở cuối vườn là cái ao lớn, cầu ao xây bậc tam cấp, bên bờ là cái đình thưởng nguyệt và câu cá. Đến gần bụi chuối tiêu sum suê cây chuối uốn cong mang buồng quả mấy da chớm vàng sắp chín, bà Lộ nói:

- Bẩm hoàng thượng, quan Hành khiển ưa sống ở đây còn vì một lẽ, người rất muốn gần cây cỏ, người hiểu cuộc sống của cây cỏ để rồi làm thơ. Thần xin đọc bài thơ Cây chuối của Ức Trai kính hoàng thượng thưởng lãm.

- Khanh đọc đi, nhà vua khuyến khích.

Cất giọng ấm áp nàng đọc:

Tự bén hơi xuân tốt lại thêm
Đầy buồng lạ, màu thâu đêm.
Tình thư một bức phong còn kín.
Gió nơi đâu gượng mở xem.

Nhìn bụi chuối, ngước lên bầu trời xanh chói nắng lơ thơ những đám mây bông, nhà vua quay lại, chỉ tân khoa trạng nguyên Nguyễn Trực đứng cạnh ao, nói:

- Quan Trạng, bình bài thơ giúp trẫm.

Đến gần nhà vua, Nguyễn Trực thưa:

- Bẩm bệ hạ, đây là bài thơ trong loại Môn hoa mộc. Ý quan lớn Hành khiển muốn nói rằng mùa xuân đem lại sức sống cho muôn vật mà ở đây là cây chuối. Một bụi chuối cây mẹ mang buồng, mấy cây chị dậy thì có nõn còn phong như bức tình thư đợi mở. Gió xuân đến nhẹ nhàng tình tứ muốn mở phong thư nhưng thật e lệ từ tốn nên mở một cách gượng nhẹ. Nhà thơ đưa biết bao tình người vào một thực vật vô tri vô giác là cây chuối!

- Trẫm tuổi nhỏ sống ngoài dân dã nên quen thuộc với cây chuối nhưng chưa bao giờ nghĩ đến cái nõn chuối tầm thường lại là bức tình thư. Quả là Ưc Trai vừa tinh tế lại có tâm hồn trẻ nên đã thổi tình người vào cây cỏ vô tri như quan trạng vừa nói. Nhìn Thị Lộ, nhà vua tiếp: Quan lễ nghi học sĩ, khanh thấy thế nào?

- Cảm ơn thoàng thượng quá khen nhưng thần xin thưa, cái tình thư nõn chuối ấy chẳng phải là của Ưc Trai phu quân thiếp nghĩ ra mà vì trong dân gian vốn đã có câu "thư lai tiêu diệp văn do lục", có nghĩa là thư gửi đến viết trên lá chuối văn còn xanh.

- Xin quan Lễ nghi học sĩ chớ quá khiêm nhường, Nguyễn Trực nói, thiếu gì những điều vẫn tồn tại trong dân gian nhưng khi đưa được vào thơ, đó lại là công của thi nhân, cái công lưu giữ những tinh hoa của cuộc sống cũng là công làm hay làm đẹp cho văn chương.

- Chính hợp ý trẫm, nhà vua cười vui, hỏi Nguyễn Trãi vẫn im lặng đứng bên cạnh, khanh thấy sao?

- Dạ, muôn tâu, thần cảm ơn bệ hạ cùng quan trạng ưu ái vần thơ quê mùa của thần. Đó là những vần thơ giúp thần di dưỡng tinh thần.

Theo đường đi vừa được mở rộng, đoàn hộ giá men bờ suối, qua chiếc cầu mới bắc lên chùa. Trước cổng chùa là tấm bia đá lớn khắc ba chữ "Thanh Hư Động". Nguyễn Trãi nói:

- Tâu hoàng thượng, trước khi hồi hưu về kinh dinh ngôi cổ tự này, ngoại tổ của thần sửa sang tòa động, đặt tên là Động Thanh Hư làm chỗ lui nghỉ. Ba chữ Thanh Hư Động khắc ở mặt bia là bút tích của vua Duệ tông nhà Trần. Bài minh khắc vào lưng bia là ngự chế của vua Nghệ tông.

Dẫn đầu đoàn người, nhà vua xem xét kỹ nét bút của vua Duệ tông sau đó cúi đọc bài minh, nét mặt trở nên tư lự. Không nói không rằng, người bước lên trước về phía ngôi chùa cổ. Đứng trước cửa tam quan, hòa thượng trụ trì Thiện Trai cùng mấy vị cao tăng mặc áo cà sa vàng ra nghênh giá. Đứng giữa sân chùa, dưới bóng mát cây đa cổ thụ, Nguyễn Trãi nói:

- Muôn tâu, cảnh chùa này là một danh thắng và cũng là một di tích lịch sử của Đại Việt ta. Tên chữ gọi là chùa Côn Sơn nhưng dân gian gọi nôm na là chùa Hun. Chùa được dựng từ thời Lý. Thời Trần các vua thường đến dâng hương. Đức Nhân tông sau khi xuất gia có đến đây nhập định. Kế tục người, thiền sư Pháp Loa trụ trì ở đây, xây am Hồ Thiên và Chân Lạp. Tiếp đó thiền sư Huyền Quang từ chùa Vân Yên đến trụ trì. Chùa được coi là một tổ đình của dòng thiền Trúc Lâm Yên Tử. Ngày hăm hai tháng Giêng ngài tịch, vua Minh tông tặng mười lạng vàng xây tháp thờ xá lỵ ngài ở lưng chừng núi. Ngày đó được lấy làm ngày Hội xuân Côn Sơn.Từ ngày được hoàng thượng giao chức Đề cử Côn Sơn tự, thần hết lòng cùng hòa thượng trụ trì và chư tăng phật tử lo chỉnh trang tu bổ cho cảnh chùa ngày một khang trang.

- Nhìn cảnh chùa uy nghiêm đẹp đẽ như vầy, trẫm biết mình đã chọn đúng người để giao việc. Trẫm càng thấy việc khanh xin ở lại đây để trông coi hai đạo Đông Bắc là phải. Hòa thượng chủ trì dẫn nhà vua cùng đoàn tùy tùng vào thắp hương trong Phật đường. Cầm nén nhang do hòa thượng Thiện Trai dâng, Thái tông cắm trước bàn thờ Phật Di Đà Tam tôn, người cúi đầu lầm rầm khấn những gì không ai nghe rõ.

Dâng hương xong đã sang giờ Ngọ, Đại đức Thiện Trai mời nhà vua cùng các vị đại quan dùng cơm chay. Bữa cơm chay đãi nhà vua cùng các quan triều hôm nay cũng là công trình của bà Lộ. Quả là khó cho nhà chùa khi phải khoản đãi những vị khách sang trọng này. Hòa thượng Thiện Trai băn khoăn lắm. Nhà chùa vốn là nơi kinh lịch nhưng trải nhiều năm loạn lạc, ở chốn sơn khê này không quen với những bữa tiệc đón khách quyền quý. Biết cái khó của nhà chùa, bà Lộ từ mấy hôm trước đã đề xuất một thực đơn sao cho thật giản dị gồm những món dân dã nhưng lại đẹp mắt và làm cho khách ngon miệng. Sau chặng đường dài rồi đi bộ mấy ngọn đồi, mọi người đều đói, gặp những món ăn lạ miệng ai cũng thấy thú vị và ăn ngon lành. Trong khi dùng trà, Thái tông nói với hòa thượng trụ trì:

- Bạch hòa thượng, cơm chay của nhà chùa ăn ngon lắm. Quả nhân cũng muốn có lúc được thư nhàn như Đức Nhân tông xưa, giao việc nước lại rồi lên ẩn mình nơi cửa Phật, được ăn cơm chay như hôm nay.

- Muôn tâu, tu hành tại miền sơn địa này, chúng tăng vốn sống giản dị, bữa thường rau dưa. Nay nhờ có quan Lễ nghi học sĩ chỉ bảo cho mới biết nấu những món hợp khẩu vị hoàng thượng cùng chư vị đại quan. Thấy hoàng thượng ăn ngon miệng lại ban lời khen, chúng tăng lấy làm cảm kích.

Nghỉ trưa tại chùa sau đó nhà vua cùng đoàn hộ giá thăm cảnh chùa, đến nhà tổ thắp nhang trước tượng ba vị tổ dòng thiền Trúc Lâm cùng tượng Trần Nguyên Đán. Chiều, Nguyễn Trãi mời nhà vua cùng các quan lên thăm rừng tùng. Ngồi nghỉ chân bên bàn cờ tiên trên đỉnh núi, dưới bóng tùng rợp mát nhìn xuống dòng sông cùng làng mạc đồng ruộng xanh tươi như hoa như gấm mở ra trước mặt, trạng nguyên Nguyễn Trực thưa:

- Tâu hoàng thượng, lần đầu được theo xa giá tới Côn Sơn, ngắm cảnh thanh u ở đây, vi thần chợt cảm khái nhớ tới bài thơ Côn Sơn ca tuyệt tác của quan Hành khiển, thần xin đọc hầu hoàng thượng cùng chư vị quan lớn thưởng thức. Nhà vua gật đầu:

- Hay lắm, khanh đọc đi, gì bằng tận mắt nhìn cảnh đẹp lại được nghe thơ vịnh cảnh để thưởng thức tài thơ của thi nhân.

Thấy nhà vua hào hứng, các quan vui vẻ tán đồng, quan tân trạng nguyên hắng giọng hào hứng đọc vang vang:

Côn Sơn có khe,
Tiếng nước chảy rì rầm,
Ta lấy làm đàn cầm.
Côn Sơn có đá,
Mưa xối rêu xanh đậm
Ta lấy làm chiếu thảm.
Trong núi có thông,
Muôn dặm rờn rờn biếc một vùng.
Ta tha hồ ngơi nghỉ ở trong.
Trong rừng có trúc,
Nghìn mẫu in biếc lục.
Ta tha hồ ngâm nga bên gốc.
Ngươi sao còn chửa về đi!
Nửa đời bụi bậm hoài lăn lóc!
Muôn chung chín đỉnh có làm gì!
Nước lã cơm rau miễn tri túc,
Ngươi chẳng thấy Đổng Trác
ngọc vàng chất đầy nhà?
Nguyên Tải hồ tiêu tám trăm hộc?
Lại chẳng thấy Bá Di với ThúcTề,
Thú Dương chết đói không ăn thóc?
Hiền ngu dù chẳng giống nhau đâu,
Cũng đều muốn thỏa lòng sở dục.
Người đời trong trăm năm,

Rốt cuộc như thảo mộc.
Vui buồn lo sướng đổi thay nhau,
Một tươi một héo vẫn tương tục.
Cồn hoang lầu đẹp cũng ngẫu nhiên,
Chết rồi ai vinh với ai nhục?
Nhân gian nếu có bọn Sào Do,
Khuyên hãy nghe ta ca một khúc!

Nghe Nguyễn Trực đọc xong, nhà vua nói:

- Khanh đọc hay lắm. Nhưng thơ hay còn do người bình, phiền khanh hãy bình bài thơ ngay tại đây để trẫm cùng các quan thưởng thức.

- Thần xin tuân chỉ. Bẩm hoàng thượng, người xưa thường nói: thơ không dễ lột tả được cảnh vật, còn người bình chưa dễ hiểu hết được ý nhà thơ. Nhìn Nguyễn Trãi bằng ánh mắt kính cẩn, Nguyễn Trực tiếp, tuy nông vụng nhưng thần cũng xin mạn phép Ức Trai bình bài thơ của tiên sinh. Nếu có điều gì chưa phải, xin tiên sinh chỉ giáo. Mười hai câu đầu, nhà thơ tả bốn cảnh Côn Sơn là suối là đá là tùng là trúc. Bốn cảnh đang bày ra trước mắt ta đây: suối chảy như tiếng đàn cầm, thạch bàn sau mưa sạch bong hóa thành chiếu nằm, bóng mát của tùng, màu xanh lục của trúc. Cảnh u nhã nơi quê nhà luôn gọi nhà thơ trở về. Phải là người hiểu và yêu lắm mới lột tả được thần thái của cảnh đến vậy. Đoạn sau là những suy nghĩ những dằn vặt của nhà thơ giữa ở và về, giữa xuất và xử. Dù biết tới tận cùng cái lý của được mất, giàu nghèo, vinh nhục thì toàn bài thơ vẫn toát lên tâm ý day dứt lo cho đời, chưa đành lòng về ở ẩn.

- Đúng vậy, nhà vua nói lớn. Bài thơ là cả tấm lòng Ức Trai. Tuy có những gập ghềnh bất trắc trên đường đời, nhưng tấm lòng ưu thời mẫn thế lo cho dân cho nước vẫn canh cánh, không đành trí sĩ vui với cảnh sơn khê, nên khi trẫm vời, tuy tuổi đã cao nhưng vẫn hăng hái đảm nhận trọng trách, và như các khanh đã thấy, quan Hành khiển đã làm tốt chức phận. Tấm lòng như vậy thật quý, đáng trọng!

Nguyễn Trãi thưa:

- Đa tạ thánh thượng quá khen, vi thần thật chưa xứng với lòng ưu ái của thánh thượng.

Sau một lúc trầm ngâm ngắm cảnh, nhà vua quay lại nói với mọi người:

- Nhà Trần trong vòng một trăm bảy nhăm năm năm đã xây dựng Đại Việt thành quốc gia văn hiến. Nhà Lê ta, Tiên hoàng lấy nước từ trên yên ngựa, võ công thì lớn nhưng văn trị chưa nhiều. Biết rằng điều mấu chốt cho sự thịnh trị là đào tạo nhân tài, quả nhân đã ổn định khoa thi, cho lập bia tiến sĩ ở Văn Miếu. Mong rằng các khanh cùng trẫm chung tay xây dựng cơ đồ Đại Việt sao cho rực rỡ hơn cả triều đại Đông A!

Nghe nhà vua nói, các quan đều cảm kích, cùng nhau hô vang vạn tuế ba lần.

Buổi tối, trong phật đường sáng trưng đèn nến, nhà vua hỏi hòa thượng:

- Trẫm nghe nói rằng, đạo Bụt từ Trung Hoa truyền sang nước ta, xin hòa thượng cho biết thực hư ra sao?

- Muôn tâu, người ta nói vậy cũng là có cái lý của họ bởi nhìn thấy từ thời nhà Đường trở về sau, đạo Bụt bên nước Tàu thịnh, xây chùa nguy nga, dịch những bộ kinh lớn, có những đại sư sang ta thuyết pháp, nhiều lần các nhà vua bên ta cho sứ thần sang xin những bộ kinh hàng trăm quyển. Nhưng nếu tra cứu kỹ càng hơn thì không phải vậy mà là ngược lại: chính đạo Bụt vào nước ta trước rồi từ nước ta truyền sang Tàu.

Thấy lạ, nhà vua tỏ ra thú vị, cười hỏi:

- Vậy ư, đầu đuôi ra sao mong đại sư giảng cho trẫm và các quan nghe cùng.

- Muôn tâu, giọng sư Thiện Trai trầm tĩnh, sự thể như vầy. Hồi đầu triều Lý, khi trình bày về lai lịch đạo Bụt ở nước ta, nhà sư Thông Biện nói với vương phi Ỷ Lan rằng Mâu tử và Khương Tăng Hội là hai tăng sĩ đầu tiên ở nước ta. Trong thư tịch của Trung Hoa cổ có ghi Mâu tử người Giao Châu sống vào thời Hán Minh đế viết sách Lý hoặc luận và dịch một số bản kinh Bụt ra chữ Hán. Lý hoặc luận có nghĩa là luận về sự hoài nghi, cuốn sách cổ nhất luận lý về cơ sở của đạo Bụt. Vào thời Tam Quốc, cũng có một nhà sư từ Giao Châu sang thuyết pháp khiến vua Ngô là Tôn Quyền theo đạo và cho xây chùa Kiến Sơ ở Tràng An. Người Trung Hoa cho ông là người Hồi Hồi. Nhưng khi xét kỹ thì Khương Tăng Hội lại là con một người lái buôn Tây Trúc sang sinh sống ở Giao Châu. Người này lấy vợ người Việt, sinh ra Khương Tăng Hội. Hội thông thạo tiếng Việt, học chữ Hán rồi theo đạo Bụt. Đọc những bản kinh Khương Tăng Hội dịch ra chữ Hán thì thấy không phải được dịch trực tiếp từ Phạn ngữ mà lại dịch qua một bản tiếng Việt. Như vậy có thể đoán định rằng, vào thời Thục An Dương vương hay chí ít là vào thời Triệu Võ đế, kinh Bụt đã được dịch từ Phạn ngữ ra tiếng Việt. Dựa trên những bản dịch này, Khương Tăng Hội dịch sang chữ Hán. Ở bản kinh Lục độ tập được dịch đầu tiên, do chữ Hán chưa tinh thông nên dấu vết chữ Việt còn khá đậm. Căn cứ vào đó, có thể kết luận là chí ít thì đạo Bụt đã vào nước ta từ cuối thời vua Hùng, và lúc đó người Việt ta có chữ viết của mình. Sau này vì sao chữ thất truyền là điều chưa lý giải được. Như vậy là đạo Bụt đã theo đường biển vào nước ta trước rồi được người Việt ta cùng những tăng sĩ người Tây Trúc truyền sang Tàu. Sách Thiền uyển tập anh ngữ lục của sư Đàm Thiên đời nhà Tùy ghi rõ ràng: "Xứ Giao Châu có đường biển thông sang Thiên Trúc, khi Phật giáo chưa vào Trung Quốc. Vùng Luy Lâu xứ ấy đã xây 20 tháp, độ được 500 tăng và dịch được 25 bộ kinh. Thế là xứ ấy theo đạo Phật trước ta." Sau này, do nội thuộc kéo dài, đạo Bụt ở Giao Châu suy vi, trong khi đó ở bên Tàu thì thịnh lên khiến người ta có cảm tưởng đạo Bụt từ bên Tàu truyền sang nước ta.

- Thì ra vậy, nhà vua cười vui vẻ. Nghe đại sư nói, trẫm thấy chí lý. Đúng là thời đó đường sá cách trở nên tăng sĩ Tây Trúc vượt biển sang ta dễ hơn, cũng do vậy mà đạo Bụt truyền vào ta trước. Điều này có lý. Còn nói vào thời vua Hùng, chúng ta đã có chữ, nghe thì hả dạ nhưng tin lại khó. Thời đó mà đã có chữ thì thật vẻ vang. Nhưng đó là loại chữ gì, mà làm sao lại thất truyền? Nét mặt nhà vua tỏ ra băn khoăn.

- Muôn tâu thánh thượng, Nguyễn Trực lên tiếng, việc vì sao mà chữ của người Việt bị mai một, thần không rõ nhưng việc thời thượng cổ chúng ta có chữ viết là xác thực. Thần đọc Chu thư, thấy có ghi, người Giao Chỉ xăm mình, viết chữ khoa đẩu, tức là chữ hình con nòng nọc.

- Tâu hoàng thượng, nhà sư Thiện Trai nói tiếp, thời Bắc thuộc, tuy đất nước bị ngoại bang đô hộ nhưng về đạo Bụt, người Nam ta đóng góp cho Thiền tông Trung Hoa vị tổ thứ sáu là Huệ Năng.

- Sao, đại sư nói sao? Người Nam ta lại là vị tổ thứ sáu của Thiền tông Bắc quốc? Nhà vua ngạc nhiên hỏi.

- Tâu hoàng thượng, sách Pháp bảo đàn kinh chép rằng, Tổ là Huệ Năng người Tân Châu xứ Lĩnh Nam ta. Tổ sớm mồ côi cha, nhà nghèo phải kiếm củi nuôi mẹ. Một hôm đến bán củi cho một tiệm khách, khi ra về thì nghe tiếng tụng kinh Phật, lời kinh chấn động mạnh tinh thần. Tổ hỏi ra thì được biết đấy là kinh Kim Cương do Ngũ Tổ Hoằng Nhẫn truyền ở núi Hoàng Mai đất Kỳ Châu. Khát khao học kinh ấy với vị thầy ấy, Tổ thu xếp tiền nong gửi lại nuôi mẹ rồi đi bộ gần tháng trời đến núi Hoàng Mai vào làm lễ Ngũ Tổ.

Ngũ tổ hỏi: Ông từ đâu đến?

Tổ đáp: Lĩnh Nam.

Ngũ Tổ hỏi: Ông muốn cầu gì?

Đáp: Chỉ cầu làm Phật.

Ngũ Tổ nói: Người Lĩnh Nam không có tính Phật, sao làm Phật được?

Tổ bèn đáp: Người đành có Nam có Bắc, tính Phật há vậy sao?

Tuy lời đáp làm đẹp lòng Ngũ Tổ, nhưng Tổ cũng chỉ được giao việc bửa củi, giã gạo ở nhà bếp. Ít lâu sau, Ngũ Tổ có ý định chọn người kế vị mình giữa đám môn nhân năm bảy trăm người làm Tổ thứ sáu. Trong số học trò của Ngũ Tổ, có Thần Tú là người học cao và nhuần nhã nhất việc đạo, được đồ chúng coi là người xứng đáng kế vị. Thần Tú làm bài kệ viết trên vách chùa:

Thân là bồ đề cội
Tâm như gương sáng dài
Giờ giờ siêng phủi quét
Chớ để nhuốm trần ai

Đọc bài kệ, ai cũng thích, cho là tác giả đã giác ngộ, thoát khỏi trần tục, xứng đáng được kế vị. Nhưng sáng hôm sau lại thấy bên cạnh đó bài kệ khác:

Bồ đề vốn không cội
Gương sáng cũng không dài
Nguyên chẳng có một vật
Sao gọi phủi trần ai.

Tác giả bài kệ đó là vị cư sĩ quèn chuyên bửa củi giã gạo trong nhà bếp. Bài kệ chọi lại bài của Thần Tú nhưng trình độ giác ngộ về Thiền cao vượt trội. Ngũ Tổ thấy ở bài kệ tỏa ra một pháp khí chứng tỏ người viết có thể thống lĩnh chúng tăng làm nên nghiệp lớn sau này bèn quyết định truyền áo pháp cho Tổ. Nhưng Ngũ Tổ có ý lo, làm vậy sẽ gây ra tranh chấp, hại đến tính mạng của Tổ nên ngầm bảo sang canh ba, khi đồ chúng ngủ yên, vào tịnh thất dạy việc. Ngũ Tổ trao áo pháp truyền từ Tổ Bồ đề Đạt Ma cho Tổ và dặn: hãy tạm mai danh ẩn tích nơi núi rừng chờ thời đến sẽ công khai xuất hiện và hoằng dương. Mười hai năm sau, vào năm đầu niên hiệu Nghi Phụng đời nhà Đường, Tổ đến chùa Pháp Tính thành Quảng Châu khai sinh dòng Thiền Nam tông truyền đến ngày nay.

Nhà vua khoái chí cười lớn: Thú vị thật, từ người giã gạo, bửa củi trở thành vị tổ thứ sáu của Thiền tông Bắc quốc. Nước Nam ta thực lắm nhân tài!

- Bẩm hoàng thượng, Nguyễn Trãi thưa, từ khi được tự chủ, đạo Bụt nước ta ngày một thăng tiến và thịnh nhất vào thời Lý thời Trần. Việc đức Nhân tông đệ nhất tổ Trúc Lâm chọn Yên Tử để xiển dương đạo Bụt vừa có ý nghĩa cho đạo mà cũng là có ý giúp đời. Từ địa bàn xung yếu này người cảnh giác phương Bắc nhằm giúp nhà Trần bảo vệ biên thùy. Việc hoàng thượng tín nhiệm giao cho thần chức Đề cử Côn Sơn tự cùng việc người duyệt thủy quân ở miền Đông cũng là tiếp nối đại nghiệp giữ nước an dân của tiền triều. Lúc trưa hoàng thượng có nói, người mong được thư nhàn giao việc nước lại rồi lên ẩn cửa Bụt. Thần trộm nghĩ, Bụt tại tâm. Hoàng thượng cứ giữ tâm bụt, hết lòng yêu dân vì nước cũng là đạt chính quả.

Như bừng tỉnh, nhà vua gật gật đầu:

- Quan Hành khiển nói phải, cái gánh trên vai trẫm còn nặng lắm. Lúc này mà nghĩ đến an nhàn nơi cửa Bụt thì sớm quá. Nhưng nói như lúc trưa, cũng phần nào là tâm nguyện là lòng yêu của trẫm với cảnh chùa này. Trẫm mong quan Đề cử chùa Côn Sơn cùng chư tăng làm cho ngôi quốc tự này thêm đẹp và nêu cao được Phật thống của dòng thiền Trúc Lâm.

Đại sư Thiện Trai rước nhà vua cùng các quan đi nghỉ sớm để ngày mai lên đường. Nguyễn Trãi cùng Thị Lộ được lão Mộc đốt đuốc rước về phủ.

Nàng Cẩm Vân mừng rỡ đón hai người ở cổng rồi đưa về thư phòng. Nàng rót từ trong giành tích ra hai chén nước chè tươi nóng hổi mời Nguyễn Trãi và Thị Lộ rồi ý nhị ra ngoài. Cầm chén nước trên tay, Nguyễn Trãi hỏi:

- Phu nhân thấy việc nghênh giá thế nào?

- Thưa, thiếp thấy mình tiếp giá không được linh đình nhưng cũng trang trọng và chu đáo.

- Trang trọng và chu đáo. Nguyễn Trãi trầm ngâm nhắc lại rồi khẽ gật đầu. Phải, nàng nói phải. Tuy trong cảnh neo ngặt, ta không đón tiếp thánh thượng được linh đình nhưng cũng là chu đáo, trang trọng. Việc này công lớn là do nàng. Ta bận mải bên thánh thượng nên việc nhà dồn hết cho nàng. Nàng đã khéo sắp đặt công việc trong nhà, trên chùa, lại có sáng kiến nấu món chay ngon, vừa lòng thánh thượng.

- Đa tạ lão gia quá khen, nhưng thiếp tự thấy, công của mình thật nhỏ còn công của lão gia mới lớn.

Đó là cái công quán xuyến chăm lo cho cảnh đời cũng như cảnh chùa. Nếu dân không an cư lạc nghiệp thì chùa cũng không thể sầm uất nên chẳng thể khoe tươi khoe tốt được. Mấy năm mới trở lại quê, thiếp thấy cảnh vật khác xưa nhiều. Cây cối xanh tốt hơn. Xóm làng trù phú hơn. Người dân có da có thịt, ăn mặc cũng lành lặn hơn. Sự yên bình hiện lên trên ánh mắt trên khuôn mặt từng người.

- Nàng nói phải. Nguyễn Trãi lại gật gật đầu sau lúc trầm ngâm suy nghĩ. Nhìn cảnh hàng ngày mãi cũng quen nên ta không nhận ra điều đó. Nhưng thâm tâm cảm thấy có cái gì đó yên ổn. Những năm qua ta cũng làm được ít việc hữu ích. Nhìn vợ bằng cặp mắt trìu mến, Nguyễn Trãi nói tiếp, lâu rồi ta mới được ở gần thánh thượng nhiều ngày. Ta thật mừng vì thấy người cứng cáp lên nhiều. Người có phong thái đĩnh ngộ, nói năng thận trọng nhưng dứt khoát. Qua cuộc duyệt võ, ta hiểu nhà vua đã quán xuyến được công việc quốc gia, biết nhìn xa trông rộng. Bên ngoài lo võ bị. Bên trong khoan nới sức dân, mở mang văn học. Nghe nông phu cùng trẻ mục đồng hát đồng dao Đời vua Thái tổ Thái tông, lúa má đầy đồng trâu chẳng buồn ăn ta hiểu ơn vua đã thấm nhuần. Ta cứ băn khoăn tự hỏi, phải chăng đã đến thời thái bình thịnh trị? Nếu vậy thì đấy là cái phúc của dân của nước.

Lão Mộc bước vào, tay bưng chiếc khay gỗ sơn mài trên đó một nậm rượu hai cái chung, bát đũa và mấy quả nem. Lão bộc già nói vẻ kính cẩn:

- Thưa, bà trẻ bảo mang đồ nhắm lên hầu lão gia cùng phu nhân.

- Cảm ơn lão, lão mời bà trẻ cùng lên hầu rượu lão gia. Thị Lộ nói.

- Dạ thưa, bà trẻ xin cáo vì không dùng được rượu. Nói rồi lão Mộc nhanh nhẹn bóc lá quả nem, đặt vào đĩa sứ trắng, rắc thính lên, rồi dùng đũa trộn đều. Mùi nem chua quyện với hương thính thơm ngọt.

Làm xong việc, lão cầm nắm lá chuối gói nem nhẹ nhàng bước ra.

Bà Lộ rót rượu sủi tăm ra hai cái chén hạt mít rồi cầm hai tay dâng chồng:

- Mời lão gia! Mời chồng xong, nàng cầm chén rượu của mình nâng lên ngang mặt, uống ngụm nhỏ.

Uống xong chén rượu, Nguyễn Trãi gắp nem chấm nước nắm Vạn Vân, đưa lên bát rồi thưởng thức từng miếng nhỏ.

- Ngon quá, chỉ lão Mộc mới làm được thứ nem này.

- Đúng là ngon thật, lâu lắm thiếp mới được thưởng thức thứ nem ngon như vầy. Chàng có biết những ngày ở trong cung, thiếp nhớ gì nhất không?

Nguyễn Trãi nhìn vợ chăm chăm:

- Nàng nhớ gì nhất?

- Thiếp nhớ chàng cùng nem của lão Mộc!

Khuôn mặt hồng hào vì rượu, Nguyễn Trãi cười móm mém. Uống chung rượu thứ hai, ông hỏi:

- Lúc nãy ta nói đến đâu rồi nhỉ?

- Dạ thưa, chàng nói đến thái bình thịnh trị.

- Ừ phải, ta cứ băn khoăn tự hỏi, phải chăng đây là thời thái bình thịnh trị? Cái đèn dù sáng đến mấy cũng không soi được chân mình. Con người luôn mơ về tương lai nên thường không chú trọng cái hạnh phúc hiện có. Nếu soi vào lịch sử thì đây đúng là lúc thái bình thịnh trị còn gì? Lắng lại một lúc như suy nghĩ, ông thổ lộ: Nhiều lúc phân vân ta cứ nghĩ, chính nàng, chính nàng đã góp phần cho cuộc thịnh trị này.

- Lão gia, đừng nói thế phải tội thiếp!

- Phải, đúng là nàng. Chính nàng cải biến được hoàng thượng. Cứ nghĩ xem, nếu không phải nàng thì ai làm thay đổi được nhạc lễ của Lương Đăng? Ai cản được cuộc tranh chấp giữa hai bà phi? Sẽ là những án oan, là những cuộc chém giết. Trong mọi thứ loạn thì loạn từ cung cấm ra là đáng sợ nhất! Mừng vì nàng mà ta cũng lo cho nàng. Dù khéo léo dù thận trọng thế nào chăng nữa thì nàng cũng tự tạo cho mình ngày một nhiều kẻ thù. Tiếc là ta không ở gần để giúp nàng. Vì vậy nàng càng cần phải cẩn trọng!

Lão Mộc bưng vào thau nước và chiếc khăn cho hai người lau tay rồi nhẹ nhàng dọn khay bát. Nàng rót chén nước mời chồng. Uống xong chén nước, ông nói:

- Thôi khuya rồi, nàng nên đi nghỉ để mai theo xa giá hồi cung.

- Phu quân, Thị Lộ kêu lên thảng thốt. Đêm nay cho thiếp được hầu hạ chàng. Nói rồi nàng chăm chăm nhìn chồng. Thấy nét mặt chồng không thay đổi, nàng quỳ xuống van vỉ. Xin cho thiếp được hầu hạ chàng. Đừng ruồng rẫy thiếp. Đừng tuyệt tình với thiếp như thế.

Để mặc cho vợ quỳ trên nền gạch, Nguyễn Trãi quay người bước xa nàng ba bước.

- Nàng đừng làm khó ta. Ta đã tha thứ cho nàng, ta không còn hờn giận gì nàng. Nhưng ta không thể. Không thể là ta tôn trọng ta mà cũng chính là tôn trọng nàng. Ta muốn giữ mãi tình cảm vợ chồng không vẩn đục. Chén nước đã đổ, không thể hót lại như xưa. Từ ngày ấy, ta coi nàng như bạn. Phu phụ như tân. Ta muốn nàng giúp ta giữ bền tình bạn ấy. Bước tới gần vợ, ông nói nhẹ nhàng nhưng dứt khoát:

- Nàng đứng lên. Ông đưa hai tay nâng vợ dậy rồi dìu bà về phòng của bà. Thị Lộ cúi đầu bước đi vô cảm như người không hồn.

Trở về phòng mình, Nguyễn Trãi để nguyên quần áo nằm vật ra giường. Ông vừa qua những phút quyết liệt như phải vác một vật nặng quá sức lên dốc. Ông hụt hơi, nằm thở. "Liệu mình có khắt khe quá với nàng không?" Ông tự hỏi câu hỏi dằn vật ông đã bao ngày. Trước đây, chỉ mình với mình là một chuyện, còn bây giờ, đối mặt với nàng, đối mặt với sự đau khổ của nàng, nỗi dằn vật tăng lên gấp bội khi nhìn con người mình thương yêu đầu gối tay ấp bây giờ phải lìa xa, mà nàng quằn quại trong thất vọng. Dù biết vậy nhưng ông cũng biết rằng ông không thể! Nén lòng lại, ông nằm im.

Nằm vật vã trên giường, Thị Lộ để mặc nước mắt tuôn rơi. Quá thất vọng, quá đau khổ, nàng ước gì mình được tan đi được tan ra cùng nước mắt. "Chàng sắt đá quá, khắc nghiệt quá! Không tha thứ cho mình ! Vậy là từ nay mất chàng thật rồi!" Tia hi vọng mong manh của nàng vào cuộc hòa giải đã hoàn toàn lụi tắt.

Sáng hôm sau, dù hết sức mệt mỏi, Nguyễn Trãi và Thị Lộ cũng dậy sớm. Sau khi ăn sáng, hai người lội sương sang bên chùa. Trước cổng chùa, các nhà sư tề tựu đông đủ. Đại đức Thiện Trai mặc cà sa vàng, chống gậy trúc, râu dài bạc trắng cúi đầu vái bái biệt nhà vua cùng các quan. Thái tông nói với nhà sư trụ trì:

- Đa tạ đại đức cùng chư tăng đã tiếp đón quả nhân. Nhờ vậy quả nhân được thưởng lãm cảnh linh tự nơi núi rừng này. Cũng nhờ vậy mà quả nhân được tự hào về lịch sử lâu dài của đạo Bụt trên đất nước ta. Trẫm mong nhà chùa cố công tu tạo cảnh chùa ngày thêm sầm uất, bồi bổ cho phong tục ngày thêm thuần hậu.

Nguyễn Thị Lộ vái chào đại đức cùng chư tăng rồi theo đoàn tùy tùng xuống chân núi. Trên bến Đông, mấy chục chiếc thuyền chực sẵn, cờ phướn rợp trời, inh ỏi chiêng trống. Thuyền rồng của nhà vua trang hoàng lộng lẫy toàn màu vàng. Chiếc cờ đại màu vàng có chữ "Lê" bay phấp phới trên đỉnh cột buồm. Những người lính xứ Thanh lực lưỡng khoác áo ngắn màu vàng tay nắm mái chèo đứng uy nghiêm bên mạn. Theo nhà vua đến tận chiếc cầu gỗ lớn bắc vào mạn thuyền, Nguyễn Trãi vái chào nhà vua. Bước sau vua, Thị Lộ dừng lại bên cầu, con mắt thất thần nhìn Nguyễn Trãi. Đến bên nàng, Nguyễn nói nhỏ: "Nàng đi bình an!" "Lão gia ở lại an khang" tiếng nàng nói hụt hơi. Nói xong, nàng chầm chậm quay người bước lên cầu, tà áo dài màu mỡ gà nhẹ như cánh bướm xòa bay theo làn gió sớm mai. Nhà vua cùng các quan tựa mạn thuyền rồng vẫy chào những người đưa tiễn. Thị Lộ chăm chăm nhìn chồng, tay vẫy mãi chiếc khăn màu trắng. Nước mắt nàng hai hàng chảy tự bao giờ, qua làn nước mắt nàng nhìn ngoái lại mãi cho tới khi bóng Nguyễn Trãi tan cùng sương khói. Không hiểu sao, nàng thấy nỗi buồn nỗi đau thắt ruột lại. Nàng cứ nghĩ sẽ không bao giờ còn gặp lại chàng.

Quay lại nhà, không kịp nghỉ ngơi, Nguyễn Trãi thay bộ quần áo đi đường, cầm gói hành lý rồi trở ra bến. Mấy người lính chờ sẵn, viên đội trưởng mời ông xuống thuyền. Thuyền của ông nhẹ, chèo vun vút ngược theo hướng đoàn thuyền nhà vua, đi về phía Vân Đồn có công việc gấp.

CHƯƠNG BẢY

Gần tới ngã ba đổ vào sông Thiên Đức thuộc địa phận xã Đại Toán huyện Quế Dương thì thuyền ngự bỗng chững lại. Các quan lệnh cho một đội lính lên bờ dùng dây kéo. Hai chục người lính căng sức kéo giữa trời nắng gắt mà thuyền không nhúc nhích như thể có người cố tình níu giữ lại. Thấy lạ, nhà vua sai sứ lên bờ hỏi thăm. Đi một đoạn, gặp ông già đang cho trâu gặm cỏ bên bờ sông, sứ hỏi:

- Thưa cụ, chẳng hiểu sao, thuyền ngự tới đây thì không tiến được nữa, cụ làm ơn cho hay, chỗ này có vị thần linh nào chăng?

Cụ già đáp:

- Ngày xưa, vùng này có người tên là Bạch Sư rất tinh thông pháp thuật. Khi chết được chôn ở ven sông, gần Cầu Bông kia, thường rất hiển linh, hàng năm dân hàng tổng vẫn tế lễ long trọng lắm.

- Tế thần bằng gì? Sứ hỏi.

- Bằng nghé, ông lão trả lời.

Trở về thuyền, trung sứ báo lại với nhà vua. Theo lệnh vua, thiếu úy Trịnh Khả phái người đi mua nghé về tế thần. Con nghé đực ba tuổi mập mạp mua về được tắm rửa sạch sẽ, đem chọc tiết, hứng vào chậu thau. Chiếc đầu nghé và chậu tiết được đặt trước mộ cùng giấy tiền vàng mã. Đốt hương cắm trước mộ, quan Trung thừa Bùi Cầm Hổ đứng tế trang trọng trong tiếng kèn tiếng trống phụ họa. Ngay sau khi tế, thuyền rồng nhẹ tênh, đi vun vút như bay.

Sang sông Thiên Đức, đoàn ngự giá trở lại con đường ngự của nhà Trần xưa. Đấy là con đường từ Thăng Long về Yên Tử. Vua Nhân tông sai trồng thông dọc con đường thủy này. Mấy trăm năm qua, thông trở nên tươi tốt, vươn lên trời xanh như những chiếc ô chiếc lọng che mát dòng sông và chờ đón những đoàn thuyền ngự. Người dân bên thủy lộ cũng dần quen với những đoàn thuyền rồng lộng lẫy cùng cờ biển trống chiêng rộn rã, về đêm đèn nến sáng trưng. Nước xuôi, trời trong, gió mát khiến nhà vua nổi hứng, sai lấy rượu thưởng cho các quan, cho đàn hát góp vui.

Xế chiều, đoàn thuyền ngự đến địa phận huyện Gia Định. Đường về kinh không còn bao xa, chỉ hơn ngày nữa. Có thể ngồi thuyền xuôi một mạch cũng được nhưng Trịnh Khả là ông quan đầu triều chu đáo, hiểu tâm lý nhà vua cùng các quan theo hầu. Ông muốn cho vua cùng các quan có được những phút thư nhàn nên chọn đặt một hành cung ở giữa đoạn đường. Trại Vải thôn Đại Lại là chỗ thích hợp. Đây là trang trại của gia đình Nguyễn Trãi, rộng hơn chục mẫu, trồng vải thiều. Do được chăm sóc tốt nên cây vải rất đều, mỗi cây to như một đống rạ. Vào tiết xuân, vải nở hoa, hương thơm ngào ngạt, ong mật về làm tổ bay vi vu. Đến đầu mùa hè, vào tháng Tư vải chín đỏ, chim tu hú về mừng quả kêu náo nức. Những người buôn vải đến hái quả mang vào Kinh, xuôi thuyền đưa về miền Sơn Nam Hạ. Theo thương lái, vải có khi sang tận bên Tàu. Trại Vải rộng mênh mông, ở sát ngay bờ sông Thiên Đức, phong cảnh hữu tình. Ngôi nhà năm gian cao ráo được sửa sang làm nơi ở của nhà vua, chỉ còn phải dựng một số căn lán tạm cho các quan, còn quân lính ở trong những cái lều dã chiến. Được biết ý đồ của Thiếu úy Trịnh Khả, quan huyện Gia Định cùng hương chức làng Đại Lại từ mấy hôm trước đã chuẩn bị tiếp giá một cách ngoạn mục, cốt sao cho hoàng thượng cùng các quan thấy được tấm lòng của người Kinh Bắc văn vật.

Thuyền rồng đậu lại, không cần quan hầu nâng đỡ, nhà vua từ thuyền bước lên dáng nhanh nhẹn tự tin. Thị Lộ lên sau cùng với mấy cung nữ. Đi dưới bóng vải mát rượi, nhà vua được dẫn tới ngôi nhà ngói sạch sẽ, đã được sửa sang trang hoàng hợp thói quen nhà vua. Nghỉ ngơi một lát, Thái tông bảo Thị Lộ dẫn đi dạo trong vườn, xa sự ồn ào săn đón của mọi người. Nhà vua muốn rằng chỉ mình với nàng, giữa thiên nhiên vắng vẻ. Đây là gia sản của Nguyễn Trãi nhưng Thị Lộ ít khi về mà chủ yếu ở Côn Sơn hay Thăng Long nên nơi này với nàng cũng lạ lẫm và thú vị. Đi dạo một lúc chừng như đã mỏi, nhà vua ngồi lại trên thảm cỏ xanh. Nàng đến ngồi bên nhà vua. Lát sau, nhà vua ngả mình trên thảm cỏ. Thấy vậy, nàng tháo chiếc khăn vấn trùm đầu lót xuống dưới lưng người. Gió hiu hiu, trời thật mát, nhà vua thiu thiu ngủ.

Trong khi nhà vua và Thị Lộ lánh ra một nơi vắng vẻ thì hành cung thật ồn ào. Phường săn Gia Định mang về hai con nai cùng mấy chục con rùa. Vạn chài trên sông Thiên Đức đem tới những con cá măng cá trắm lớn sống trong những cái lờ. Thuyền cũng chở từ làng Vân tới chục hũ rượu tăm. Đám thợ săn chặt cây tươi đóng cọc làm giàn hỏa, đặt những con nai lên rồi phía dưới xếp than củi. Người ta giết rùa lấy huyết pha rượu, còn xác rùa thì cho vào nồi đất rang muối, ủ than thật kỹ. Cá tươi được rán được nấu ê hề. Lại còn cả con lợn lòi được mổ ra, thịt đem hấp sả.

Trăng thượng tuần cong như lưỡi liềm chênh chếch trên bầu trời phía Đông. Đứng dưới trăng, Thái tông nhìn dòng sông loang ánh bạc. Một con thuyền xuôi. Từ trên thuyền cất lên điệu hát huê tình:

Trèo lên cây bưởi hái hoa,
Bước xuống vườn cà hái nụ tầm xuân,
Nụ tầm xuân nở ra xanh biếc,
Em đi lấy chồng anh tiếc em thay.

Tiếng hát trầm và vang như phá tan cái không khí im ắng của miền quê. Hòa trong tiếng hát là tiếng sáo trúc ngân nga tha thiết. Lần đầu tiên nhà vua nghe tiếng hát như vậy. Tiếng hát sâu xa, diệu vợi. Trong tiếng hát, nghe như thấy tiếng trái tim thổn thức. Nhìn nét mặt nhà vua, Thị Lộ hỏi: Nguyên Long, chàng nghĩ gì mà đăm chiêu vậy? Như chợt tỉnh khỏi cơn mơ, chàng âu yếm nói:

- Nàng có nghe tiếng hát?

- Dạ có, chắc là tiếng hát của người phu chèo thuyền. Bây giờ nước xuôi lại trăng thanh gió mát. Nhưng hoàng thượng thấy gì trong tiếng hát đó?

- Ta nghe âm thanh của thái bình trong tiếng hát cùng tiếng sáo. Ta thấy cuộc sống dung dị của bách tính. Họ làm việc rồi yêu đương. Khi cần thì mang gươm đi giữ nước. Tự nhiên trẫm thấy mình hạnh phúc vì là người chăm lo cuộc sống cho bách tính. Trẫm muốn được sống thật nhiều thật lâu vì những thần dân hồn hậu.

- Đa tạ bệ hạ đã nghĩ đến dân. Việc người thức khuya dậy sớm xông pha vầy cũng là vì dân. Bách tính chỉ biết chăm lo làm ăn. Nhưng cuộc đời của họ lại được quyết định ở đại cuộc. Một cái nheo mắt, một cái nhăn trán của thánh thượng có thể làm cho họ không chỉ sướng khổ mà có khi còn là sự sống chết. Bệ hạ nghĩ đến dân như vậy là phúc lớn của nước nhà.

Hai người đang trò chuyện thì thị vệ tới mời nhà vua về dùng bữa. Khi họ đến thì cảnh ngoạn mục bày ra trước mắt. Hai đống than rực cháy. Phía trên than, hai con nai được những người phường săn thui vàng. Quanh đấy, những chiếc chiếu trải trên thảm cỏ. Trên chiếu là những mâm bát. Nhà vua được mời ngồi vào một chiếu trang trọng, tiếp đó các quan theo thứ tự ngồi vào chỗ của mình. Thiếu úy Trịnh Khả đứng lên nói dõng dạc:

- Muôn tâu hoàng thượng. Để mừng cuộc duyệt võ thành công, quan huyện sở tại Gia Định có nhã ý kính mới hoàng thượng và các quan triều đêm nay thưởng thức sản vật cây nhà lá vườn xứ Kinh Bắc. Vì là đặc sản Gia Định nên thần thú thực cũng chưa biết là gì, vậy mời quan tri huyện Nguyễn Đệ là chủ nhân bữa tiệc hôm nay có mấy lời thưa. Một vị quan lục phẩm trạc tứ tuần đứng lên vái nhà vua sau đó xá các quan triều, nói:

- Muôn tâu thánh thượng, xa giá nghỉ tại bản huyện là vinh hạnh lớn cho dân chúng tôi. Xin thay mặt bách tính huyện Gia Định kính chúc bệ hạ vạn tuế. Còn về bữa tiệc hôm nay, vi thần trộm nghĩ, thánh thượng cùng các quan lớn quen dùng cao lương mỹ vị, vậy nay xin kính mời thưởng thức những món dân dã của phường săn của ngư phủ bản huyện. Đấy là món nai thui. Con nai tơ được thui trên lửa than, lấy bì làm nồi. Khi ăn, dùng dao chọc vào da con vật, một miếng thịt vừa chín lồi ra từ vết đâm. Chỉ việc lấy dao cắt thịt cho vào bát chấm mắm gừng, thịt vừa tươi vừa ngọt. Đệm vào món thịt rừng là chuối xanh, khế chua cùng rau thơm rau riếp. Bây giờ, món ăn thứ nhất xin kính mời. Nói xong, viên tri huyện bước tới gần hoả lò. Một thợ săn đưa cho ông ta con dao nhọn và cái bát. Đến gần con nai, ông chăm chú nhìn rồi lấy lưỡi dao gạt một khoảng da cho sạch hết bụi than. Lau sạch dao, ông chích một nhát vào mông con vật. Miếng thịt nóng bốc khói đùn ra. Nhẹ nhàng, ông đưa lưỡi dao lách nhẹ, miếng thịt tươi rói nóng hôi hổi rơi vào bát. Đưa con dao cho người thợ săn, quan tri đi tới chỗ viên quan hầu nhà vua ngồi, bày cho ông này chấm miếng thịt vào mắm gừng, lấy thêm nhát khế nhát chuối, rau thơm rồi đem bát đến kính cẩn dâng vua. Trước hàng trăm con mắt nhìn vào mình, nhà vua nhận lấy bát, gắp miếng thịt cùng rau cho vào miệng. Một chén rượu màu hồng hồng được dâng lên. Nhà vua nhấm hớp nhỏ rồi ngài gật đầu: "Ngon tuyệt!" Chỉ chờ có vậy, các quan đua nhau vác dao vác bát đi xẻ thịt, thật tưng bừng náo nhiệt.

Khi món nai thui đã quen, nhà bếp mang lên cho viên tri huyện một cái đĩa lớn, trên đó là con rùa còn nguyên mai.

Quan huyện nói:

- Tâu thánh thượng, món thứ hai là rùa rang muối. Mọi người đều biết rùa sống lâu nhất trong tứ linh, vì vậy thịt rùa rất bổ lại giúp tăng tuổi thọ. Huyết rùa đã được hòa rượu dâng thánh thượng. Bây giờ là thịt rùa. Con rùa sau khi để đói nhiều ngày đã thải ra hầu hết chất bã. Sau đó được rửa sạch, cắt tiết, nhúng nước sôi gọi là làm lông cho hết phần dơ bên ngoài rồi cho vào nồi rang đổ đầy muối cả phía dưới cả phía trên, đem vùi trong than củi. Sức nóng của muối làm rùa chín đến mức thịt mềm, khi đặt lên đầu lưỡi thịt rùa tan ra cùng chất ngọt. Xin kính mời thánh thượng cùng chư vị đại quan thưởng thức!

Viên quan hầu nhận con rùa từ tay cô cung nữ. Ông khéo léo lật bỏ mai rồi gắp một miếng thịt ngon nhất chấm vào bát mắm me dâng vua. Nhà vua nâng bát, gắp miếng rùa cho vào miệng. Quả là thần tình, miếng thịt lão quy tan ngay ở đầu lưỡi, ngọt lịm, tỏa hương thơm đậm đà.

Món rùa chưa xong, từ bếp đã đưa lên những đĩa thịt lớn. Một lần nữa, viên tri huyện Gia Định đứng lên thưa:

- Muôn tâu thánh thượng, món thứ ba là thịt lợn lòi bóp hành. Món này ngon ở chỗ thịt lợn lòi không có mỡ nên ăn không thấy ngán như thịt lợn nhà. Cái đặc biệt là bì lợn tuy dày nhưng lại giòn rất thú vị.

Món này nhiều nơi có nhưng chỉ thật ngon khi ăn với bánh đa Kế, một đặc sản của bản huyện.

Nhà vua cùng các quan đi đường xa đói ngấu nên ai cũng ăn ngon lành. Những món ăn dân dã thật hấp dẫn. Từ lâu rồi Thái tông mới cảm thấy ăn ngon miệng đến vậy. Rượu thì tuyệt. Cay nồng, thơm mà êm dịu. Cuối bữa tiệc, để góp vui cho nhà vua cùng quan khách, những liền anh liền chị làng Quan họ Nội Duệ được mời tới biểu diễn. Sân khấu là bãi cỏ, dưới ánh đuốc bập bùng những thôn nữ như tiên giáng thế trong những bộ áo ngũ sắc múa lượn. Họ hát những bài Ngồi tựa mạn thuyền, Người ơi người ở đừng về, Trèo lên Quán Dốc. Nhà vua đứng lên nói:

- Trẫm xin cảm ơn thịnh tình của quan tri huyện, phường săn, phường chài cùng dân chúng bản huyện. Hôm nay, trẫm cùng các quan triều được thưởng thức bữa tiệc rất ngon gồm toàn những đặc sản địa phương. Trẫm cũng được thưởng thức những bài hát điệu múa rất hay rất đẹp. Trẫm mong quan tri cùng bà con bản huyện giữ gìn và nêu cao phong tục tốt đẹp này.

Quan thiếu úy Trịnh Khả cảm ơn mọi người rồi đưa nhà vua đi nghỉ, một số vị ham vui còn ngồi nhâm nhi đến khuya. Tuy uống khá nhiều rượu nhưng Thái tông vẫn tỏ ra tỉnh táo. Viên quan thái giám soi đèn đưa nhà vua về phòng nghỉ. Thị Lộ đi sau nhà vua. Khi người cung nữ bước sau quan thái giám nhẹ nhàng khép cánh cửa lại phía sau lưng, Thái tông quay lại ôm chầm lấy Thị Lộ rồi vừa hôn tới tấp lên môi lên mắt vừa dẫn nàng tới long sàng."Ôi, tình yêu của ta, tiên nga của ta! Ta nhớ nàng đến chết mất!" Khi đã nằm trên giường rồi, nhà vua còn ôm nàng trong đôi tay trai tráng riết chặt đồng thời miệng tuôn ra những lời yêu nồng nàn. Nhưng khi nhận ra vẻ lạnh nhạt của người tình, nhà vua sững người lại. Lúc lâu sau chàng hỏi: "Nàng, sao vậy? Sao lại hờ hững với ta vậy? Ta mong nàng biết bao nhiêu!" Không hé môi, Thị Lộ nằm quay đi rồi bật khóc nức nở. Không thể ngờ tình huống này, chàng trai trẻ hai mươi tuổi bối rối. "Sao, nàng sao vậy? Ai, ai đã làm gì nàng?" Vẫn không nói không rằng, Thị Lộ đưa cánh tay ôm hờ nhà vua, trong khi ấm ức khóc như con trẻ. Nhổm người dậy, đặt môi hôn âu yếm lên mí mắt nàng đẫm nước, nhà vua nói giọng thương cảm: "Sao vậy, nàng nói cho trẫm nghe xem? Hay hay là Nguyễn Trãi đã làm gì xúc phạm nàng?" "Không, không! Thị Lộ bỗng vội bật lên nói. Không! Nguyễn Trãi không làm gì thiếp cả!" "Vậy vì sao, nàng phải nói cho trẫm biết chứ!" Trong ánh đèn lồng mờ mờ, nàng nhìn nhà vua bằng đôi mắt thật buồn: "Suốt những ngày ở nhà, Nguyễn Trãi không hề động tới thiếp!" "Vậy sao?" Nhà vua thả người lên giường, hỏi lại. "Mặc dù thiếp đã van xin." Nhà vua nhăn trán nghĩ ngợi. "Vậy ông ta mắng mỏ nàng sao?" "Không hề! Nguyễn Trãi vẫn chăm lo cho thiếp mọi thứ, đối với thiếp vẫn vui vẻ, trân trọng, không một lời làm mất lòng thiếp." "Lạ nhỉ! Vậy ông ta nói với nàng thế nào?" Khi thiếp quỳ xin, Nguyễn Trãi nâng thiếp dậy rồi nói: "Nàng đứng lên đi. Đừng làm ta đau lòng thêm nữa. Ta vẫn thương vẫn yêu nàng nhưng ta không thể. Không thể vì ta tôn trọng nàng nhưng cũng bởi vì ta tôn trọng ta. Ta giữ cho ta và nàng vẻ đẹp nhất của tình cảm mà chúng ta đã có với nhau."

"Vậy Nguyễn Trãi nói gì về trẫm?" Dạ thưa, Nguyễn Trãi bảo: "Ta đã qua những ngày tủi nhục những ngày khổ đau. Nhưng rồi ta nghĩ ra: nàng còn trẻ, còn cần được yêu đương. Mà một người như Nguyên Long cũng đáng để nàng yêu lắm! Ta phải cảm ơn tình yêu nàng dành cho Nguyên Long. Chính tình yêu của nàng đã biến chàng thiếu niên Nguyên Long thành Thái tông hoàng đế anh minh." Mắt rực sáng, Nguyên Long nhìn Thị Lộ với vẻ lạ lùng rồi hỏi lại: "Nguyễn Trãi nói với nàng vậy thật sao?" Thị Lộ không nói mà nhìn lại nhà vua bằng cái nhìn buồn đau đáu. "Nguyễn Trãi thật lớn. Ông yêu nàng biết bao nhiêu. Chính vì vậy mà ông chịu hi sinh vì hạnh phúc của nàng. Trẫm càng trọng Nguyễn Trãi vì đã biết hi sinh cho nghĩa lớn!" Dừng lại lúc lâu như để suy ngẫm, nhà vua nói: "Còn nàng, nàng đau khổ lắm sao?" "Làm sao không đau khổ, Nguyên Long? Trở về nơi thân thuộc ấy, thiếp bỗng thành người thừa. Suốt những ngày qua có lúc nào thiếp được vui. Nguyễn Trãi không ở nhà thì mong thì nhớ ngơ ngẩn. Và dù có buồn có mệt, thiếp cũng phải cố vui để tỏ ra mình còn là bà chủ. Khi Nguyễn Trãi về nhà thì thao thức dằn vặt không ngủ được. Những ngày qua với thiếp là cực hình. May mà có chàng đến đưa thiếp đi, như trong chuyện cổ tích. Nếu không, thiếp không biết sống thế nào nữa! Đi như thế này là được giải thoát, nhưng thiếp khôn nguôi nỗi ân hận là đã phụ bạc Nguyễn Trãi." Ôm người tình vào lòng, nhà vua vỗ về: "Thôi, trẫm đền cho nàng vậy!"

Như kẻ khát lâu ngày, Nguyên Long yêu vồ vập. Cởi chưa xong bộ cúc áo tứ thân, chàng vội giật giải yếm đào rồi vục mặt vào bộ ngực căng mẩy. Bàn tay kia luồn vào trong váy lụa lần lên theo đùi ếch săn cứng. Còn Thị Lộ, như người từ tận cùng thất vọng, như kẻ từ dưới vực sâu được vớt lên, đã trải qua mọi tai họa, đã thấm tới cùng kỳ lý của cuộc đời, không còn gì lo lắng, không còn gì ngăn cách, nàng cũng hết lòng buông thả cho tình yêu được hoàn toàn tự do hoàn toàn giải phóng. Bấy lâu nay, nhờ tình yêu của Nguyên Long, nàng phát hiện ra sự đam mê mãnh liệt của mình. Nàng hiểu rằng, nếu không gặp chàng trai trẻ này, những đam mê đó chắc sẽ lụi tàn và nàng nhanh chóng già đi trong vai người đàn bà đoan chính. Vào Tàng thư các tìm sách đọc may sao nàng kiếm được cuốn Tố nữ kinh, cuốn sách nói về chuyện phòng the có từ thời Hoàng đế, được giữ kín trong cung cấm. Đọc sách rồi, nàng đến ngự y, cắt những phương thuốc riêng dùng cho Nguyên Long. Nàng cũng học từ sách những phương cách mới lạ gây hứng thú và kéo dài khoái cảm nơi người tình. Đó là một trong những bí quyết làm cho Thái tông không rời xa được nàng. Lần này, dù nàng gắng hết sức dẫn dụ chàng hành sự từ tốn để kéo dài khoái cảm nhưng do quá khát khao quá vồ vập nên chàng lâm vào cảnh khóc ngoài quan ải. Nàng buồn nhưng ráng chịu. Lại thương chàng vì thất vọng. Nàng càng thương chàng sau đó nằm thiếp đi ngủ mê mệt như đứa trẻ say ngủ sau khi bú no. Đắp chăn lại cho chàng, nàng nằm yên nghe tiếng thở nặng nề lẫn tiếng rên nhẹ. Nàng nhận ra, trong chuyến đi này, chàng đã hao tổn nhiều tinh lực. Thất bại vừa rồi là một bằng chứng. Chắc chàng sẽ buồn. Trong thâm tâm, nàng lo lắng, nghĩ cách động viên chàng và nhất là khi về kinh sẽ tìm cách lấy lại sức khỏe cho chàng. Nàng cố nhắm mắt mà không sao ngủ được. "Đừng nghĩ ngợi thêm nữa, nàng tự nhủ. Đã đến nước này rồi. Cũng liều nhắm mắt đưa chân. Trước mặt nàng là khoảng tối thăm thẳm. Con đường trở về với Nguyễn Trãi đã khép lại, bị rào gai lấp kín. Trước mắt nàng chỉ còn có gắn bó thân phận với Nguyên Long. Thôi cũng được, chẳng còn cách nào khác thì cứ vậy. Từ nay nàng không còn bị dằn vặt vì mặc cảm tội lỗi nữa." Nhưng chỉ lúc sau, cái đầu luôn suy nghĩ của nàng lại lay động. "Gắn bó với Nguyên Long cũng chỉ tạm thời, may mắn nhất thì cũng vài năm nữa. Khi hương sắc không còn, chưa kể những tai bay vạ gió rình rập mỗi bước đường, may mắn nhất thì cũng tới lúc từ quan, rời cung cấm. Cái mạng già này sẽ đi đâu? Liệu có thể về Côn Sơn? Bẽ bàng thay! Và rồi lúc nào đó trong tiềm thức nàng hiện lên hình ảnh bà già mặc áo nâu sồng quét lá đa ở ngôi chùa xa vắng." Mệt mỏi cộng thêm sau những ngày mỏi mệt. Nàng thiếp đi. Nàng thấy mình bước lên chiếc cầu vồng chênh vênh cao vợi. Dưới cầu, dòng sông sâu hun hút nước cuồn cuộn thét gào. Và gió. Nàng bước đi xiêu vẹo trong mưa và sấm chớp. Bỗng dưng dưới chân nàng cây cầu nứt toác và nàng rơi rơi. Nàng sợ hãi tối tăm mặt mày. Đúng lúc nàng hốt hoảng đến cùng cực, định hét lên thì cái gì đó chạm vào người làm nàng bừng tỉnh. Hoảng hồn, tim đập loạn trong lồng ngực, mồ hôi đầm đìa nơi trán. Nàng hoàn hồn khi nhận ra tay chàng vuốt ve những ngón tay nàng rồi nâng niu đưa lên môi hôn. Bàn tay lành lạnh của chàng vươn ra vuốt nhẹ mặt nàng rồi phiêu du xuống mân mê bộ ngực. Nàng nằm im, mắt lim dim mơ màng. Nhẹ nhàng tháo bỏ những chiếc cúc ngực, chàng vục mặt vào ngực nàng, môi ngậm chặt bầu bú, đầu lưỡi cuốn lại nút lấy nút để như đứa trẻ khát sữa. Bàn tay phải chàng phiêu du tiếp xuống phần dưới cơ thể nàng. Rồi chàng đòi yêu nữa. "Thôi, Nguyên Long. Chàng không được khỏe, nguy hiểm lắm!" Nàng nài nỉ gần như van xin! "Ta mà không khỏe ư? Nàng lầm rồi. Lúc nãy không được như ý là do lâu ngày không gặp nàng, khao khát quá! Nàng biết không, chính trận đánh sau mới là trận đánh hay." Làm sao mà cản được chàng! Không còn cách nào khác, nàng đành chiều và vận dụng hết ngón nghề giúp chàng. Vẫn biết khoái cảm nơi mình lên chậm, nàng tự kích thích để hòa hợp với chàng. Để chứng tỏ mình là trượng phu nam tử, chàng không ngừng mân mê những nơi nhạy cảm nhất của nàng. Rồi hai cơ thể hòa vào nhau trong tận cùng hoan lạc. Nàng cắn chặt môi như cố ghìm lại tiếng rên trong miệng nhưng rồi tiếng rên sung sướng cứ bật ra: "Chàng, Nguyên Long, chàng ơ ơ ơi!" Rồi nàng lịm đi mê mẩn. Tận cùng sung sướng, chàng run rẩy trên người nàng. Mỹ mãn, thật là mỹ mãn! Nàng thầm nghĩ. Lúc lâu sau, không biết là bao lâu nữa, nàng chợt nhận ra người chàng đè lên nàng quá nặng. Lúc đầu nàng ráng chịu để không làm mất niềm vui nơi chàng. Nhưng sau đó, cảm thấy điều bất thường, nàng lay gọi. Nhưng chàng chỉ im lặng, không tiếng trả lời, không nhúc nhích. Giật mình, nàng hốt hoảng sờ ngực chàng thì không thấy đập, chỉ nhịp đập từ ngực mình dội lại. Nhận ra điều nguy hiểm, nàng giữ chàng trên người rồi với lên đầu lấy cái trâm, dùng hai tay lần xuống chót xương cùng của chàng, nàng ấn mạnh, một lần, hai ba lần. Không một phản ứng, chỉ thấy chàng mỗi lúc đè nặng thêm trên người mình. Nàng kéo chăn đắp lại rồi hốt hoảng kêu lớn: "Người đâu, cứu giá!" Tiếng nàng vang ra như tiếng sét kinh hoàng làm cả hành cung xao động. "Ngự y, ngự y đâu?" tiếng ai đó gọi hoảng hốt. Đèn đuốc sáng bừng. Hai viên quan ngự y già vội vàng xách tráp chạy đến. Nhìn đống chăn lù lù trên long sàng, mọi người tái mặt. "Để yên vậy. Đừng lật thánh thượng xuống!" Một vị nói. Nói xong ông vén nhẹ chăn, cầm cái kim nhọn chích mạnh vào xương cùng nhà vua. Một lần. Hai lần. Ba lần. Nhà vua không nhúc nhích. Bắt mạch, rồi mở miệng nhà vua nhìn thấy lưỡi thụt vào cuống họng, ông lắc đầu: "Hoàng thượng băng rồi!" Khẽ lâu người đặt nhà vua xuống giường, Thị Lộ cuộn mảnh chăn gấm che tấm thân lõa thể, cầm quần áo chạy vội ra khỏi phòng.

Mấy vị cận thần cùng thái giám đứng lặng như trời trồng, mắt hướng về quan Thiếu úy thiếu bảo Trịnh Khả. Cúi đầu xuống suy nghĩ, viên đại thần đầu triều kéo chăn đắp lại cho nhà vua rồi nói:

- Mọi người nghe đây. Không ai được tiết lộ việc này. Làm như không có điều gì xảy ra. Mọi người lo chuẩn bị để lên đường hồi kinh sớm.

Các quan lặng lẽ ra khỏi phòng. Mấy thái giám tay run lập cập lật bỏ tấm chăn thêu rồng, vội vàng lau rửa rồi mặc lại quần áo cho nhà vua. Mờ sáng, trong bóng đêm, nhà vua được đưa lên võng, cáng xuống thuyền. Trên thuyền, các cửa ngự phòng được che kín, có lính gác nghiêm cẩn. Sáng sớm đoàn thuyền ngự lặng lẽ rời bến. Như không có chuyện gì xảy ra, trong thuyền rồng tiếng đàn tiếng sáo vẫn hòa tấu vi vu, tiếng trống chầu rộn rã, cờ phướn tưng bừng.

Nửa đêm thuyền ngự về đến bến Đông trên sông Cái. Một đoàn xe của nội cung ra đón nhà vua cùng các quan. Nhà vua nằm trên cáng, được đưa lên xe loan, chuyển về điện Vạn Thọ. Trong lúc đó Thiếu úy thiếu bảo Trịnh Khả, Tham tri chính sự Nguyễn Xí cùng Bình chương quân quốc trọng sự Lê Thụ có mặt ở Đông cung. Họ không ngờ hoạn quan Lương Đăng đã đến trước họ. Ba người quỳ trước Nguyễn Thần phi:

- Khởi bẩm nương nương, Trịnh Khả lên tiếng, xin người khá bình tâm nghe tin dữ. Thái tông hoàng đế đã băng trên đường hồi cung. Chúng thần vội đưa bệ hạ về triều.

Thoạt nghe, Nguyễn phi giật mình, trợn mắt lên rồi ngất lịm. Các cung nữ vội tới dìu nàng đặt lên giường, lay gọi mãi. "Nương nương tỉnh rồi. Nương nương tỉnh rồi!" Mấy cung nữ reo lên. Một người đưa đến bát thuốc giải, họ nâng nàng dậy rồi đổ vào miệng. Ba người đàn ông lo lắng vây quanh nàng. Gượng ngồi dậy, tựa lưng vào những chiếc gối, mắt ráo hoảnh, mặt lạnh như tiền, phi hỏi:

- Vì sao người băng?

- Sự thật là vầy, thưa nương nương, Nguyễn Xí lên tiếng. Đêm qua Hoàng thượng nghỉ ở Trại Vải huyện Gia Định, có Lễ nghi học sĩ hầu người. Quá nửa đêm, nghe tiếng kêu cứu giá, chúng thần chạy đến thì thấy hoàng thượng mình trần đang nằm trên người của Thị Lộ, cũng trần truồng, trên lưng hoàng thượng đắp chiếc mền mỏng. Thái y ra sức cứu giá nhưng không được. Thái y nói thánh thượng đã băng vì phạm phòng!

- Đúng như vậy ạ, Lê Thụ góp lời. Theo ý của quan Thiếu úy, chúng thần phong tỏa tin dữ rồi bí mật đưa hoàng thượng xuống thuyền về cung. Trên đường về duy trì mọi việc như bình thường để dân chúng không sinh nghi.

Ngồi lặng yên, nét mặt sắc lạnh nhìn ba ông quan đầu triều mặt xanh như chàm đổ, dáng bộ run rẩy, Nguyễn phi nhếch mép nói với cung nữ:

- Các ngươi ra ngoài hết. Đóng cửa lại, không được cho ai vào.

- Bây giờ các ông định thế nào. Liếc mắt thấy các cung nữ đã đi hết, phi lạnh lùng hỏi.

- Dạ thưa, chúng thần muốn biết ý của Thần phi nương nương. Trịnh Khả nói.

- Ý của ta ư? Ý của người mẹ góa con côi này thì có giá trị gì? Phải là ý các ông, những trụ cột của triều đình mới có ý nghĩa.

Ba quan viên quỳ xuống:

- Chúng thần có tội, xin nương nương giáng tội!

Thần phi phẩy tay:

- Đứng lên đi. Các ông có tội gì nào? Các ông đã chăm lo hộ giá chu đáo nhưng chỉ vì nhà vua hoang dâm mà phạm phòng đột tử. Khi sự việc xảy ra, các ông kín đáo đưa thánh thượng về cung, báo với người đàn bà góa bụa này sự thật. Như vậy là các ông đã làm tròn phận sự. Còn hoàng thượng mệnh một là do số giời. Bây giờ, các ông cứ sự thật mà nói: bố cáo với thiên hạ là nhà vua vì ham mê nữ sắc mà đột tử, rồi chọn người nào có tài lên làm vua mới. Còn ta mẹ dại con thơ làm được gì nữa! Nói xong, phi òa khóc, tiếng khóc xối xả đầy vẻ đe dọa xoáy vào lòng những người đàn ông.

Nghe giọng phi nói lạnh tanh rồi nhìn nét mặt, ánh mắt phi, cả ba đại thần hoảng hồn, vội quỳ xuống:

- Bẩm nương nương, làm vậy sao được ạ! Đó là sự thật nhưng có phải sự thật nào cũng nói ra được đâu? Làm vậy thì còn gì là quốc thể?

- Vậy các ông muốn làm thế nào? Giọng thổn thức, nói trong tiếng nấc rồi phi lấy khăn lụa mỏng lau nước mắt.

- Bẩm nương nương, gì thì gì chứ không thể để cho thiên hạ biết nguyên nhân thực về cái chết của đấng chí tôn.

- Vậy các ông muốn sao? Vẫn giọng lạnh tanh, nói xong phi nhìn xéo sang Lương Đăng.

- Chúng thần muốn biết ý của nương nương!

- Biết ý ta nhưng các ông có làm theo ý ta không? Phi cười nhạt, cái cười sắc lạnh, hỏi.

- Dạ bẩm, chúng thần sẽ nghe theo ý chỉ của nương nương.

- Được, vậy thì các ông nghe đây. Đứng lên đi. Ý của ta là: không hề có chuyện hoàng thượng đột tử vì phạm phòng. Ta chưa nghe việc đó. Các ông cũng chưa nói chuyện đó phải không?

- Dạ, quả vậy ạ. Chúng thần không biết gì về chuyện đó!

- Được rồi, còn nguyên nhân làm cho hoàng thượng băng, chỉ có một: đấy là người bị đánh thuốc độc. Kẻ tiến độc cho hoàng thượng là Thị Lộ. Kẻ bày mưu cho Thị Lộ là Nguyễn Trãi chồng của thị.

Nghe vậy Lương Đăng cười mỉm còn ba đại thần lén nhìn nhau, mặt cúi xuống, im lặng.

- Thế nào, các vị, ta nói vậy có đúng không, quan Tri tứ tụng Lê Thụ?

Lê Thụ bối rối thưa:

- Bẩm, bẩm nương nương, đúng vậy ạ!

- Còn hai vị, thế nào? Người đàn bà đầy uy quyền hất mặt về phía Trịnh Khả và Nguyễn Xí, nói tiếp, nếu không đúng vậy thì các ông đi mà làm theo cách các ông cho là phải. Nhấc người khỏi giường, nàng nói, ta đến chỗ người chết đây!

Ba vị quan luống cuống:

- Bẩm, bẩm nương nương, chúng thần sẽ làm đúng như lời nương nương ạ.

- Được rồi, vậy thì các ông vào việc đi!

Bước sau thần phi, mọi người đi về Điện Vạn Thọ. Thừa ý chỉ thái hậu và hoàng thái tử, Trịnh Khả ra lệnh thiết triều gấp, công bố với triều thần là Lê Thái tông hoàng đế băng hà trên đường tuần du miền Đông. Có lẽ hoàng thượng bị trúng độc. Vụ án sẽ được điều tra làm rõ ngay. Sau khi bàn bạc với Lê Liệt và Lê Bôi, bọn Trịnh Khả năm người cùng tôn hoàng tử Bang Cơ lên ngôi.

Trong khi đó, Lương Đăng biết công việc của mình. Ông ta mang khẩu dụ của Thái hậu tới bộ Hình lấy lệnh hạ ngục ngay Nguyễn Thị Lộ đồng thời phái người truy bắt cả nhà Nguyễn Trãi.

***

Trong sương sớm, Thị Lộ run rẩy lảo đảo lên thuyền, đi như người mộng du. Bước vào khoang thuyền ngự, nhìn nhà vua đắp tấm mền như đang ngủ, nàng bước vội tới, đặt tay lên trán chàng. Hơi lạnh của tử thần khiến nàng rùng mình chợt tỉnh. Nàng nhận ra sự thật không thể thay đổi: chàng đã chết và chính nàng đã giết chàng! Ý thức được việc nghiêm trọng xảy ra, nàng thấy thật nhục nhã ê chề. Nàng rùng mình nghĩ lại cảnh mình ôm chàng trần như nhộng trên người và dưới chàng, mình cũng trần như nhộng. Phải khó khăn biết bao nhiêu, phải ráng sức biết bao nhiêu nàng mới không hất chàng xuống để kéo áo mặc cho mình. "Không thể chết! Chàng không thể nào chết được!" Ý nghĩ ấy truyền cho nàng quyết tâm chịu đựng quá sức mình. Nhưng dù vậy cũng không thể cứu được chàng, nàng đành lặng lẽ lật chàng xuống giường rồi bẽ bàng quấn mền che tấm thân lõa thể lẩn đi. Từ lúc đó, nàng gần như điên dại, không còn biết được rõ ràng việc gì nữa. Như cái máy, như con trẻ, nàng làm những việc gì người ta bảo. Để không cho nàng đi lại gây phiền phức, người ta dẫn nàng vào chỗ nhà vua nằm. Đó chính là chỗ thích hợp nhất với nàng. Lặng lẽ, nàng ngắm nhìn rồi vuốt ve chàng. Chàng nằm đó hiền như đứa trẻ. Sao chàng không nói? "Nguyên Long, Nguyên Long, chàng trả lời thiếp đi!" Trong tình trạng nửa mê nửa tỉnh ấy, nàng cảm nhận sức nặng vô chừng của nỗi đau, của sự mất mát. Nàng đã mất tất cả! Ta là kẻ xấu xa, ta đã phản bội, đã phụ bạc Nguyễn Trãi rồi lại gây nên cái chết nhục nhã của chàng. Nỗi đau vì mất mát nơi nàng thật lớn. Nàng đã mất Nguyễn Trãi và bây giờ lại mất chàng. Cuộc đời nàng bị đẩy tới cùng của tuyệt vọng. Một ngày trời nàng ngồi đó, người muốn tan ra thành nước mắt. Không một hạt cơm vào miệng, nàng chỉ uống nước cầm hơi. Thuyền cập bến, theo xa giá về cung, nàng như kẻ mất hồn. Trở về cung của mình, nàng nằm vật trên giường, mắt căng thẳng, đầu nhức như búa bổ. Cứ như thế nàng nằm thiếp đi.

Mờ sáng, nàng còn mê man trong cơn ác mộng thì thị vệ đến, xốc nàng dậy. Nàng dụi mắt nhìn ngơ ngác. Sao hôm nay những người lính này dữ tợn thế? Sao họ lại đối xử với nàng thô lỗ thế? Họ phải hiểu cho nàng chứ? Họ phải biết nhà vua mất là nỗi đau lớn nhất của nàng! Nàng là người đau khổ nhất! Lẽ nào họ không biết nỗi đau của nàng? "Các người làm gì vậy?" Nàng hỏi vẻ hoảng hốt. Không nói không rằng, người lính cao lớn lôi nàng khỏi giường, kéo ra ngoài, dẫn nàng đi. Phía sau là những người lính mang dáo nhọn sát khí đằng đằng. "Dẫn ta đi đâu ?" Nàng hỏi trong vẻ ngơ ngác đến ngớ ngẩn. Có lẽ nàng là ngươi duy nhất không hiểu cảnh ngộ của mình.

Nàng chột dạ khi thấy từ xa có những đôi mắt nhìn nàng ái ngại. Trong đời nàng, chưa bao giờ nàng có thể nghĩ tới một lúc nào mình lại như thế này. Mặc cho nàng gào thét, giẫy dụa, người lính cứ kéo nàng đi. Một cánh cửa tối tăm mở ra, nàng bị đẩy vào, ngã ngồi trên sàn gạch lạnh. Tiếng cánh cửa khô khốc sập lại cùng xích sắt loảng xoảng. Tất cả tối om. Mãi lâu sau, quen dần với bóng tối, nàng mới nhận ra căn phòng rộng, tường kín mít như một cái hầm, chỉ phía trên cao mới có những lỗ nhỏ cho ánh sáng chiếu vào. Định thần một lúc, nàng nhận ra trong góc phòng có một cái giường con. Nàng lê chân bước lại chỗ đó. Những tiếng "chí...í...t" rộn lên rồi tiếng uỵch uỵch chạy. Chuột, nàng nghĩ. Bầy chuột đang ăn cái gì trên tấm phản. Đúng, không phải giường mà là tấm phản mộc. Thấy người lũ chuột ù té chạy. Trong bóng tối nàng nhận ra những cặp mắt nhỏ lấp lánh vẻ căm tức nhìn nàng. Bầy chuột chạy đi, để lại tấm phản mùi hôi nồng nặc cùng những đống phân. Nàng cầm manh chiếu nhỏ, đem ra chỗ xa giũ làm bụi bay mù. Sau đó nàng dùng cái chiếu phẩy phẩy cho hết bụi trên tấm phản. Một lần nữa nàng giũ manh chiếu rồi đập nó vào tường cho bớt bụi. Nàng ngồi lên phản nghĩ ngợi mà không sao hiểu được vì lẽ gì mình bị hạ ngục. Mệt quá, nàng đành đặt mình xuống tấm chiếu hôi rình. Có tiếng mở cửa cùng lúc với xích sắt va vào nhau loảng xoảng. Một người lính bước vào đặt xuống nền gạch một bát chiết yêu cơm và một bình nước bằng sành. Khi người lính đi rồi, Thị Lộ đi ra phía cửa. Nàng cúi xuống nhìn bát cơm bốc lên mùi gạo hẩm cùng mùi gây gây của cá khô, nàng cảm thấy buồn nôn. Ngửi mùi cơm, cái đói thức dậy khiến cho ruột nàng bỗng nổi lên đau quặn thắt. Nước dãi nàng ứa ra. Nhưng mùi hôi của cơm gạo hổi cùng mùi gây gây của cá khô chưa chín khiến nàng bỗng nôn thốc nôn tháo. Nôn ra toàn nước cùng mật xanh mật vàng. Để bát cơm lại, nàng cầm bình nước lên, uống ngụm nhỏ rồi liền đấy tu một hơi dài cho căng bụng. Nàng ngây thơ tin rằng nước cũng làm no bụng. Uống xong, nàng mang bình nước trở lại giường của mình. Chỉ chờ có thế, đàn chuột từ những xó xỉnh nào trong bóng tối nhung nhúc chạy lại bát cơm tranh ăn rồi cắn nhau chí chóe. Nằm trở lại tấm phản, nàng bỗng thấy lưng ngứa râm ran. Nàng gãi và nhận ra trên da nổi lên những cục sưng tấy, ngứa đến điên người. Sợ hãi, nàng rời bỏ chiếc phản, lấy chiếu xua đi một khoảng bụi bặm rồi đặt mình xuống nền gạch lạnh.

Tiếng xích sắt khua loảng xoảng rồi cửa mở. "Ra đi" tiếng quát gắt gỏng từ ngoài dội vào. Nàng bước ra ngoài. Ánh sáng chói chang làm nàng lóa mắt. Hai người lính mang dáo nhọn kèm nàng đến một căn phòng rộng. "Dẫn phạm nhân vào!" Tiếng quát lớn vang lên. Nàng được dẫn vào giữa hai hàng lính lăm lăm tay trượng dội xuống nền gạch ra uy đằng đằng sát khí. Nàng thấy mình đứng trước công đường. Nhận nàng từ người lính, viên thư lại dẫn nàng đến dưới chiếc án cao, trên đó Quốc thượng hầu, Bình chương quân quốc trọng sự, Tri tứ tụng Lê Thụ ngồi oai vệ. Viên lại bảo nàng quỳ xuống. Quỳ rồi nhìn lên bộ mặt hung thần của viên đại quan chuyên nghề ngục tụng, nàng hiểu rằng mối nguy của mình thực lớn. Có điều nàng chưa hiểu là mối nguy gì?

- Người quỳ dưới công đường kia, hãy khai rõ họ tên. Viên quan Tri tứ tụng nói lớn.

"Khai rõ họ tên ư? Nàng thầm nghĩ, thật ngớ ngẩn. Ông ta còn lạ gì mặt mình?"

Thấy tội nhân im lặng, viên phán quan thét lớn ra oai:

- Hãy khai rõ họ tên!

Như chợt hiểu ra, nàng bối rối đáp:

- Bản quan là Nguyễn Thị Lộ, chức Lễ nghi học sĩ

- Hãy khai rõ tội trạng của mày đi!

- Thưa quan lớn, bản quan cũng đang muốn biết mình mắc tội gì mà phải giam trong ngục tối, đến giờ phải quỳ trước công đường?

- Chát! Tiếng miếng gỗ lim đập mạnh xuống án! Mày còn cứng đầu không chịu nhận tội à? Mày tiến độc cho hoàng thượng còn chối cãi sao?

Thị Lộ không tin ở tai mình nữa, giương cặp mắt vô hồn, nàng ngơ ngác nhìn viên quan toà. "Mày còn cố chối cãi việc tiến độc hoàng thượng sao?" Phán quan gặng hỏi lại. Đến lúc này, đã nghe rõ, và không chịu nổi oan ức quá lớn, Thị Lộ vùng đứng dậy: "Sao, ông nói sao? Tôi mà lại giết Người ư?" Ngay lúc đó người lính xông tới dằn nàng quỳ xuống. "Ta mà lại giết chàng sao? Có điều gì bịa đặt hơn thế nữa không?" Nàng nói tiếng nói của vô thức. Rồi dường như lúc này đã nhận ra mức nghiêm trọng của sự việc, nàng la lớn: "Các người muốn ghép ta vào tội gì cũng được nhưng không thể ghép ta tội giết Nguyên Long!"

- Rõ ràng đến thế, mày còn không nhận tội sao?

- Rõ ràng cái gì chứ? Chẳng phải hoàng thượng băng thế nào ông cũng chứng kiến đó thôi? Sao bây giờ lại vu cho tôi giết hoàng thượng? Tôi mà giết Người sao? Tôi yêu Người còn chưa hết mà!

- Con này láo. Bay đâu, gia hình!

Lính xô tới, lồng cái kẹp vào hai bàn tay búp măng trắng muốt mềm mại như sữa của nàng rồi mỗi đứa một bên ra sức xiết. Thị Lộ quằn quại đau rồi thét lên một tiếng, ngất đi.

Hai người lính lôi nàng về phòng giam cũ, đặt nằm bất tỉnh trên nền gạch.

***

Không bắt được Thị Lộ nhận tội, Lê Thụ rất lo lắng. Ông ta biết rằng, người đàn bà này chỉ là cái mồi nhỏ để Thần phi nhắm con mồi lớn hơn: Nguyễn Trãi. Từ lâu nay cặp vợ chồng này như cái gai cắm vào mắt bà phi. Việc cứu mẹ con Ngọc Dao trở thành mối thù không đội trời chung. Còn Thị Lộ, còn Nguyễn Trãi sau này mọi việc cũng không dễ. Vì vậy triệt hạ vợ chồng Nguyễn Trãi là mục tiêu số một. Người đưa đầu ra thực hiện mưu đồ đó chính là mình. Nhưng ông cũng biết rằng vu cho vợ chồng Nguyễn Trãi tội tày đình như vậy là bất nhân. Ông mỉm nụ cười mai mỉa. Nào phải Thị Lộ giết vua. Chính mắt ông nhìn bà ta ôm nhà vua trần truồng trên bụng. Nhà vua say mê bà ta đến bỏ mạng sao lại nói bà ta tiến độc cho vua? Nhưng ý Nguyễn phi lúc này là ý trời, làm sao mà cãi nổi? Chỉ nay mai thôi, hoàng thái tử Bang Cơ lên ngôi, Nguyễn phi sẽ thành thái hậu nhiếp chính, quyền nghiêng thiên hạ. Ai dám trái ý bà ta? Mà dù cho mình cùng Trịnh Khả, Nguyễn Xí không cam tâm làm chuyện này thì cũng sẽ có kẻ khác. Thói đời phù thịnh chứ ai phù suy? Đêm hôm đó Lê Thụ đến phủ Tham tri chính sự Nguyễn Xí. Sau Trịnh Khả thì lúc này Nguyễn Xí có uy hơn cả trong triều. Ông là quan võ có nhiều công lao phò Thái tổ, cũng nổi tiếng là bậc trung chính thời Thái tông. Những chuyện hệ trọng thế này phải bàn bạc với ông ta mới ổn. Biết Thụ đến tìm mình vì việc cơ mật, Nguyễn Xí đuổi hết người nhà ra, hỏi:

- Quan lớn đến tìm tôi có việc hệ trọng?

- Chiều nay, tôi tra hỏi mà Thị Lộ quyết không nhận tội. Tôi vừa gia hình thì bà ta đã ngất đi bất tỉnh nên chưa có kết quả gì. Muốn đến xin hỏi ý quan lớn nên làm thế nào?

- Về chuyện này, tôi cũng nghĩ nát nước. Cả ông với tôi, chúng ta đều biết Thị Lộ không hề tiến độc cho hoàng thượng. Nguyễn Trãi cũng không hề có ý làm cái việc bạo ngược đó. Nhưng đây rõ ràng là ý chỉ của Thái hậu. Không làm là kháng chỉ. Ông thử nghĩ xem lúc đó tình hình sẽ ra sao? Vợ chồng Nguyễn Trãi trước sau cũng sẽ bị giết. Chúng ta làm mất lòng Thái hậu, nếu không bị tội chết thì cũng bị đày bị biếm truất. Cơ đồ nhà Lê trong tay người đàn bà và đứa trẻ, bọn nịnh thần mọc lên sẽ đưa đất nước đến đắm chìm. Như vậy chúng ta là kẻ có tội không những với tổ tiên mà còn với dân với nước. Không còn cách nào khác, phải hi sinh Nguyễn Trãi để cứu nhà Lê. Biết việc không thành mà cứ làm không phải là biết vậy!

- Tôi hiểu ý quan lớn. Việc không thể từ nan thì phải làm. Ngày mai tôi sẽ bắt thị phải nhận tội.

Sau những ngày lo lắng và đói khát, Nguyễn Thị Lộ rất yếu. Buổi hỏi cung hôm sau, nàng quỳ không vững. Trả lời câu hỏi : "Có phải Nguyễn Trãi sai mày tiến độc cho hoàng thượng không?" Thị Lộ nhắm nghiền hai mắt, tay chắp trước ngực, nói thều thào:

- Quan Bình chương, ngài biết rõ là tôi không tiến độc cho hoàng thượng, vì vậy chẳng hề có ai sai tôi làm cái việc tôi chưa từng làm đó. Dù các ông có đánh tôi xương tan thịt nát, tôi cũng không bao giờ nhận cái tội mà mình không làm! Biết rằng chẳng đời nào thị chịu nhận tội, mà dằng dai mãi sẽ nguy hiểm, đêm qua Lê Thụ đã thảo sẵn khẩu cung. Lúc này nghe thị Lộ nói vậy, ông quát lớn:

- Mày còn cứng đầu hử? Được rồi mày biết! Bay đâu, gia hình, bốn mươi trượng, đánh!

Bọn lâu la chỉ vừa đánh hơn chục hèo, cái thân thể vốn đã kiệt quệ của nàng liền nhũn như sợi bún. Nàng ngất đi bất tỉnh. Chỉ cần có thế, Lê Thụ gật đầu, viên nha lại liền chấm ngón tay cái nàng vào son rồi ấn lên tờ giấy viết sẵn. Lính được lệnh khiêng nàng về phòng giam.

***

Đang ở Vân Đồn tra xét công việc, nghe tin nhà vua băng hà, Nguyễn Trãi vội đi thuyền về kinh gấp. Suốt chặng đường dài ông hoang mang lo lắng. Càng lo hơn khi biết nhà vua băng trong đêm ở Trại Vải, trang trại của ông. Vì sao lại xảy ra cơ sự đó? Một cái chết bình thường hay một mưu mô? Rồi những gì xảy ra tiếp sau? Chưa hiểu sự việc thế nào nhưng ông tin rằng tai vạ sẽ đổ xuống đầu mình. Hoàng thượng qua đời, cố nhiên thái tử lên thay và hoàng thái hậu chấp chính. Đúng là trời bỗng dưng sập trên đầu. Dưới bóng của Thái tông, ông và bà Lộ đã làm nhiều việc cho dân cho nước nhưng không vừa lòng thái hậu cùng một số triều thần. Lúc này là dịp họ hùa vào trả thù. Trả thù ta cũng được nhưng rồi xã tắc đi tới đâu? Với tâm trạng hoang mang lo lắng, ông rẽ về nhà trong đêm, nói với lão Mộc:

"Hoàng thượng băng. Tôi e lành ít dữ nhiều, phen này chắc mang vạ lớn. Cậy ông ngay sau khi tôi đi, chỉ mang theo một ít tài sản hộ thân rồi đưa bà trẻ lánh đi. Hai người phải thay tên đổi họ, đi thật xa may ra mới cứu được dòng họ Nguyễn."

- Vâng, lão gia yên tâm, lão Mộc đáp, tôi sẽ lo cho bà trẻ cùng công tử được chu toàn.

- Cảm ơn lão. Thời giờ gấp, chẳng thể nói nhiều. Mong lão vì họ Nguyễn của tôi mà ráng sức. Xin lão ngồi cho tôi lạy lão một lạy tạ từ!

- Lão gia, đừng làm như vậy khiến tôi tổn thọ. Thôi tôi đi thu xếp đồ đạc.

Nàng Cẩm Vân thấy chồng về vội với vẻ mặt thất thần, tuy không hiểu có chuyện gì nhưng cũng lây nỗi lo lắng của chồng. Nguyễn Trãi gọi nàng vào thư phòng, nói:

- Hoàng thượng băng đêm mồng bốn ở Trại Vải. Chưa biết nguyên nhân cái chết của nhà vua ra sao nhưng việc chết ngay trong nhà mình, lại có phu nhân theo hầu không khỏi có chuyện liên lụy. Giả dụ có vô can trong việc này thì tương lai cũng không sáng sủa: Thái tử Bang Cơ lên ngôi, Nguyễn phi phụ chính. Như nàng đã biết, ta cùng phu nhân đã làm nhiều việc trái ý bà ấy cũng như không ít triều thần. Bây giờ là cơ hội cho họ trả thù. Ta phải về Kinh, còn nàng, ta đã cậy lão Mộc đưa nàng lánh đến nơi an toàn. Hai người phải thay tên đổi họ, nhận là cha con. Có lão Mộc đi cùng nàng, ta tạm yên tâm. Vậy nàng cố bảo trọng sao cho mẹ tròn con vuông. Xem mạch của nàng, ta chắc là con trai. Nàng cố nuôi dạy con sau này nó giữ gìn hương hỏa dòng họ Nguyễn. Ta đi lần này khó lòng có cơ hội trở lại.

Nghe chồng nói, nàng Cẩm Vân bật khóc nức nở. Vỗ về an ủi vợ, Nguyễn Trãi tiếp:

- Ta nói cho nàng biết để ứng phó. Đừng khóc, người nhà biết, bất lợi. Sáng mai, sau khi ta đi, nàng bảo lão Mộc đưa về Chi Ngại thăm nhà mấy hôm. Trên đường đi, một chiếc thuyền chờ sẵn đưa nàng về chùa Yên Tử. Ở đấy sư cụ sẽ lo cho nàng.

Quá nửa đêm mồng tám, Nguyễn Trãi lên thuyền hồi kinh. Tiễn ông trên bến, nàng Cẩm Vân cố nén tiếng khóc sụt sùi. Lão Mộc bịn rịn không muốn rời chủ.

Sáng sớm, sau khi cắt đặt công việc cho người nhà, lão Mộc nói với họ là lão đưa bà trẻ về quê Chi Ngại ít ngày. Đi theo hướng Chi Ngại một đoạn xa, gặp chiếc thuyền chài đang gỡ mạn lưới cá ven sông, lão Mộc thuê họ chở hai người đến sông Lục Đầu. Tới đó, lão đổi thuyền, đi về phía Yên Tử. Nằm trên thuyền, lão Mộc nghĩ đến đoạn đường vô định phía trước, thật mông lung thật diệu vợi và hiểm nguy khôn lường. Cứ như lão gia nói, thì hoàng đế đột nhiên băng ở Trại Vải, lại có phu nhân theo hầu. chắc là tội lớn lắm. Hẳn lúc này quan quân đang lùng bắt người họ Nguyễn. Bà trẻ đã thành trọng phạm của triều đình. Lão không quản vất vả hiểm nguy nhưng lão sợ có bất trắc nào đó. Chính vậy mà lão lo. Nếu có chuyện gì thì tội lão không để đâu cho hết. Lão nhớ lại, giặc Minh bắt lão cùng người làng đi phu tải lương, mở đường. Trong một trận đánh, quân Nam đánh tan quân Minh. Biết hoàn cảnh họ, vị tướng quân Nam nói sẽ cho họ về quê, nếu người nào muốn, có thể sung vào quân Nam đánh giặc cứu nước. Lão muốn về quê nhưng quê lão giặc đang chiếm làm sao mà về được nên lão đành sung váo lính, đi đánh giặc. Trong trận Tốt Động, lão bị thương. Nằm ở nơi chữa vết thương một hôm thấy ông quan lớn cùng phu nhân đến thăm hỏi úy lạo thương binh. Biết quan lớn là ông Nguyễn Trãi người làng Chi Ngại, lão hỏi thăm tin nhà. Nhận ra người trong họ, quan lớn Hành khiển đưa lão về nhà dưỡng thương. Vết thương lành, ông giữ lão lại để hầu hạ. Khi đất nước được giải phóng, ông khuyên lão nên trở về Chi Ngại chăm lo gia đình nhưng lão nhất định xin ở lại hầu hạ lão gia cùng phu nhân. Từ ngày cả nhà Nguyễn Trãi về Côn Sơn, công việc của lão càng tiện hơn vì thỉnh thoảng từ Côn Sơn lão về Chi Ngại chỉ một đổi đường. Cái ơn của lão gia lớn lắm, dù có trả suốt đời cũng chẳng hết. Chiều tối thì tới Yên Tử. Lão dẫn bà trẻ lên chùa Hoa Yên. Sư cụ trụ trì là người quen với gia đình Nguyễn Trãi. Sư cụ đón tiếp hai người chu đáo. Nghe thưa lại lời căn dặn của Nguyễn Trãi, sư cụ bảo cả hai yên tâm. Sư cụ liền đặt tên họ khác cho hai người rồi ngay trong đêm cho người dẫn bố con ông lão họ Đoàn sang Bồn Man.

***

Dù đã lường đến tình huống xấu nhất nhưng Nguyễn Trãi cũng sửng sốt khi vừa đặt chân tới Cửa Đông thành, hoạn quan Lương Đăng chỉ mặt ông, quát lớn: "Thằng giặc Nguyễn Trãi giết vua đây rồi. Bắt trói nó lại." Đám thị vệ xông tới, trói ông giật cánh khuỷu. Hiểu ra tất cả, Nguyễn Trãi không hề chống cự, chỉ im lặng cúi mái đầu bạc mặc cho đám thị vệ gươm dáo lăm lăm dẫn đi. Lương Đăng nhâng nhâng cưỡi ngựa đi trước. Dân kẻ chợ có người biết mặt Nguyễn Trãi, họ kháo với nhau: "Đấy là quan Thừa chỉ đại học sĩ Nguyễn Trãi. Bị bắt vì tội thông đồng với vợ là Thị Lộ tiến độc cho hoàng thượng." Loáng thoáng nghe lời đồn, ông biết mình cùng nàng bị quy cho tội thí nghịch.

Bị dong đi trên đường phố khoảng hai dặm thì đến thiên lao. Lương Đăng dẫn ông thẳng đến căn nhà giam vừa mở. Viên cai ngục cởi trói, đẩy ông vào rồi khóa lại. "Trọng phạm của triều đình đấy. Chúng mày coi giữ cẩn thận. Để sơ xảy điều gì không còn chỗ mà đội nón đâu!" Viên hoạn quan cố tình ra oai bằng cái giọng the thé. Khi cửa phòng giam đóng lại, trong ánh chiều mờ mờ, Nguyễn Trãi nhận ra có vẻ gì đó quen thuộc. Ở cái mùi ẩm mốc hôi hám, tanh tưởi? Ở những trấn song to vững chãi? Ông tự hỏi. Hình như ở một xó nào đó có cái giường? Khi tìm được cái giường cũng là lúc Nguyễn Trãi nhận ra đây chính là phòng giam mà mình đã ở mười mấy năm trước! Phòng giam tử tội. Phải, đó là Thuận Thiên năm đầu. Mười bốn năm rồi, ông nhẩm tính. Nhưng nay thật khác xưa. Dù sao thì Thái tổ cũng là minh chủ. Có thể hiềm nghi nhưng vua không nỡ hủy diệt mình. Còn nay mình là mục tiêu số một của khát vọng trả thù. Không còn minh chủ. Không còn lẽ phải! Không còn là nghi án như xưa mà bây giờ là tội lỗi hiển nhiên! Mệt mỏi, ông ngả lưng lên giường, mắt nhắm lại, nghe xương cốt ê ẩm.

Có tiếng sắt va nhau lách cách. Cửa mở. Người lính bước vào mang theo đĩa đèn dầu lạc và người lính đi sau mang theo một mâm cơm. Người lính lễ phép nói:

- Bẩm quan lớn, quan lớn Tham tri Nguyễn Xí dạy chúng tôi chuyển lời vấn an ngài, dặn rằng ngài cứ nghỉ ngơi ăn uống tự nhiên, cũng dạy chúng tôi phải hầu hạ ngài chu đáo.

Nói rồi hai người lính lui ra, không quên khóa cửa lại.

Mệt, lại buồn bã chán nản, Nguyễn Trãi nhìn mâm cơm một cách thờ ơ không muốn ăn. Nhưng sau rồi ông nghĩ, có thực mới vực được đạo, phải ăn cho có sức. Dầu có sao đi nữa, cũng vẫn phải cứng cỏi như cây tùng cây bách. Nghĩ thì vậy nhưng khi và miếng cơm vào, thấy miệng đắng ngắt, ông định buông đũa. Nghĩ lại, thấy không thể buông xuôi, ông cố nuốt được hai lưng cơm. Cơm nước xong, nằm dài trên giường ngẫm nghĩ sự đời, ông thấy thật mông lung, mọi chuyện rối như tơ vò. Lúc bị dẫn vào đây, ông nghe bọn lính láo nháo nói bà Lộ bị bắt mấy hôm rồi. Mấy hôm nay bị giam trong ngục, họ đối xử thế nào với nàng? Ông tự hỏi. Ôi, con người như thế đó bây giờ sa cơ rơi vào tay đao phủ! Họ đối xử với ta không đến nỗi nào nhưng với nàng thì sao? Chắc là không được như ta. Liệu họ có dùng cực hình? Sau những năm tháng lăn lộn chốn quan trường, ông hiểu, với vụ án như thế này, sẽ bằng mọi cách người ta ép kẻ dưới phải nhận tội rồi từ đó truy ra chủ mưu. Như vậy, hình quan sẽ khảo: "Có phải mày tiến độc cho hoàng thượng và người bày mưu cho mày là Nguyễn Trãi?" Trong thâm tâm, Nguyễn Trãi cảm thấy vụ án đã kết thúc. Nàng đã nhận tội. Có thể vì nàng nhận tội mà hình quan nhẹ tay với mình? Mọi sự mông lung khiến cho ông hoang mang bối rối. Ông chợt như nhìn thấy nàng hiện lên, trên thuyền rồng, tay cầm chiếc khăn vẫy vẫy, nét mặt buồn ngơ ngác.

***

Sáng hôm sau, qua một đêm thiếu ngủ, quần áo nhàu nhĩ, râu tóc bơ phờ, Nguyễn Trãi thấy mệt vô chừng nhưng ông cũng dậy sớm. Lính lại mang cơm nước tới. Không thịnh soạn nhưng cơm gạo trắng, thức ăn vừa miệng. Ông tự nhủ phải ăn vì hôm nay sẽ nhiều việc, cần có sức lực.

Khoảng giữa giờ Thìn cửa lại mở, người lính hôm qua lễ phép mời ông đi. Theo đoạn hành lang ngắn, ông được dẫn vào một căn phòng lớn trang thiết cầu kỳ, lấp lánh màu vàng son. Giữa phòng là cái bàn sơn son thiếp vàng hình chữ nhật và hai cái ghế. Người lính mời ông ngồi vào ghế rồi khép cửa lại phía sau, bước ra ngoài. Lát sau, Huyện thượng hầu Tham tri chính sự Nguyễn Xí, khuôn mặt phương phi mang dáng dấp của một quan võ từ cửa phía sau bước ra.

- Chào quan lớn Hành khiển! Nguyễn Xí nói bằng giọng trang trọng.

Nguyễn Trãi đứng lên đáp lễ:

- Không dám, xin chào quan lớn Tham tri.

Phân ngôi chủ khách xong, Nguyễn Xí rót nước mời Nguyễn Trãi:

- Mời quan lớn!

Nhìn bao quát người tù, Nguyễn Xí lên tiếng:

- Giữa chúng tôi với quan lớn không hề xa lạ. Chúng ta cùng là đại công thần của Thái tổ và Thái tông. Công lao, đức độ của đại quan không chỉ tôi rất rõ mà ngay bách tính cũng vô cùng ngưỡng vọng. Nhưng nay xảy ra biến lớn của triều đình. Hoàng thượng bất ngờ băng. Hoàng thái tử nối ngôi, Nguyễn thái hậu chấp chính. Một việc nan giải mà cũng đau lòng chúng tôi phải làm là xử vụ án thí nghịch, trong đó ngài bị buộc tội sai vợ là bà Thị Lộ tiến độc cho đức Đại hành. Nguyễn Trãi vừa định nói thì Nguyễn Xí giơ tay ngăn lại, xin quan lớn nghe đã! Quan lớn không nói, tôi cũng biết quan lớn định nói gì. Tôi biết là con người trung nghĩa như quan lớn không bao giờ làm cái việc bạo ngược vô đạo đó. Bà Thị Lộ lại càng không vì xin quan lớn thứ lỗi, chúng tôi biết bà Lễ nghi học sĩ thương yêu hoàng thượng nhiều lắm. Nhưng ý trên là phải có vụ án như vậy và chúng tôi phải đứng ra xét xử! Quan lớn Lê Khả, quan lớn Lê Thụ và tôi được chỉ định xử vụ án này. Trước sự việc khó khăn, chúng tôi đã bàn hết ý. Nếu không nghe, có nghĩa là kháng chỉ. Khi đó, chắc quan lớn Hành khiển cũng đoán được điều gì sẽ xảy ra. Chúng tôi cùng bị khép vào tội chết là việc nhỏ nhưng sau đó những kẻ tiểu nhân sẽ bước qua xác chúng tôi tiếm đoạt chức vị. Cùng với thái hậu và ấu chúa, chúng sẽ đưa cơ nghiệp nhà Lê tới đâu, chắc quan lớn cũng hình dung ra. Tuy chúng tôi không làm thì những kẻ tiểu nhân đó vì cố tỏ ra trung thành với chủ sẽ làm rốt ráo hơn và quan lớn cùng phu nhân cũng không thoát tội. Vì vậy, chúng tôi khẩn thiết đề nghị quan lớn hợp tác với chúng tôi cho xong vụ án này.

- Tôi hiểu, thưa quan lớn! Cảm ơn quan lớn đã lấy tình đồng liêu lâu năm mà cho tôi biết thực chất của sự việc. Nhưng dù sao thì tôi cũng không thể nhận một tội ác ghê gớm đến vậy. Tội thí nghịch sẽ mang đến họa tru di. Sẽ là đại họa thảm khốc máu chảy đầu rơi đến ba họ. Sau đó là vết nhơ trong lịch sử, không gì rửa sạch. Biết cái khó của mình nhưng tôi cũng biết cái khó của đại quan. Vậy xin đại quan cứ phép công mà làm, cứ ra công đường xét xử, rồi cứ khép tội kết án. Nhưng tôi không nhận tội giết vua, để cho triều đình, bách tính cùng sử sách biết rằng nhà

Lê giết oan công thần! Ngồi lặng một lúc, Nguyễn Xí mặt đăm chiêu. Ông hiểu, Nguyễn Trãi cũng có lý lẽ riêng của ông. Ông kiên quyết không nhận tội để giữ thanh danh trong sử sách. Với Nguyễn Trãi, cái danh là cao nhất! Nhưng như vậy sẽ dẫn tới đâu? Công việc sẽ rối bời, e rằng lớn chuyện! Ông nói nhỏ bằng giọng thân tình:

- Quan lớn nói phải, nhận tội đại nghịch dẫn tới họa tru di không ai muốn. Nhưng dù nhận hay không nhận, dù có tội hay không thì vụ án cũng cứ phải diễn ra như vậy. Biết quan lớn coi trọng cái danh nên chúng tôi có cách không phải phiền đến quan lớn.

- Cách gì vậy, xin quan lớn cho biết?

- Đây, Xí lấy ra bản khẩu cung có điểm chỉ của Thị Lộ.

Cầm lấy tờ giấy, Nguyễn Trãi đọc: "Tôi là Nguyễn Thị Lộ, khai nhận rằng, vào đêm ngày mồng bốn tháng Tám năm Nhâm Tuất, trong khi hầu hoàng thượng tuần du qua Trại Vải, tôi đã tiến độc cho hoàng thượng. Mưu mô này là do Thừa chỉ Nguyễn Trãi phu quân của tôi sắp đặt. Tôi xin khai sự thật." Đọc xong, đặt tờ giấy xuống bàn, Nguyễn Trãi giận dữ nói: "Các ông đã làm gì Thị Lộ? Nếu không, hẳn bà ấy đã không khai những điều dối trá thế này!"

- Xin quan lớn bớt giận! Chúng tôi không làm gì phu nhân cả. Phu nhân được đối xử tử tế. Việc phu nhân nhận tội đã giúp cho vụ án nhanh chóng kết thúc. Nhờ đó triều đình cho bắt tất cả già trẻ gái trai ba họ quan lớn. Dù muốn hay không muốn, quan lớn cũng không khỏi tội.

- Ông nói thế nghĩa là bản án đã quyết rồi, chẳng cần chứng cứ?

- Xin quan lớn hiểu cho, án của triều đình thì dù sao cũng phải tuân thủ pháp lý. Vì vậy chỉ cần lời khai nhận của phu nhân là đủ. Chính vì phu nhân khai nhận sớm nên đã không phải dùng đại hình với phu nhân và tôi có thể nói chuyện với quan lớn trong lễ nghĩa thế này!

- Quá đáng! Các vị dùng đại hình ép buộc người đàn bà yếu đuối nhận cái tội tày trời mà các vị biết rõ là người đó không làm. Các ông có thể giết tôi chứ đừng mong tôi nhận cái tội đại nghịch vô đạo như vậy. Cứ giết tôi đi, nếu triều đình muốn để cho thiên hạ thấy rằng nhà Lê giết oan công thần!

Nguyễn Xí vẫn ôn tồn:

- Xin quan lớn bớt giận. Dù có thế nào chăng nữa thì sự việc cũng không thay đổi được. Thực ra, quan lớn nhận hay không cũng vậy. Nể tình quan lớn, tôi sẽ phê vào bản án như sau: "Mặc dù Nguyễn Trãi một mực kêu oan nhưng trước những bằng chứng rõ ràng, nhất là lời khai nhận của vợ y là Thị Lộ, tội chủ mưu thí nghịch là không thể chối cãi." Quan lớn chấp nhận lời phê như vậy chứ?

- Vậy còn thanh danh quan lớn, người xử vụ án này? Sau lúc cúi đầu trầm ngâm suy nghĩ, Nguyễn Trãi hỏi.

- Như đã nói với quan lớn lúc trước, đây là việc công, tôi làm theo phép nước!

- Phải, tôi hiểu, quan lớn chỉ làm theo phép nước. Nhưng quan lớn không thấy cái phép nước ấy chả vô lý chả bất công quá sao? Đang không dựng lên vụ án oan để một lúc giết ba họ một công thần.

- Quan lớn nói phải nhưng thưa quan lớn Thừa chỉ đại học sĩ, lẽ nào kẻ ít học là tôi lại phải nói với quan lớn về cái đạo quân xử thần tử? Bây giờ chúa còn nhỏ, ý thái hậu chả là ý trời sao?

- Vâng thưa quan lớn, ngài nói phải. Cái đạo của chúng ta là vậy từ nghìn xưa. Nhưng chỉ khi đứng dưới lưỡi đao của cái đạo đó, ta mới thấy nó trái tự nhiên. Tôi mơ hồ nhận ra, bước đầu tiên của vương triều mới này đã vấy máu oan khuất của công thần thì e rằng vì thất đức mà sẽ bị quả báo. Tôi trộm nghĩ, nếu thực sự vì nhà Lê, các ông phải đứng ra ngăn những việc bạo tàn để tích lũy âm đức là cái gốc vững chãi của chính thể?

- Quan lớn nói phải, sau khi suy nghĩ thật lâu, Nguyễn Xí nói, đáng buồn là sự thể đã xảy ra đúng như ý quan lớn lo ngại. Vua cha mất, vua con nối ngôi là sự bình thường của lẽ trời. Ước gì mọi sự hanh thông, không giọt máu nào phải đổ. Nhưng quan lớn biết đấy, cái sông máu này không thể nào ngăn được. Thử hỏi quan lớn, ông Hãn ông Xảo, ông Sát, ông Ngân có tội không mà sao máu các ông ấy vẫn đổ? Quan lớn bảo sao chúng tôi không ngăn lại ư? Chúng tôi có bao nhiêu gan sức mà dám làm cái chuyện vá trời như vậy? Mà biết đâu, ngăn suối máu này lại không khơi dòng suối máu khác cuộn trào hơn? Không ngụy biện đâu, thưa quan lớn, thói đời phù thịnh chứ ai phù suy. Người đời chê trách chúng tôi đành chịu nhưng không thể làm khác được! Người có vận của người, nước có vận của nước, mong quan lớn hiểu cho. Thôi, mời quan lớn về nghỉ. Xin không tiễn. Cũng xin quan Hành khiển hiểu rằng, đây là câu chuyện riêng của chúng ta!

***

Trở về phòng giam, Nguyễn Trãi nhớ lại những gì diễn ra trong lúc gặp Tham tri chính sự Nguyễn Xí. Ông nghĩ, vì sao Nguyễn Xí làm vậy? Lẽ ra phải lên công đường tra xét rồi cực hình. Nguyễn Xí đã không làm. Ông ta không làm vậy chắc vì đã có khẩu cung của Thị Lộ. Phải tra tấn cực hình nàng mới nhận những điều chết người như vậy. Có thể nói lời khai của nàng đã đưa gia đình ông vào họa tru di. Nhưng không thể trách nàng, ông nghĩ. Ngay cả khẩu cung của nàng cũng chỉ là cái cớ. Không cớ này cũng sẽ có cớ khác đẩy ông vào tội chết. Phải chăng đây là số phận? Ông tự hỏi mà trong lòng phân vân. Nếu vậy thì số phận của ông thật nghiệt ngã!

Hơi lạnh làm Thị Lộ tỉnh lại. Nàng thấy mình mẩy ê ẩm, mười ngón tay đau buốt, toàn thân nóng rực. Nhưng sao lại rét run người? Nàng nhận ra mình bị sốt và cảm thấy khát nước ghê gớm. Gượng đau, nàng nhỏm dậy nhìn quanh. Trong ánh sáng mờ mờ của đĩa đèn dầu, nàng nhận ra trong một góc phòng có cái ấm nước. Gắng gượng tụt khỏi giường, nàng chống tay vào đầu gối, lê tới chỗ bình nước, rót uống. Trở về nằm lại trên giường, nàng thấy cơn sốt hình như dịu đi. Lúc này nàng chợt nhận ra mình nằm trong buồng giam khác, không phải gian phòng kín như bưng hôm qua. Tuy cảm thấy dễ chịu hơn một chút nhưng nàng lại bị dằn vặt vì câu hỏi: tại sao? Tại sao có chuyện đối xử khác thế này? Lòng vốn sẵn hoang mang vô độ, thắc mắc ấy càng làm cho nàng khổ sở thêm. Nàng nhớ lại hai buổi hỏi cung. Lê Thụ là ai, xa lạ gì với nàng cùng Nguyễn Trãi. Mới hôm trước thôi, tại nhà nàng và trong chuyến hồi cung, ông ta chả cung kính mình đến điều sao? Rồi cái đêm tai họa ấy, khi nàng hô hoán cứu giá, chả ông ta là người đầu tiên chạy đến sao? Ông ta chả chứng kiến cái cảnh khốn khổ của mình sao? Vậy mà khi hỏi cung, ông ta cứ khăng khăng: "Nguyễn Trãi sai mày tiến độc cho nhà vua phải không?" Nàng cố cãi. Bằng mọi chứng cứ hiển nhiên nàng cãi rằng nàng không hạ độc nhà vua. Tuy vậy, nàng không thể nói đến điều nàng biết mà ông ta cũng quá biết... Sự thật nàng không thể nói được và cũng không ai dám nói. Một sự thật khác, nàng không thể là kẻ giết chàng vì nàng yêu chàng còn chưa hết! Một câu hỏi xoáy sâu trong đầu óc rối tung của nàng: vì sao người ta lại cố tình vu vợ chồng nàng cái tội ghê gớm vậy? Dần dần nàng hiểu ra: Nguyên Long chết, Bang Cơ lên ngôi và Thị Anh là hoàng thái hậu chấp chính. Nàng cùng Nguyễn Trãi là mục tiêu trả thù số một của bà thái hậu độc ác. Không chỉ trả mối thù cũ mà lại dọn cả con đường sắp tới. Không còn Nguyễn Trãi tài đức lừng lững, người đàn bà xảo quyệt lại đầy tham vọng này sẽ tùy thích làm những chuyện không lường được! Vì vậy, việc tiêu diệt vợ chồng nàng đã được định đoạt. Lê Thụ chỉ là người đứng ra thừa hành. Nhận biết mưu mô của họ, nàng vô cùng phẫn uất và nhủ lòng: dù có chết cũng không nhận! Sáng ra, lúc rửa mặt, bỗng nhận thấy ngón tay cái dính son đỏ lòm, nàng giật mình lo lắng không hiểu vì sao. Nhưng rồi ngay đó, nàng cay đắng hiểu ra sự thật: khi nàng bị trượng ngất đi, bọn họ đã bôi son vào tay nàng rồi bắt nàng điểm chỉ! Nhận ra sự thật phũ phàng, nàng uất nghẹn ngất đi. Mở cửa đưa bữa sáng vào phòng giam, người lính thấy nàng nằm bất động liền hô hoán. Ngự y đến vội vàng bấm huyệt cấp cứu. Khi nàng hồi tỉnh, vị lương y già nói với Lê Thụ: "Bẩm quan lớn, bà Lộ quá suy nhược, yếu sức lắm. May mà phát hiện sớm mới cứu kịp, muộn tí nữa thì nguy. Chữa bệnh như chữa lửa, hạ quan đã kê đơn, xin quan lớn cho lấy thuốc sắc ngay để người bệnh uống gấp." Bước ra khỏi phòng giam, vị lương y già thấy bần thần. Tuy ông không đồng tình việc gian díu của bà nhưng ông lại trọng bà về tài văn học về nết ăn ở thẳng ngay trung hậu góp phần giúp đỡ nhiều người. Bây giờ bà cùng quan Thừa chỉ mắc phải nạn này ông thấy cám cảnh.

***

Trong phòng giam, qua những người lính, Nguyễn Trãi biết rằng cả ba họ nhà ông đã bị bắt giam trong nhà lao của bộ Hình. Ông cũng biết Thị Lộ bị ngất trong phòng giam, người đang bị ốm. Ông rất muốn gặp nàng để nói với nàng đôi câu trước khi chết. Qua một người lính có cảm tình với mình, Nguyễn Trãi nhờ anh ta chuyển lời nhắn muốn được gặp quan Tham tri chính sự Nguyễn Xí. Buổi chiều Nguyễn Xí vào thăm ông.

- Công việc hiện đang rất bận. Nghe quan lớn muốn gặp, tôi tới ngay. Chẳng hay quan lớn có điều gì...

- Xin cảm ơn quan lớn đã cưu mang tôi trong những ngày ở đây. Tôi vô cùng cảm kích tấm lòng quan lớn. Tôi biết, làm những việc như vậy là quan lớn bất chấp hiểm nguy. Bây giờ xin quan lớn ân huệ cuối là cho tôi được gặp mặt bà Lộ. - Ấy chết, quan lớn nói sao, đấy là điều cấm kỵ.

- Thưa quan lớn, tôi hiểu, tiền lệ chưa có nhưng quan lớn cũng thấy chưa có vụ án nào thảm khốc vầy. Đằng nào thì chúng tôi cũng bị xử. Nghĩa tử là nghĩa tận, tôi muốn trước khi chết được gặp nàng. Việc hai kẻ tử tù gặp nhau trước khi chết thiết tưởng cũng không ảnh hưởng gì đến an ninh quốc gia. Trăm sự là ở quan lớn.

Nguyễn Xí đứng lặng suy nghĩ. Lòng ông cũng rối bời. Không thể nói ra lòng kính trọng của ông với Nguyễn Trãi cũng như sự uất ức của ông với vụ án bất công tới quái đản này chỉ nhằm thỏa mãn ý trả thù của mụ đàn bà... Làm cái gì đây để nhẹ bớt nỗi đau của hai con người tội nghiệp này đồng thời cũng giữ được sự an toàn cho mình? Nghĩ vậy, ông nói với Nguyễn Trãi:

- Sở nguyện của quan lớn rất nên thông cảm nhưng quan lớn cũng biết, quy định của ngục thất rất khắt khe. Bây giờ chưa thể trả lời ngay được, tôi hứa sẽ lưu ý điều này, nếu có thể, sẽ thu xếp hầu quan lớn!

***

Rằm Trung thu là ngày hội dành cho con trẻ nhưng cũng là ngày vui của mọi người. Mọi năm, vào đêm Rằm, trong cung treo đèn kết hoa, các quan Khâm thiên quan sát thiên tượng xem mưa gió, trăng sáng, trăng lu, sự vận hành của các sao để dự đoán thời tiết, làm lịch, khuyến cáo nhà nông cấy trồng cũng như nghề tằm tang. Trong dân gian nhiều nhà cũng treo đèn lồng, đốt đèn kéo quân, thả đèn trời, cho trẻ con phá cỗ, tiếng trống múa lân thì thùng. Năm nay, hoàng thượng vừa băng, lại thêm cái án tru di của gia đình quan Thừa chỉ đại học sĩ Nguyễn Trãi nên không khí Thăng Long nặng nề buồn thảm. Trăng hình như cũng mang màu chết chóc. Vầng trăng đỏ quạnh quầng lên màu máu. Ánh trăng mang vẻ thê lương tỏa chiếu kinh thành. Những vì sao thưa thớt trên bầu trời hoang vắng.

Đang đêm nghe tiếng khóa cửa lách cách, Thị Lộ thức giấc, tự hỏi, giờ này còn có chuyện gì đây? Nàng khẽ trở mình, toàn thân ê ẩm. Những vết đòn bị chạm vào đau buốt. Nàng cảm thấy như mình vừa từ cõi chết trở về với hai bàn tay quấn vải trắng. Cửa mở, người lính bước vào, nói nhỏ: Mời phu nhân dậy, đi có việc!

- Việc gì trong lúc khuya khoắt vầy?

- Đó là lệnh quan, xin đi ngay cho! Nghe tiếng người lính nói với vẻ ân cần nàng không hỏi nữa, chống tay xuống giường nâng mình dậy, khó nhọc tụt xuống đất, theo chân người lính lảo đảo bước ra ngoài. Đi thập thễnh theo hành lang hẹp, nàng giật mình nhận ra ánh trăng đỏ như máu lênh láng khoảng sân.

Nhìn lên trời nàng thấy vừng trăng đỏ quạnh. Qua vuông sân, người lính dẫn nàng đến một hành lang sâu hun hút rồi dừng lại. Một người lính khác xách cây đèn lồng làm động tác bảo nàng đi theo. Dừng lại trước một phòng giam, người lính mở khóa, nói nhỏ:

- Mời phu nhân vào đi, quan Hành khiển Nguyễn Trãi đang chờ!

Không tin ở tai mình, nàng lê từng bước ngắn khó nhọc về phía ngọn đèn mờ mờ. Một bóng người loạng choạng bước lại phía nàng. Nhận ra chồng, nàng bước vội lên mấy bước rồi khuỵu xuống. "Phu nhân" Nguyễn Trãi kêu thảng thốt rồi cúi xuống nâng nàng dậy. Nàng quá yếu còn ông thì quá mệt nên phải vất vả lắm ông mới dìu được nàng lại chiếc giường nhỏ.

- Nàng đến nông nỗi này sao? Ông nâng niu rờ rẫm hai bàn tay quấn vải của nàng, hỏi giọng thương cảm.

- Phu quân, thiếp có tội làm liên lụy chàng. Giọng nàng xót xa.

- Nàng có tội gì đâu?

- Chàng đừng nói thế, thiếp biết, tội thiếp lớn lắm. Dầu có sống đến muôn kiếp cũng không đền hết tội với chàng. Thiếp đã phản bội chàng rồi lại làm liên lụy chàng, kéo gia tộc chàng vào thảm họa tru di! Tội thiếp quá lớn! Trời ơi, làm sao thiếp trả được?

- Nàng đừng tự làm khổ mình nữa, giọng Nguyễn Trãi bùi ngùi, nàng còn nhớ đêm cuối cùng ở Côn Sơn chứ? Ta đã tha thứ cho nàng. Còn việc xảy ra ở Trại Vải chỉ là tai nạn, ngoài ý muốn. Dù có nghiêm trọng tới đâu thì đấy cũng chỉ là tai nạn! Nàng không tiến độc cho hoàng thượng. Ta cũng hiểu, việc nàng điểm chỉ vào khẩu cung là do cực hình. Làm sao mà nàng chịu nổi những đòn tra như vậy? Nàng không có tội!

- Cảm ơn lượng bao dung trời bể của chàng. Nhưng xin chàng tin, thiếp không hề tự điểm chỉ vào khẩu cung. Thiếp đã đinh ninh dù chết cũng không nhận cái tội mà mình không làm. Có lẽ thiếp chỉ có thể báo đền phu quân được đến vậy! Gia hình lần đầu, thiếp ngất đi. Hôm sau gia hình tiếp, thiếp lại ngất. Lính lôi thiếp về phòng giam. Khi tỉnh dậy, thiếp thấy tay mình có vết son thì hiểu ra tất cả! Lê Thụ trở đi trở lại chỉ hỏi thiếp có một câu: "Nguyễn Trãi sai mày tiến độc cho hoàng thượng phải không?". Thiếp biết họ cố ý dồn chàng với thiếp đến chỗ chết!

- Ta hiểu, ta hiểu. Nguyễn Trãi ôm vợ vào lòng. Ta hiểu tất cả những chuyện đó! Khi chưa gặp nàng, nghĩ rằng không chịu nổi đại hình nàng buộc phải điểm chỉ, ta đã không trách nàng! Đòn đau đòn ác vậy nàng làm sao chịu nổi? Khi biết nàng không điểm chỉ, ta càng kính phục nàng hơn! Nhưng nàng có hiểu điều này không, có lẽ, ta nghĩ, việc người ta bắt nàng điểm chỉ lúc bất tỉnh lại là tốt? Nó làm cho nàng không phải đau đớn hơn và nó cũng làm ta không bị cực hình. Dù nhận dù không nhận chúng ta cũng chết! Gặp được nàng như vầy là thỏa nỗi mong mỏi cuối cùng của ta rồi.

- Chàng không căm ghét thiếp thật sao? Thiếp hiểu rồi, nếu căm ghét thiếp, nếu ghê tởm thiếp thì chàng đã không ôm thiếp vào lòng âu yếm đến vậy! Chàng ơi, thế là lòng thiếp đã thỏa! Bây giờ dù có chết, thiếp cũng ngậm cười nơi chín suối. Lát sau tiếng nàng thổn thức, nhưng ghê sợ quá chàng ơi, sao lại giết cả ba họ chàng, những ông già, những đứa trẻ thơ vô tội! Người ta nỡ độc ác vậy sao? Càng nghĩ thiếp càng ghê sợ, không lúc nào yên được. À thiếp quên chưa hỏi chàng, nàng Cẩm Vân thế nào?

- Ta đã bố trí cho lão Mộc đưa Cẩm Vân đi trốn. May mắn thì thoát. Nàng bình tâm lại, đừng lo nghĩ nữa. Ngày mai nữa thôi, mọi sự sẽ thành dĩ vãng. Chúng ta sẽ hết mọi khổ đau, hờn oán. Ta mong nàng thanh thản ra đi vào cõi vĩnh hằng. Không gì đáng sợ bằng cái chết. Nhưng khi biết mình nhất định phải chết ta mong nàng cùng ta bình thản nhận lấy.

Nguyễn Trãi đặt Thị Lộ xuống giường rồi ông nhẹ nhàng nằm xuống bên nàng. Lấy tay trái gối đầu cho nàng, còn tay phải ông quàng qua người nàng thân thiết như níu giữ nàng mãi mãi bên mình. Ở nơi nào đó phía nam kinh thành, tiếng gà cất lên eo óc.

Có tiếng khóa lách cách ngoài cửa. Nguyễn Trãi nâng nàng dậy. Cửa mở, tiếng người lính thì thào:

- Trời sắp sáng rồi, xin phu nhân trở về.

Từng bước chậm chạp, Nguyễn Trãi ôm vợ trong tay, dìu nàng ra cửa. Đến cửa, Thị Lộ quỳ xuống bái biệt chồng rồi gượng đứng lên, bước ra ngoài.

***

Phần đêm còn lại Nguyễn Trãi thao thức. Lần cuối cùng ông nhìn lại cuộc đời mình. Những ngày thơ ấu vui tươi ở nhà ông ngoại. Những ngày học với cha. Ngày thi đỗ ra làm quan với nhà Hồ. Ngày nhà Hồ bị diệt vong, cùng Phi Hùng đưa cha lên quan ải. Lời cha dặn ngày nào như còn văng vẳng: "Con là người có học, có tài, nên tìm cách rửa nhục cho nước, trả thù cho cha, như thế mới là đại hiếu." "Cha ơi, nghe lời cha, con đã rửa nhục cho nước, trả thù cho cha.

Nhưng làm sao con là hiếu tử được khi để xảy ra cái họa tru di này? Nhưng cha ơi, dù thế nào đi nữa, lòng trung nơi con vẫn vằng vặc, xứng với lòng tin cậy của cha. Cha ơi, hẹn gặp người..."

Nguyễn đang nghĩ ngợi mông lung thì có tiếng mở cửa rồi một bóng người lẻn vào. Bước lại gần, người ấy quỳ xuống, giọng run run:

- Bẩm quan lớn! Bẩm quan lớn!

Ngồi dậy Nguyễn Trãi nhận ra người cai ngục canh giữ mình mấy bữa nay. Anh ta có vẻ là người tốt, phong thái cung kính, nói năng lễ độ.

- Ấy chết, đừng làm vậy, có gì anh đứng lên nói đi!

Không đứng dậy, vẫn giọng run run, người cai ngục cúi đầu nói tiếp:

- Quan lớn có cho phép, con mới dám nói ạ!

- Thôi được, ta cho phép nhưng anh phải đứng lên.

Người cai tù vóc dạc cao lớn đứng lên, khom khom lưng:

- Bẩm quan lớn, thày con trước đây giữ chức đội trong quân của đức Thái tổ, bị giặc Ngô bắt giam trong thành Đông Quan. Nhờ kế sách hòa hiếu của quan lớn nên thày con được sống trở về. Thày con rất kính trọng đức yêu nước thương dân của quan lớn. Nay thày con đã già yếu đang trên giường bệnh. Khi con được hầu quan lớn trong này, thày con dạy con phải chăm sóc người chu đáo. Biết hôm nay người ra đi, thày con dạy con bằng cách nào cũng xin quan lớn bài thơ để làm tấm gương dạy dỗ con cháu, coi như của gia bảo truyền đời.

Nhìn người đàn ông cúc cung cúi đầu, nét mặt có vẻ hiền lành, Nguyễn Trãi nói:

- Thày anh thích thơ của lão đến vậy sao?

- Bẩm quan lớn, thày con bảo nếu được chữ của quan lớn thì ra đi cũng vui lòng!

- Nhưng anh biết đấy, ta là tử tù, giữ thơ của ta là phạm phép nước, thày anh không sợ sao?

- Dạ bẩm, thày con biết ạ. Nhưng nếu được quan lớn thương, gia đình con sẽ giữ thật kín, chỉ đem ra đọc trong dịp cúng giỗ!

- Thôi được, ta sẽ cho nhưng anh nhớ là phải giữ thật kỹ, đừng vì ta mà liên lụy. Nhưng tiếc quá, ta không có giấy bút.

- Dạ thưa, có có đây ạ! Cai ngục mừng húm rồi vội vàng lấy trong người ra chiếc nghiên mực cùng vuông lụa bạch.

Trong khi anh ta vội vã mài mực thì Nguyễn Trãi nhắm mắt ngồi như người thiền định. Mài mực xong, viên cai kính cẩn trải vuông lụa ra trước mặt người tù rồi lặng lẽ đứng ra một bên chờ đợi. Người tử tù mở mắt, cầm bút, vuốt vuốt ngọn thỏ vào nghiên mực rồi hạ bút xuống mặt lụa. Những chữ Nôm nét run run hiện lên:

BẢO KÍNH
Đói khó thì làm việc ngửa tay,
Chớ làm sự lỗi quỷ thần hay.
Nhiều khôn chẳng đã bề khôn thật,
Trăm khéo nào qua chước khéo dầy.
Có của cho người nên rộng miệng,
Chẳng tham ở thế kẻo chau mày.
Bất nhân vô số nhà hào phú,
Của ấy nào ai từng được chầy!

Viết xong, soi bài thơ lên trước ngọn đèn dầu, ông nhẩm đọc lại, ngẫm nghĩ rồi ký thảo chữ Nguyễn phía dưới. Ân cần đưa bài thơ cho viên cai, ông nói:

- Thường thì người ta cho thơ chữ, nhưng thày anh muốn có bài thơ răn dạy con cháu, ta cho thơ Nôm để mọi người dễ hiểu dễ thuộc. Cho ta chào thày anh, chúc ông mau khỏi bệnh.

Đưa hai tay nhận bài thơ, viên cai ngục cúi đầu vái người tù ba vái, nói:

- Đa tạ quan lớn, đa tạ quan lớn, được thế này thì phúc cho nhà con quá. Anh ta cẩn thận gấp vuông lụa lại, cất vào ngực áo, sau đó gói nghiên mực lặn vào trong người. Vái người tù lần nữa, anh ta lùi ra, khóa cửa lại.

Trở lại nhà giam, Thị Lộ biết đêm đã tàn. Nằm lặng lẽ trên giường nàng cảm thấy lòng ấm lại vì những lời nói vì tấm tình của chồng. Cái chết với nàng không còn nặng nề không còn đáng sợ nữa. Nàng cảm thấy yên tâm thanh thản ra đi. Đời ta không vô ích, nàng nghĩ, ta đã sống những năm tháng không phí hoài! Chỉ là một nhi nữ thường tình nhưng ta đã sát cánh cùng chồng đánh giặc rồi sau đó vào triều dạy dỗ cung nhân, chấn chỉnh hậu cung, giúp vua làm lễ nhạc. Người đời chất lên đầu ta biết bao tội lỗi, nào là dâm phụ, phản bội chồng rồi mang tội giết vua. Với cái chết này, họ cho là ta bất hạnh mà không hiểu rằng ta hạnh phúc hơn rất nhiều người. Hạnh phúc vì có tình yêu của hai người đàn ông tuyệt vời. Một người là đấng minh quân, một người là văn nhân rực sáng! Ngay cả cái chết với ta cũng không chỉ là bất hạnh. Ở tuổi ngót năm mươi, kể như đã già, nếu sống dăm mười năm nữa để rồi chết già như phần nhiều người đàn bà khác, cũng là xong một kiếp người. Dù được sống ít hơn nhưng nhờ tình yêu của hai người đàn ông ấy, ta thành bậc nữ lưu bất tử. Ngày mai ra pháp trường, sẽ rùng rợn, sẽ bi thương lắm khi mấy chục cái đầu rụng theo từng tiếng trống. Tất nhiên bọn đao phủ sẽ bắt mình với chàng phải chết sau cùng để nhìn mấy chục cái đầu con cháu nhà Nguyễn Trãi rụng. Dù có quá sức chịu đựng thì ta cũng ráng chịu vì chàng.

***

Chợ Cửa Đông là chợ lớn của kinh thành, tháng họp sáu phiên. Ngày phiên chợ thuyền buôn từ các nơi chở về sản vật của năm đạo trong nước, mùa nào thức ấy thật sầm uất. Đây là chợ đầu mối bán buôn, nơi họp mặt của các thương lái tứ phương. Chợ cũng chỉ họp buổi sáng. Các người buôn bán ở kinh cất hàng từ đây đem về các chợ nhỏ khu vực để bán dần cho người kẻ chợ. Vì vậy tuy là chợ lớn nhưng mỗi phiên cũng chỉ ồn lên từ thật sớm, quá ngọ chợ vắng teo. Phía sau chợ có một bãi hoang rộng, từ các triều trước được dùng làm nơi hành hình tội nhân.

Gần tuần nay, dân kinh thành đã rỉ tai nhau là sắp tới triều đình có cuộc hành quyết lớn lắm, tru di cả ba họ nhà quan Thừa chỉ đại học sĩ Nguyễn Trãi. Ai chứ quan thừa chỉ thì người kẻ chợ không lạ. Ông là người có công lớn theo Đức Thái tổ đuổi giặc Minh. Hồi quân ta bao vây Đông Đô, Thái tổ cho dựng đài cao ở Dinh Bồ Đề để quan sát động tĩnh của quân giặc trong thành Đông Quan, Thái tổ ngồi ở tầng trên cùng, thì ông Trãi ngồi ngay tầng dưới để cùng bàn mưu tính kế. Kế lớn của ông Trãi là kế tâm công, đánh vào lòng người. Chính vì nghe kế ấy mà Thái tổ tha cho hai chục vạn quân Minh, bảo toàn được kẻ chợ, mở ra tình hòa hiếu giữa nước Nam mình và nhà Minh mạnh ở phương Bắc. Ngày ấy, vào dịp trước tết năm Mậu Thân, lính khinh kỵ của Đức ông Trần Nguyên Hãn vào thành cho dán cáo thị của Thái tổ cùng những bản đại tự bài Bình ngô đại cáo ai nghe cũng nức lòng. Khi bình công, Nguyễn Trãi được tuyên dương vào bậc nhất. Nhưng khi ông Hãn mưu phản, ông Trãi cũng bị nghi ngờ, hạ ngục một thời gian. May sao Thái tổ anh minh, xét thấy ông vô tội nên đã tha cho. Đến đời Thái tông, ông Trãi cũng được trọng dụng, đứng ra làm lễ nhạc, làm giám khảo các khoa thi, lại quán xuyến hai đạo Đông Bắc.

Con người tài năng và trung nghĩa như thế làm sao mà vướng thảm nạn này? Thương Nguyễn Trãi bao nhiêu, người kinh thành lại căm giận con dâm phụ Thị Lộ bấy nhiêu. Người ta đồn rằng, người thiếp này của Nguyễn Trãi thuộc loại hồng nhan, đẹp đến mức chim sa cá lặn nên chỉ một lần gặp mà hoàng đế Thái tông đã mê mẩn tâm thần. Ngài vời thị vào cung, phong cho chức Lễ nghi học sĩ. Dạy được gì cho cung nữ chẳng biết nhưng chẳng bao lâu sau y thị dan díu với nhà vua, làm ông quan già bị cắm sừng. Rồi trong trận duyệt võ về nghỉ đêm ở Trại Vải, nhà vua đột tử. Triều đình quy cho y thị tội tiến độc giết vua, khiến cả ba họ Nguyễn Trãi bỏ mạng, đàn ông con trai bị chết chém, đàn bà con gái sung làm nô tỳ. Dù vua có chết vì độc dược hay vì lẽ gì khác thì thị cũng chính là con rắn độc. Con rắn độc cắn chết nhà vua, cắn chết cả ba họ Nguyễn Trãi.

Người trí giả kinh thành suy nghĩ có phần trầm tĩnh. Họ cho rằng, cái chết của Nguyễn Trãi là không tránh khỏi. Trong triều tập hợp biết bao phe phái biết bao quyền lợi. Sao ông chỉ khăng khăng một niềm trung. Ông như cái đê cao ngăn bọn quyền thần. Chúng coi ông là vật cản lớn nhất cần triệt phá. Ông cũng liều mình ngăn mưu của Nguyễn phi triệt hạ mẹ con bà Tiệp dư. Bọn Lương Đăng, Đinh Phúc, Đinh Thắng thù ông bầm gan sôi máu. Mưu diệt ông có thể tính từng ngày. Thái tông đột ngột qua đời là cái cơ hội bằng vàng của bọn họ. Vì vậy, ngay khi vừa chấp chính, Thái hậu đã sống chết gán cho ông cái tội thí nghịch. Biết Nguyễn Trãi oan nhưng nhiều người cũng trách ông, ở tuổi đó rồi sao không yên với việc trí sĩ, lại cho vợ vào cung không những mang tiếng để đời mà còn vướng vào họa tru di? Dù suy nghĩ có khác nhau, nhưng lòng của kẽ sĩ đều buồn nản không cùng. Tài là vậy, đức là vậy mà oan là vậy!

Sáng ngày mười sáu, lính từ trong cung ra quét dọn rác rưởi, rẫy cỏ dại ở bãi hoang sau chợ Cửa Đông. Tiếp đó đóng cọc rào xung quanh khoảnh đất rộng hơn ba sào. Trên mỗi chiếc cọc buộc ba cây tre hóp còn xanh làm hàng rào ngăn với bên ngoài. Ở giữa vòng vây, theo chỉ dẫn của một quan võ, lính đóng sáu hàng cọc bằng gốc tre đực thật chắc, mỗi hàng sáu cái, mỗi cái cách nhau một trượng. Cọc chôn sâu vào lòng đất, để chồi lên khoảng hai thước ta. Phía trước hàng cọc trên cùng, ở khoảng cách xa các cọc đã trồng một chút, viên quan võ sai lính đóng hai chiếc cọc cách nhau một trượng, cũng bằng gốc tre đực già, thật chắc chắn.

Cách nơi đóng cọc khoảng chục trượng, đám lính dựng cái bục rộng, cao khoảng ba thước, trên đó đặt chiếc án lớn cùng một hàng ba chiếc ghế.

Sang giờ Thìn, người lính mở cửa phòng giam Nguyễn Trãi. Đinh Phúc cùng Đinh Thắng bước vào. Theo sau là người lính bưng một mâm đầy thức ăn, cơm rượu. Nguyễn Trãi chăm chú nhìn họ.

- Chào quan Hành khiển. Đinh Thắng lên tiếng bằng cái giọng eo éo của quan hoạn. Quan lớn Thiếu úy Lê Khả, quan lớn Nguyễn Xí cùng quan lớn Lê Thụ có lễ mọn tiễn quan lớn. Chúng tôi được sai phải chăm sóc ngài chu đáo. Xin mời ngài dùng bữa.

Đinh Phúc cúi xuống cầm nậm rượu men xanh vẽ đôi rồng đặt vào góc mâm phía Nguyễn Trãi ngồi, ông ta nói:

- Kính mời quan lớn!

Miếng ăn! Nguyễn Trãi hàng ngày vẫn nghĩ, miếng ăn trên đời nuốt vốn chẳng dễ dàng gì. Nay là miếng ăn trước lúc chết! Ông thấy họng mình nghẹn lại. Làm sao mà nuốt nổi? Ông nghĩ, có lẽ nhịn đi là tốt nhất vì ăn lúc này cũng là cực hình. Nghĩ vậy, Nguyễn Trãi nhìn một lượt hai viên quan hoạn, nói:

- Cảm ơn hai vị đã vất vả vì tôi. Xin phiền hai vị thưa lại với quan lớn Lê Khả, quan lớn Nguyễn Xí cùng quan lớn Lê Thụ là tôi xin cảm ơn tấm lòng của các vị. Trãi tôi ra đi, xin chúc các vị ở lại mạnh khỏe. Riêng với hai vị, Trãi tôi chân thành cảm ơn. Tôi thật lấy làm hối vì trước đây đã không nghe lời khuyên của hai vị nên để xảy ra nạn này, tôi không hề oán thán, chỉ tự trách mình.

Hai viên hoạn quan chào Nguyễn Trãi lần cuối rồi lặng lẽ ra ngoài. Người lính gác khóa cửa lại.

Còn lại một mình, Nguyễn Trãi nhìn mâm cơm. Đĩa thịt gà luộc vàng ngậy rắc lá chanh thái mịn, bát chiết yêu măng miến nấu lòng gà, đĩa muối tiêu, cơm trắng. Mùi xương xông, mùi tàu, húng Láng thơm lừng. Những món ăn ngày thường ông vẫn ưa nhưng giờ sao nhìn chúng thấy bàng hoàng. Bữa ăn cuối cùng, bữa ăn của kẻ tử tù. Sau hôm nay là không bao giờ nữa! Không có cảm giác đói nhưng lý trí nói với ông rằng cần phải ăn chút đỉnh vì hôm nay phải tốn hao sức lực. Quãng đường đến chợ chẳng gần, lại cũng cần giữ cho người tỉnh táo trước bàn dân thiên hạ. Nghĩ vậy, ông xới cơm từ cái liễn bằng sứ vào bát. Nhưng không hiểu sao khi đưa lên miệng thì miệng đắng nghét, cổ họng khô khốc không sao nuốt nổi, ông đành buông bát buông đũa nhìn mâm cơm. Nghĩ ngợi hồi lâu, ông đổ cơm vào liễn, sẻ chút miến vào bát rồi đưa lên miệng.

Cửa lại mở, người lính gác từ ngoài nói vào: "Xin mời quan lớn đi ra!" Lặng lẽ Nguyễn Trãi bước ra cửa, dáng người lòng khòng. Người lính dẫn ông theo hành lang ra cái sân rộng. Trên thềm nhìn xuống, ông nhận ra những khuôn mặt thất thần tiều tụy của con cháu, của người thân, già có, trẻ có. Họ cũng nhìn lại ông. Có cái nhìn buồn rầu, có những cái nhìn vô cảm, cả những tia nhìn rực như lửa cháy đầy uất ức căm phẫn. Họ bị trói lại từng xâu một. Tiếng la thét quát tháo của bọn lính ra oai, cả những tiếng roi vun vút vụt vào da thịt. Những đứa trẻ lẫm chẫm tập đi, những đứa trẻ còn bế ngửa. Chưa bao giờ Nguyễn Trãi đau lòng như lúc này. Mấy chục năm làm quan, vì thanh liêm, ông không có tiền của giúp con cháu, ông cũng không có chức tước ban cấp cho họ. Ông chỉ làm cái gương sáng cho họ về lòng trung về đức thanh liêm. Nhưng giờ thì vì sơ sẩy, ông đã cướp đi mạng sống của họ! Ông nợ họ món nợ lớn thế này biết khi nào trả được? Nghĩ vậy, ông đau đớn tủi hổ nhìn mọi người với con mắt van lơn của kẻ có tội. Chợt ông thấy đám tử tội trong sân nhất loạt quay nhìn về một phía. Từ những cặp mắt vô hồn bỗng nhiên bừng cháy ngọn lửa rừng rực như ném về phía ấy. Bất giác ông nhìn theo những ánh mắt man dại và nhận thấy, từ hành lang đối diện, Thị Lộ được dẫn ra, tay trói quặt sau lưng. Bắt gặp một rừng ánh mắt thù hận như muốn thiêu đốt mình, nàng run rẩy rồi ngã quỵ xuống.. Người lính xốc nàng đứng dậy, dẫn đến gần ông rồi trói ông với nàng vào một dây. "Phu quân cố chịu đựng!" Mắt đẫm lệ, ngước nhìn ông nàng nói nhỏ rồi lặng lẽ cúi đầu. Cầm một đầu dây thừng, người lính dẫn ông và nàng đi, như người ta dắt con vật. Không ngoái lại, ông biết, phía sau ông, những dây người rùng rùng chuyển động.

Lính cưỡi voi dẹp đường đi trước, tiếng loa vang vang, phía sau là dây dài người bị trói. Dân kẻ chợ đứng chật hai bên đường xem vì nhiều lẽ. Người muốn tìm tiễn người quen lần cuối. Người muốn thỏa hiếu kỳ, muốn tận mắt chứng kiến một trận chém giết nhiều người, một cuộc tru di tam tộc xem nó ra sao! Có người muốn nhìn tận mặt con dâm phụ Thị Lộ xem thị là loại yêu ma quỷ quái ghê gớm thế nào? Có người còn nhớ lại ngày trước, cậy được vua yêu, thị bày ra trò bắt giam trị tội đàn bà lăng loàn. Vậy thử hỏi tội lộn chồng rồi giết vua, mụ không phải lăng loàn sao? Người ta nhẩm đếm rồi kháo nhau: "Ba tám người, cả bà Thị Lộ cả ông Nguyễn Trãi nữa là ba tám người cả thảy!" Dưới nắng trưa oi bức, xâu tử tù toàn đàn ông con trai lớn bé già trẻ lê chân đi về chỗ chết, tiếng kêu tiếng khóc ồn ĩ một góc trời.

Đến chợ, đám lính áp giải dẫn từng người đến bắt quỳ xuống rồi trói chặt vào cọc. Những chiếc cọc tre chôn thật khéo, chỉ cao vừa chạm đến cổ tử tù. Những đứa trẻ thì trói đứng. Nguyễn Trãi cùng bà Lộ được trói sau cùng, ở hai cái cọc đóng riêng tách khỏi đám tội đồ và trong tư thế đối diện với khối người kia. Quỳ xuống nền cát, Nguyễn Trãi quay sang nhìn bà Lộ rồi nhìn vào những thân nhân con cháu trước mặt. Ông nhận ra, người thực hiện vụ hành quyết hôm nay đã tính toán thật chu toàn. Chắc là sẽ chém ông cuối cùng, để cho sau mỗi tiếng trống, ông lại phải nhìn một cái đầu cháu con ruột thịt của mình rụng xuống, cho tới cái đầu cuối cùng là của nàng. Phải, họ muốn ông chết không phải một lần mà tới những ba mươi tám lần.

Ngay từ giữa buổi, người kẻ chợ đã vây kín pháp trường thành vòng trong vòng ngoài, náo nức đợi chờ. Không ai dám nói đó là trò vui nhưng giết người cũng là một cách thỏa chí hiếu kỳ... Càng hấp dẫn hơn khi một trong số người bị chém lại là giai nhân bậc nhất kinh thành, từng là tình nhân của nhà vua trẻ. Người đẹp chết chém có như người thường không nhỉ? Không ít người tò mò giấu kín câu hỏi của mình. Vì vậy, bằng nhiều lẽ, người dân kẻ chợ đến pháp trường đông như trảy hội.

Cuối giờ Tỵ, những chiếc xe từ trong triều đi tới. Các quan đến chứng kiến vụ hành hình theo thứ bậc, nào tàn xanh lọng tía đứng hai bên tả hữu chiếc bục cao nhìn xuống đám tội nhân đang quỳ. Tiếng trống rộn rã, tiếng cồng khua những âm trầm vang vang âm u điệu thê lương. Ba vị mặc quan phục tía, mũ mão cân đai tề chỉnh, bước những bước oai vệ lên bục, ngồi vào ba chiếc ghế kê sẵn. Vị quan ngồi giữa dõng dạc đọc bản án:

"Hôm nay, ngày mười sáu tháng Tám Nhâm Tuất, năm Đại Bảo thứ ba, thay mặt Hình bộ, quan Bình chương quân quốc trọng sự, Quốc thượng hầu Lê Thụ thi hành bản án tru di tam tộc tên Nguyễn Trãi, nguyên là quan Tuyên phụng đại phu nhập nội Hành khiển tước Quan Phục hầu, can tội thí nghịch vô đạo. Nguyên là đêm mùng bốn vừa qua, sau khi tuần du miền Đông trở về, xa giá nghỉ tại Trại Vải thuộc hương Đai Lại huyện Gia Định, là trang ấp của Nguyễn Trãi. Y thừa cơ sai vợ là Thị Lộ, nguyên là quan Lễ nghi học sĩ đến hầu hạ hoàng thượng, nhân đấy tiến độc sát hại Đại hành hoàng đế.

Mưu thí nghịch vô đạo được phát hiện kịp thời, Nguyễn Trãi cùng vợ là Thị Lộ đã nhận tội. Thể theo luật pháp triều Lê, thí nghịch là tội to nhất trong các tội, vì vậy y thị phải chịu án tru di tam tộc, làm gương cho thiên hạ. Cùng bị hành quyết với hai tên giặc Nguyễn Trãi và Thị Lộ còn có ba mươi sáu tên, danh tính như sau." Một hồi chiêng trống vang rền. Dứt chiêng trống, viên quan ngồi bên hữu Lê Thụ đứng lên đọc lần lượt ba sáu người đàn ông con trai họ Nguyễn. Viên quan dọc xong bản danh sách tử tội dài, lại một hồi chiêng trống rền rĩ. Chiêng trống vừa dứt, viên quan ngồi bên trái Lê Thụ nhìn đồng hồ cát, nói lớn:

- Giờ ngọ ba khắc đã tới, xin quan lớn xuống lệnh!

Lê Thụ vén tay áo, đưa tay nhón cây thẻ bài ném xuống sàn, miệng la lớn: Chém! Một hồi chiêng trống rầm trời. Khi chiêng trống im thì từ đầu hàng người bị trói sáu đao phủ cao lớn lực lưỡng cởi trần, đầu chít khăn đỏ, thắt lưng đỏ, tay lăm lăm mã tấu bước tới, đều tăm tắp. Chiếc trống đại điểm "thùng", sáu lưỡi đao hạ xuống, sáu ánh chớp lóe lên, sáu cái đầu bay khỏi cổ, lăn long lóc trên cát khô và sáu dòng máu phun lên như vòi rồng từ những chiếc cổ vừa bị chặt. Dứt tiếng trống, các đao phủ bước lên ba bước, tới gần những nạn nhân mới, vung dao lên chờ đợi.

Sáu tiếng trống chấm dứt, trên pháp trường, sáu hàng đầu đen biến mất, chỉ còn những chiếc cổ cụt ngủn trơ ra chĩa lên trời. Từ những chiếc cổ vừa bị chặt, những dòng máu đỏ lòm ứa ra, chảy lai láng nhuộm đỏ ngầu bãi chợ. Thấy đầu rụng như sung máu chảy như thác, trong đám người xem hiếu kỳ, nhiều người đứng ngây ra sững sờ, nhiều người thấy máu thì sợ hãi xô đám đông chạy ra ngoài, nôn thốc nôn tháo khiến cho đám người đi xem xô đẩy dẫm đạp lên nhau. Nhưng đồng thời máu chảy cũng cũng khiến cho nhiều người say máu muốn thấy ngay cái chết của người đàn bà duy nhất trong buổi hành hình. Tiếng thét vang dội: Chém, chém con dâm phụ đi, chém đi! Chém con dâm phụ đi!

Trong tư thế quỳ, bị trói chặt vào cột, Nguyễn Trãi chỉ còn cựa quậy cái đầu bạc. Ông đưa mắt nhìn vợ. Bà Lộ cũng nhìn chồng. Ánh mắt họ nói với nhau biết bao điều không bút nào tả xiết. Qua ánh mắt, họ cũng nhắc nhau rằng hãy ráng chịu đựng. Hai người đao phủ tiến về phía họ, đao giơ cao chờ sẵn. Một tiếng trống rung lên. Hai ánh chớp lóe sáng. Hai cái đầu rơi xuống! Cũng lúc đó trời đang xanh thăm thẳm bỗng trở nên đen kịt. Những lằn chớp xé toang bầu trời rồi tiếng sấm rung lên dữ dội. Mưa như trút xuống pháp trường. Người ta xô nhau chạy. Mưa cuốn thành dòng suối máu chảy vào con ngòi phía cuối chợ. Khi trời tạnh, đám lính quay lại thì những cái thủ cấp bị nước cuốn trôi dồn lại một chỗ ở cuối bãi. Một người lính hiếu kỳ tìm xem đầu của dâm phụ ra sao thì không thấy. Đếm đi đếm lại, chỉ còn ba sáu thủ cấp. Cái đầu bạc của Nguyễn Trãi cũng không cánh mà bay. Một đội lính nhặt những chiếc thủ cấp quăng lên ba chiếc xe và chất lên đó những thây người, cho ngựa kéo đem đi chôn vào một hố chung ngoài ô Đống Mác.

CHƯƠNG TÁM - KẾT

Vào giờ này Điện Vạn Thọ đã im ắng trở lại. Không còn tiếng cầu kinh, không còn bước chân người chộn rộn. Những ngọn đại bạch lạp rực cháy soi sáng chiếc quan tài gỗ đàn hương đồ sộ sơn màu vàng vẽ rồng đặt ở chính điện. Một đỉnh trầm khói xanh bốc lên nghi ngút, tỏa ra mùi thơm quá đậm. Cái mùi thường thấy ở nơi chết chóc. Phía trước quan tài là bức vẽ chân dung ông vua trẻ mặc hoàng bào lộng lẫy, thêu con rồng màu xanh trên vẩy giát ngọc lấp lánh. Ánh những viên ngọc dát trên mũ miện soi sáng khuôn mặt thiếu niên với cái cằm vuông kiên nghị, cái miệng rộng sang trọng nhưng cặp môi dầy cùng khóe miệng mách bảo lòng ham nhục dục khôn cùng. Dưới cặp mày rậm là đôi mắt trẻ thơ với cái nhìn ngơ ngác.

Người duy nhất còn thức trong Điện lúc này là Nguyễn thái hậu. Vốn người mảnh mai, mấy bữa nay biếng ăn biếng ngủ, nàng càng nhỏ bé đi trong bộ quần áo tang rộng thùng thình. Như cái bóng màu trắng, nàng bơ vơ đơn côi trong cung điện mênh mông. Chưa bao giờ nàng thấy mình sống trong cảm giác lạ lùng đến thế. Nỗi đau quá lớn ập xuống, nàng tưởng mình không chịu nổi, tan thành tro bụi, tan trong nước mắt. Nhưng rồi một khi gắng gượng đứng đậy, nàng choáng váng vì món quà chợt đến là quyền lực vô biên. Một quyền lực quá lớn khiến nàng muốn ngộp thở! Ngày hôm nay, nàng nghĩ, trong khi ta uống cạn chén đắng của sự mất mát thì ta cũng thưởng thức men say ngất ngây của uy quyền! Ba mươi tám con người sẽ rơi đầu chỉ vì ý muốn của ta, cho dù chúng có tội hay không có tội! Vin tay vào cán thanh kiếm trên giá linh khí, nàng mỉm cười. Cả một triều đình, quan lớn quan nhỏ, những quan văn ních đầy chữ trong bụng, những quan võ từng tung hoành trăm trận giờ quy phục dưới chân ta! Ta căm thù Nguyễn Trãi. Tài giỏi ư? Đức độ ư? Công lao ư? Y lừng lững giữa triều đình. Chói chang quá, rực sáng quá khiến cho bên cạnh y, chỉ còn lại một đám hèn mọn. Không ai có thể sống nổi cùng y! Y có ích với Thái tổ Thái tông nhưng với ta y là khắc tinh. Mặt trăng lên thì mặt trời phải lặn! Ta căm thù Thị Lộ. Trước hết bởi mụ đã chiếm của ta vị trí số một trong lòng Thái tông. Mụ thông minh, văn hay chữ tốt, lịch lãm. Mụ đã thắng trong tình trường. Chiến thắng ấy mụ phải trả bằng mạng sống! Khốn nạn cho mụ lại dám trêu gan phá đám ta trong việc tận diệt Ngọc Dao. Mụ phải chết ! "Mụ chết thì đáng thôi, nhưng những người khác, họ có tội tình gì?" Một tiếng nói từ xa thẳm lương tri dội đến mơ hồ trong tâm trí nàng. "Trả thù là cần nhưng cao hơn trả thù là khẳng định quyền lực. Bằng việc này, ta thách thức cả triều đình. Ta không thể nhu nhược. Nhu nhược lúc này là chết!" Nàng hồi hộp theo dõi cuộc hành quyết với mối lo âm thầm: liệu có gì bất trắc xảy ra? Một vụ cướp tù, một đám người điên rồ nào đó liều mạng kéo đến xin tha... Ẩn sâu trong cung cấm, nàng nghe ngóng với tâm trạng phập phồng lo lắng. Đã quá giờ ngọ. Và không có gì hết! Cuộc hành quyết diễn ra ổn thỏa. Khi Đinh Phúc bước vào Điện, tới gần nàng, nói nhỏ: "Bẩm thái hậu, xong rồi!" Nàng như nghẹt thở. Vậy là quyền lực đã toàn thắng! Nỗi vui quá lớn khiến nàng choáng váng, muốn quỵ xuống ngất đi. Nhưng với bản tính cứng cỏi, nàng gắng gượng lại. Giữ nguyên phong độ của bà hoàng đau khổ, nàng cười thầm: "Hèn hạ! Cả một triều đình hèn hạ! Cả một đất nước hèn hạ! Từ nay ta có thể kéo rào ngược ở cái triều đình hèn hạ này!" Nhưng rồi ngay lúc đó, chưa kịp nguôi chất men say của quyền lực vô hạn trong tay, nàng chợt thấy bàng hoàng! Có quá trớn không, nàng tự hỏi. Rồi sẽ sao đây vì quá nhiều máu oan khuất chảy? Niềm vui vừa bừng lên trong nàng chợt xẹp xuống rồi tắt lịm! Một cảm giác chán chường trùm lấy tâm hồn nàng. Sau những cố gắng quá sức, nàng rũ người ngồi xuống chiếc ghế lót nhung bên linh cữu. Mệt mỏi, nàng gục xuống bàn.

Một đám đông rùng rùng bước tới. Nàng nhìn ngơ ngác. Tới gần, nàng nhận ra một đám quỷ không đầu lội ì ọp trong máu đỏ. Từ đám đông dội lên những tiếng la thét: "Trả đầu cho ta! Trả đầu cho ta! Oan quá oaaá o..an quá!" Ai nhỉ, nàng tự hỏi. Có phải là đám người nhà Nguyễn Trãi? Nàng không quen ai trong số họ. Không thấy Nguyễn Trãi cũng như Thị Lộ, nàng ngơ ngác tìm. Chợt một người trai trẻ mặc áo vàng giống như nhà sư bước tới. Nàng không hiểu nhà sư mà đến những chỗ đầy ma quỷ này làm gì? Nhưng nàng chưa kịp hỏi thì nhận ra người ấy là Thái tông.

Bước lên trước đám quỷ cụt đầu, Thái tông mặt giận dữ nhìn nàng:

- Nàng đã làm điều gì vậy? Nàng điên à? Sao lại giết oan người vô tội?

- Thiếp, thiếp trả thù cho chàng? Nàng run run nói.

- Rõ khéo, làm gì có thù mà trả? Làm gì có chuyện Thị Lộ sát hại quả nhân? Nàng yêu ta còn chưa đủ mà! Ôi, chẳng thể nào hiểu được bụng dạ đàn bà! Các người vừa hẹp hòi vừa thiển cận! Ghen tuông làm các người mù quáng còn quyền lực khiến các người điên đảo! Ngươi có biết rằng làm vậy là ngươi xúc phạm ta quá lắm sao? Ngươi là con rắn độc mà tiếc thay ta từng ôm ấp. Im lặng một lúc lâu, nhà vua nói giọng buồn: "Ta không thể gánh cho ngươi cái quả báo này, ngươi nhớ đấy!" Nói rồi nhà vua giận dữ bỏ đi. Nàng nhìn với theo, lúc đó mới thấy Thị Lộ, Nguyễn Trãi cùng nhà vua đứng trên vừng mây ngũ sắc bay về chân trời rực sáng phía xa. Thảng thốt, nàng gọi với theo: "Thánh thượng, thánh thượng!" Tiếng kêu làm nàng giật mình thức giấc. Nàng thấy như trước mắt vẫn hiển hiện đám quỷ cụt đầu lội trong máu rên rỉ tiếng thét đòi mạng rồi nét mặt Thái tông giận dữ cùng câu nói ghê người: "Ta không thể gánh cho ngươi cái quả báo này!" Hoảng hồn, nàng hét lên rồi ngất lịm.

Đêm. Trong chiếc nôi nhỏ, vua Nhân tông o ẹ cựa quậy rồi bật khóc. Người cung nữ vội vàng trở dậy, tay đưa nôi, tay vỗ vỗ lên người ấu chúa, giọng ru ngái ngủ khê nồng: À ơi, công cha như núi Thái Sơn, nghĩa mẹ như nước trong Nguồn chảy ra. Tiếng con khóc rồi tiếng ru của cung nữ làm Nguyễn thái hậu thức giấc. Bước lại gần nôi, cúi người xuống, đặt tay lên trán con. Cơn sốt của nhà vua đã hạ, nàng cảm thấy yên tâm. Có lẽ chỉ bật khóc trong cơn mớ rồi người lại nằm im. Nhìn con nhỏ rồi nhìn cung điện vàng son, nàng cảm thấy cuộc đời sao phi lý đến vậy? Cả một đất nước phụ thuộc vào cái sinh linh nhỏ nhoi nằm kia. Mong manh sao! Nó còn đó thì mình còn với tất cả quyền uy. Nếu nó mệnh hệ nào, không biết chuyện gì xảy đến? Biết đâu chính những kẻ tôn phù mình khi đó lại phanh thây xé xác mình? Cuộc đời sao phù du đến vậy? Nàng bỗng cảm thấy sợ. Trong ánh đèn lồng hồng hồng, nàng thấy hình như bàn tay mình dính máu? Phải, máu! Máu đã chảy quá nhiều, cả nhà Nguyễn Trãi rồi Đinh Phúc, Đinh Thắng. Đúng hay sai? Phải chăng mình là kẻ hiếu sát? Nàng tự hỏi. Cái án tru di họ Nguyễn đã đành một lẽ. Còn hai gã họ Đinh có đáng vậy không? "Chỉ hối rằng không nghe lời các ông nên để xảy ra thảm nạn này" Lời Trãi nói với chúng trước cuộc hành hình dù sao cũng chỉ là cái cớ! Ai biết được chúng đã nói với Trãi những gì? Chúng nói chúng khuyên Trãi hãy quy thuận, đừng chống đối Thần phi. Có thể là vậy thật nhưng dù sao cũng không thể dung tha vì chúng biết quá nhiều. Chính là trời hại chúng! Thỏ hết rồi thì chó săn đem nấu! Sự đời vốn khắc nghiệt. Biết vậy mà trong lòng nàng vẫn cảm thấy không vui. Cúi đầu bước lanh quanh trong cung điện, nàng dừng lại bên hàng song triện nhìn ra ngoài. Chân trời phía Đông đã nhạt màu. Tiếng mưa đều đều rả rích hòa tiếng trùng rên rỉ buồn não nuột. Hơi lạnh ngoài trời thấm vào người khiến nàng bất giác rùng mình. Chợt nghĩ tới cảnh cô đơn góa bụa của mình, nàng thấy lòng tê tái. Tuy là chồng chung nhưng trước kia, nàng vẫn có một người để trông ngóng để ôm ấp trong những đêm ngắn ngủi. Sẽ không bao giờ nữa! Hai hàng lệ tự lúc nào ứa ra. Nàng thấy những ngày trước mặt dài vô tận! Thấm thân phận mình, nàng chợt nghĩ tới mẹ con Ngọc Dao. Công bằng mà nói, Ngọc Dao chưa làm gì nàng cả! Cái tội của nàng ta là được tiên đồng đầu thai, đe dọa ngôi vị của Bang Cơ. Tình thế ấy buộc mình phải ra tay như vậy. Nhưng nay mọi sự đã an bài, không còn phải lo tranh đoạt nữa, nàng thấy cũng không nên khắc nghiệt với nàng ta quá. Dùng uy rồi, cũng cần gia ân. Nghĩ vậy nàng cho vời Tiệp dư Ngọc Dao vào chầu.

Nhận khẩu dụ vào Điện Kinh Diên tiếp chỉ, Tiệp dư Ngọc Dao vô cùng lo lắng. Nỗi lo hơn tháng nay được đẩy tới tận cùng. Từ ngày tiên đế băng, tiếp đó Nguyễn Trãi cùng Thị Lộ chết chém, mối lo sợ đè nặng tâm trí nàng. Nàng biết mình như cá nằm trên thớt. Những người bênh vực mẹ con nàng không còn. Bây giờ nàng cùng con nhỏ trong tay bà ta. Vì mối thù xưa, bà ta có thể đem mẹ con nàng ra làm nem làm chạo bất cứ lúc nào. Tuy vào cung đã lâu nhưng là người hiền thục lại biết thân biết phận nên Ngọc Dao chỉ quẩn quanh ở hậu cung, chưa bao giờ tới chỗ thiết triều. Nay với tâm trạng đầy lo âu khắc khoải bước vào điện rộng mênh mông, vàng son chói lọi với những khí cụ trần thiết lỗng lẫy, không khí trang nghiêm, nàng càng thêm hoảng sợ. Nàng cúi mặt theo viên thái giám bước trên nền gạch in hình cánh sen. Tới trước thái hậu, nàng cúi đầu nói trong hơi thở bị nén lại:

- Thần thiếp vấn an thái hậu. Thái hậu thiên tuế!

- Miễn lễ, khanh khá bình thân! Giọng thái hậu thanh thanh cất lên.

Nàng ngước nhìn người đàn bà ẵm ấu chúa ngồi trên ghế sơn son thiếp vàng. Nét mặt thái hậu bơ phờ mệt mỏi nhưng không có vẻ nanh ác khiến nàng bình tâm lại đôi chút. Chỉ chiếc đôn phía trước, thái hậu nói giọng dịu dàng:

- Nàng có được khỏe không?

- Bẩm thái hậu, thần thiếp không khỏe lắm. Mới sinh xong thì tiên đế băng, trong triều xảy ra bao sự biến khiến hoang mang đến mất ăn mất ngủ.

- Ta hiểu. Nhưng tiểu hoàng tử vẫn chơi đấy chứ?

- Tạ thái hậu, cũng may là đứa con mồ côi ấy còn quá nhỏ không biết tai họa xảy ra nên vẫn ăn vẫn chơi bình thường.

- Phải, trẻ con là vậy. Thái hậu nói giọng tư lự. Tân vương anh nó đây nào có khác gì. Ở ngôi cửu ngũ rồi mà có biết chi đâu, mấy bữa nay nóng đầu còn quấy nữa. Nhìn con ngủ trong lòng, nàng cười, cái cười buồn. Lặng đi lúc lâu, giọng buồn buồn nàng nói nhỏ như nói với riêng mình, vậy đấy, cả lũ chúng ta mẹ góa con côi! Cung nữ mang nước đến đặt trước mặt hai người. Nàng uống nước đi, thái hậu nói. Ngọc Dao e lệ mời thái hậu rồi cầm chén trà đưa lên, dùng tay áo che miệng, uống từ tốn. Ta cho gọi ngươi đến là muốn nói điều này. Không nhìn nàng, thái hậu nói tiếp, ta biết ngươi rất lo lắng, trong lòng không yên vì tội lỗi trước đây. Việc yểm bùa hại thái tử rồi việc sợ tội trốn khỏi cung đều đã được Tiên đế lượng từ bi hải hà tha cho rồi, ta cũng không truy cứu nữa. Vì vậy ta nói rõ để ngươi khỏi lo lắng. Ta coi hoàng tử Tư Thành như con ta mà rồi sau này sẽ dạy cho Nhân tông cũng thương yêu đứa em út ruột rà của nó. Ta mong Bang Cơ với Tư Thành được học hành tử tế để làm nên nghiệp lớn. Bang Cơ sớm phải giữ ngôi báu lo việc nước nên chuyện học sẽ khó hơn. Vì vậy ta trông mong ở như hoàng tử Tư Thành. Ta biết nó có thiên tư tốt đẹp. Mệnh nó thuộc hành thủy, tương sinh với mệnh mộc của Nhân tông. Mong nó sẽ là phúc tinh phò tá cho hoàng thượng. Vậy, nay ta thực lòng nói với ngươi là, công việc triều đình ta cùng hoàng thượng gánh, còn ngươi phải nuôi dạy hoàng tử Tư Thành cho chu đáo. Đó là việc nhà mà cũng là việc nước. Ngươi không làm được là có tội!

Không ngờ cơ sự lại xoay vần như vậy, nàng Ngọc Dao run run cảm động thưa:

- Tạ thái hậu, thần thiếp xin đội ơn trời biển của thái hậu. Lời thái hậu như cởi tấm lòng. Từ nay thiếp sẽ quên đi những nỗi lo khi trước và nguyện nuôi dạy tiểu hoàng tử thật chu đáo để đáp lại tấm lòng bồ tát đại từ đại bi của thái hậu và hoàng thượng!

Một thời gian dài người kẻ chợ choáng váng vì vụ giết người tàn khốc. Máu. máu. máu xối xả, những cái đầu thi nhau lăn long lóc hiện về trong những cơn ác mộng. Nhiều người trở nên ngơ ngác như mất hồn. Người ta tránh xa không dám đến chợ Cửa Đông mua bán. Một nỗi sợ hãi hoang mang vô độ trùm lên phố phường. Trong tâm trạng chung ấy của dân chúng, những thức giả chốn kinh thành chán ngán nhận ra bộ mặt tàn bạo của cuộc sống và trong lòng họ thầm oán trách triều đình. Những năm tháng sau đó là những năm tháng nặng nề. Nhìn vào vương triều của đứa trẻ còn bế ngửa, người ta chỉ thấy một lũ vô học, bất tài tham nhũng, thối nát bám quanh gấu váy người đàn bà chuyên quyền. Cuộc sống ngột ngạt đến mức không thể chịu nổi. Nhiều người nhớ tiếc thời Thái tổ, Thái tông. Chính lúc này, người kẻ chợ truyền nhau câu chuyện Rắn báo oán. Chuyện rằng, khi bị giặc Minh giam lỏng ở Đông Quan, Nguyễn Trãi mở trường dạy học. Hôm dọn đất dựng trường, buổi trưa Nguyễn Trãi chợp mắt ngủ thì thấy có người đàn bà tới nói với ông rằng: "Tôi vừa sinh, các con tôi còn yếu ớt. Xin ông đừng phá nhà tôi vội, các con tôi sẽ chết mất." Thức dậy, Nguyễn Trãi chưa hiểu giấc mơ nói gì thì thấy học trò của ông hò reo vì vừa phá một ổ rắn. Nhìn ổ rắn bị phá, những chiếc trứng vỡ nát, ông hiểu ý nghĩa giấc mơ. Đêm ấy về ông kể chuyện cho người nhà nghe. Sáng ra, trên cuốn sách ông mở đọc đêm trước, thấy có giọt máu. Lật sách xem thì máu dính đến ba tờ." Rắn báo oán biến thành người đàn bà đẹp là Thị Lộ. Thị Lộ hại vua làm ba họ nhà Nguyễn Trãi bị tru di. Không biết rằng câu chuyện do ai nghĩ ra và vì duyên cớ gì nhưng hình như từ đó, tâm linh người dân kinh thành như được xoa dịu, vơi bớt nỗi dằn vặt. Họ cho rằng số phận đã sai khiến người đàn bà rắn là Nguyễn Thị Lộ làm công việc của mình. Đã là số phận thì bất khả kháng. Đừng trách Nguyễn Trãi cũng đừng oán hận triều đình. Câu chuyện như liều thuốc an thần làm dịu bớt nỗi đau trong dân chúng.

Nhưng cuộc đời khắc nghiệt hơn, không thứ thuốc giảm đau nào xoa dịu được. Dường như câu nói của Nguyễn Trãi với Nguyễn Xí năm xưa "Một triều đại mở ra bằng tắm máu công thần sẽ không khỏi báo ứng" đã ứng nghiệm. Mười tám năm sau cái án tru di của Nguyễn Trãi, ngày mùng ba tháng Mười năm Diên Ninh thứ sáu, Lạng Sơn vương Nghi Dân cùng tay chân đang đêm trèo vào cung, giết vua Nhân tông và thái hậu Nguyễn Thị Anh. Cung đình nhà Lê thêm một lần tắm máu mà lần này là máu hoàng tộc, cốt nhục tương tàn. Chẳng bao lâu sau, Nghi Dân bị phế truất rồi bị giết và một triều đại mới khai sinh: triều đại Lê Thánh tông.

***

Trước ngày đi Côn Sơn, bà Lộ gửi người con nuôi là Ngô Thị Chi Lan về gia đình ông Ngô Từ ở phường Bích Câu. Lúc chia tay trước cổng, Chi Lan cứ níu áo mẹ mà khóc đòi đi theo. Ôm con vào lòng, kéo vạt áo lau nước mắt cho con, bà Lộ cũng ứa nước mắt. Ông bà Ngô Từ phải dỗ dành mãi cô bé mới chịu nín. Nhưng đêm ấy cô bé sáu tuổi đầu trằn trọc mãi không ngủ được. Nửa đêm đang ngủ chợt tỉnh dậy khóc đòi mẹ.

Khi án Trại Vải xảy ra, cả nhà Nguyễn Trãi bị bắt, thấy để Chi Lan ở kinh không có lợi, gia đình họ Phù đón bé Chi Lan về nuôi dưỡng. Họ Phù là họ lớn ở Kim Hoa, kinh tế khá giả lại thuộc loại có học, từ lâu đã kết giao với họ Ngô và cũng là chỗ thân tình với Nguyễn Trãi, Nguyễn Thị Lộ. Phù Dụng đỗ cử nhân nhưng không ra làm quan mà ở nhà mở trường dạy học, nổi tiếng một vùng. Ông đặc biệt mê thơ Ức Trai nên để công sưu tập hầu như mỗi bài mỗi chữ của nhà thơ được công bố hay từ những bản chép tay truyền tụng trong dân gian. Cũng như nhiều kẻ sĩ lúc đó, Phù không tin vào chuyện thí nghịch của Nguyễn Trãi. Tuy ông không tán thành việc làm của bà Lộ trong cung nhưng ông cũng hiểu cái thế khó của Nguyễn Trãi mà phần nào thông cảm với người bạn già. Cái chết oan khuất của cả nhà Nguyễn Trãi là nỗi đau buồn lớn của ông. Ông thấy rằng mình chỉ có thể giúp bạn bằng cách nuôi dạy Chi Lan đồng thời bí mật sưu tầm và gìn giữ di cảo của bạn chờ đến ngày sáng sủa hơn. Nhưng theo luật triều đình, việc giữ văn từ của kẻ phạm tội đại nghịch cũng là phạm pháp nên ông làm thật thận trọng.

Đặt tay đứa cháu gái vào tay bạn mà lòng ông Ngô Từ buốt như dao cắt. Ông thương đứa cháu gái sớm côi cút chắc phen này mồ côi lần nữa. Mấy năm trước, vợ chồng người em ruột ông mất trong trận đắm đò ở quê, ông đưa cháu về nuôi, coi nó như con mình. Rồi khi ông bà Nguyễn Trãi đến chơi, thấy nó quyến luyến bà Lộ và nhận ra bà cũng có tình với nó nên ông đồng ý cho cháu làm con nuôi ông bà. Bà Lộ đã đổi cái tên Hĩm quê mùa của cháu thành Ngô Thị Chi Lan. Hiếm muộn lại giàu lòng thương trẻ nên bà nâng niu con bé như trứng mỏng. Bây giờ cha mẹ nuôi cháu bị đại nạn mà gia cảnh ông cũng đang như chuông treo chỉ mành. Con ông cháu ông trong cung đang như cá nằm trốc thớt. Biết gửi vào nhà họ Phù là tốt cho cháu nhưng ông cũng đau như lìa khúc ruột.

Về Kim Hoa lúc đầu Chi Lan thật buồn. Càng buồn em càng nhớ mẹ Lộ. Đêm đêm nằm mơ nhớ mẹ, em lại khóc thét lên gọi mẹ. Ông bà Phù phải hết sức dỗ dành nói dối lần. Lâu lâu rồi Chi Lan cũng nguôi ngoai nỗi nhớ nhưng trong mắt bé là nỗi buồn thăm thẳm. Sống xa kinh thành nên dư âm của thảm án Trại Vải nơi đây cũng mờ nhạt vì vậy suốt tuổi thơ Chi Lan sống yên lành. Cùng với thơ văn của bách gia chư tử, ông Phù còn lấy văn thơ của một người ông gọi là vô danh thị dạy con nuôi. Những bài hay, Chi Lan đều cẩn thận ghi vào cuốn sổ riêng. Một lần đi chơi cùng bạn bè trở về, Chi Lan hỏi ông Phù: "Bố có biết câu chuyện Rắn báo oán không, bố?"

- Sao tự nhiên con lại hỏi chuyện đó?

- Sáng nay con nghe cha của bạn con kể. Nhìn vào mắt cha nuôi bằng cặp mắt buồn đăm đăm, cô bé hỏi: "Thưa cha, có phải ông Trãi với bà Lộ trong câu chuyện là cha cùng mẹ nuôi con không? Cha mẹ con phạm tội giết vua thật sao? Mẹ con là rắn hiện hình để trả thù cha con sao?" Không chịu nổi ánh mắt con trẻ, ông Phù quay nhìn ra khoảng sân trước mặt, tiếp đó là mặt hồ mênh mông. Lúc sau ông nói giọng trầm ngâm:

- Cha chưa định nói với con việc này. Nhưng vì con đã nghe chuyện Rắn báo oán nên cha đành nói thật. Sau khi kể lại thảm án Lệ Chi Viên, ông Phù tiếp: "Bàn dân thiên hạ nhiều người cho là án oan. Nhưng lệnh triều đình rất nghiêm, không cho phép bàn tán. Tuy vậy, bất bình tắc minh , trong lòng chưa yên, người ta phải nói. Né tránh sự cấm đoán của triều đình, kẻ sĩ trong dân gian đặt ra chuyện Rắn báo oán.

Tuy câu chuyện có vẻ hoang đường đồng thời không minh bạch là dồn hết tội cho người đàn bà nhưng chí ít, nó minh oan được cho Nguyễn Trãi."

- Vâng thưa cha, minh oan được cho cha con nhưng lại quá bất công với mẹ con! Từ một nữ sĩ, mẹ con bỗng thành con rắn độc. Thưa cha, nỗi oan của mẹ con lớn vậy làm sao mà rửa cho sạch?

- Con yên tâm, giấy không bọc được lửa. Rồi sẽ có ngày nỗi oan của cha mẹ con được sáng tỏ. Nhưng muốn vậy, trước hết phải minh oan cho cha con. Cha muốn rằng con sẽ góp phần làm được việc này.

- Con ư? Thưa cha, con sao mà làm được?

- Có đó! Nếu con có lòng.

- Thưa cha, cha nói cho con biết, bằng cách nào mà con có thể minh oan cho cha mẹ con?

- Con có biết đóng góp lớn nhất của cha con cho nước Nam ta là gì không?

- Thưa cha, đó có phải là những mưu lược người dâng cho Thái tổ để bình Ngô?

Nhìn con gái nuôi bằng cái nhìn khích lệ, ông Phù mỉm cười:

- Đóng góp đó là rất lớn nhưng chưa phải là quan trọng nhất. Đóng góp quan trọng nhất của người là văn tự, là Bình Ngô sách, là áng thiên cổ hùng văn Bình Ngô đại cáo, là Dư địa chí, là những chiếu biểu người viết thay đức Thái tổ, và nhất là ở trong văn thơ của người. Rồi hạ giọng, ông nói những lời tự tâm can. Con biết không, thời chúng ta đang sống là thời tao loạn. Nhà vua còn quá nhỏ, đất nước trong tay người đàn bà thiển cận và chuyên quyền nên văn học chưa được trọng. Một mai, khi ông vua sáng xuất hiện, thì bậc minh quân ấy dùng cái gì để trị nước, để khuếch trương danh tiếng nhà Lê? Khoe mãi chiến công không phải là đức của ông vua hiền vì chiến công nào chẳng mang lại chết chóc đau khổ? Vì vậy nhà nước không thể không dùng đến Bình Ngô đại cáo , cũng không thể hủy Văn bia Vĩnh Lăng. Mà nhắc tới những áng văn chương này lẽ nào làm lơ tác giả của chúng. Ức Trai cha con là tác gia lớn nhất của Đại Việt từ ngày lập nước. Bỏ qua văn chương của người thì lấy gì mà nói? Nhưng lẽ nào lại ca ngợi văn chương của kẻ phạm trọng tội thí nghịch? Đấy, cái khó của triều đình là ở chỗ ấy! Lúc đó, minh oan cho Ức Trai trở thành việc bức xúc của triều đình. Muốn rửa được nỗi oan của cha mẹ con, con phải học thật giỏi, phải có tài trước tác xuất chúng đồng thời cũng phải thuộc thơ văn của người và hiểu thấu đáo ý nghĩa sâu xa của nó. Từ lâu cha tính tới chuyện này nên đã trì chí sưu tầm nhiều thơ văn Ức Trai. Thơ văn ấy, một phần cha đã trao cho con dưới danh nghĩa vô danh thị. Sau này, tới khi cần, cha sẽ trao đầy đủ lại cho con.

Từ đó, hiểu hoàn cảnh của mình, Chi Lan thêm gắng gỏi. Càng lớn lên Chi Lan càng giống mẹ nuôi, xinh đẹp lại học giỏi, có tài làm thơ và giọng ngâm thơ thật hay. Nhiều gia đình danh tiếng trong vùng rắp ranh dạm hỏi nhưng nàng không nhận đám nào.

Khi loạn Nghi Dân bị dẹp, vua Thánh tông lên ngôi, bà Ngô Ngọc Dao trở thành thái hậu. Nhớ đến người em họ côi cút nên bà vời Chi Lan vào cung hầu hạ bên mình. Nhiều lần tới thăm mẹ, trò chuyện với người dì xinh đẹp lớn hơn mình vài tuổi, nhà vua trẻ mến nết nhu mì hiền thục cùng tài thơ văn của nàng nên triệu vào Điện Kinh Diên, phong cho chức quan hầu ngài đọc sách, ngâm thơ cùng đối đáp với văn nhân thi sĩ trong triều. Chi Lan thường tới Tàng thư các tìm đọc nhiều sách quý kim cổ. Tàng thư các có một kho mật thư, ai muốn vào đọc phải được phép của quan thái sử Ngô Sĩ Liên. Một hôm vào kho mật thư tìm sách cho nhà vua, Chi Lan phát hiện một cái hòm để trong chỗ khất phủ đầy bụi chứng tỏ lâu ngày không ai động tới. Tò mò muốn biết trong đó có gì, nàng phủi sơ bụi rồi mở hòm. Nhìn những chữ quen quen trên bìa màu cánh gián, nàng vội vàng rút quyển sách lên và nhanh chóng nhận ra Ức Trai thi tập của Nguyễn Trãi. Vẫn biết đọc sách của kẻ thí nghịch là trọng tội nhưng không ngăn nổi lòng, nàng lần lượt lật từng cuốn nâng niu trên bàn tay run rẩy. Mồ hôi chảy dài đọng trên trán, mặt nàng ướt lệ. Quá chăm chú đọc sách nên nàng không nghe bước chân người vào trong phòng. Khi cảm thấy có ánh mắt ai đó nhìn mình, nàng ngẩng lên thì quan thái sử họ Ngô đã đứng trước mặt nàng. Nàng bủn rủn chân tay. Không nói không rằng, quan thái sử cầm cuốn sách trong tay nàng đặt lại vào hòm, đóng nắp rồi khoan thai bước ra, khép cửa phòng mật thư lại. Nàng lo lắng theo sau. Dừng lại trước cửa sổ có những thanh triện nhìn xuống hồ sen đối diện Điện Vạn Thọ, quan thái sử nói:

- Nàng có biết đọc trộm sách cấm là một trọng tội không?

- Thưa đại quan, tiểu nữ biết. Nhưng đây là di cảo của dưỡng phụ mà suốt gần hai chục năm nay tiểu nữ kiếm tìm. Nay thấy được cũng như là gặp người vậy. Nếu có mắc tội, tiểu nữ cũng cam lòng. Tuy mặt tái xanh nhưng Chi Lan cứng cỏi trả lời.

- Dưỡng phụ? Nguyễn Trãi tiên sinh lại là dưỡng phụ của nữ sĩ sao? Vị sử quan già nhìn nàng không chớp, hỏi vẻ ngạc nhiên.

- Thưa vâng, tiểu nữ là em họ của Ngô thái hậu nhưng cũng là con nuôi của quan đại học sĩ Nguyễn Trãi.

Ông quan già gật gật đầu:

- Vậy thì ta hiểu tâm sự của nàng. Ta bỏ qua cho nàng lần này. Đừng để có lần sau nữa. Người khác gặp nàng sẽ không như ta đâu! Chi Lan cúi đầu cảm ơn vị quan thái sử già rồi lễ phép cáo lui.

Một lần Chi Lan đang chăm chú ghi chép trên cuốn sổ thì nhà vua bước vào. Thấy cuốn sổ có bài thơ, nhà vua cầm lên nhẩm đọc rồi tự nhiên ngâm lớn:

Vệ Linh xuân thụ bạc vân nhàn,
Vạn tử thiên hồng điểm thế gian.
Thiết mã tại thiên, danh tại sử,
Anh uy lẫm lẫm mãn giang san.

(Vệ Linh mây mỏng quyện cây xuân,
Vạn tía nghìn hồng đẹp cảnh trần.
Ngựa sắt về trời danh ở sử,
Uy danh còn dậy khắp xa gần.)

Ngâm xong, nhà vua lim dim mắt thưởng thức những âm thanh những hình ảnh gieo vào trong tâm tưởng rồi cất lời khen:

- Hay! Bài thơ hay! Cảnh trong sáng rực rỡ mà tình thì hùng và tráng. Một bài thơ vịnh sử hay! Phải chăng bài thơ này của khanh?

Chi Lan bối rối:

- Bẩm thánh thượng, bài này vi thần làm khi thăm núi Vệ Linh, nơi tương tuyền là thần Phù Đổng thăng thiên.

- Còn đây nữa, nhà vua lật cuốn sổ, nhẩm đọc:

ĐỀ KIẾM
Lam Sơn tự tích ngọa thần long,
Thế sự huyền tri tại chưởng trung.
Đại nhiệm hữu quy thiên khải thánh,
Xương kỳ nhất ngộ hổ sinh phong.
Quốc thù tẩy tận thiên niên sỉ,
Kim quỹ chung tàng vạn thế công.
Chỉnh đốn càn khôn tòng thử liễu,
Thế gian na cánh sổ anh hùng.

(Lam Sơn từ thuở rồng chưa bay,
Từng liệu việc đời nắm giữa tay.
Trao gánh non sông trời báo triệu,
Gặp thì mưa gió cọp sinh vây.
Nước hờn rửa nhục nghìn năm sạch,
Hòm quý vùi công vạn thuở này.
Chỉnh đốn càn khôn thôi tự đó,
Anh hùng, thiên hạ kể chi đây!)

Đọc xong, mắt nhà vua sáng lên long lanh:

- Hay! Bài thơ bao quát hết càn khôn! Khẩu khí thật lớn. Xiển dương một cách tài tình công nghiệp của Thái tổ. Không chỉ thế, thi nhân còn cận nhân tình khi hiểu thế gian na cánh sổ anh hùng: chiến thắng rồi thế gian ai đếm xỉa đến bậc anh hùng nữa. Chí lý! Quay nhìn Chi Lan bằng con mắt trìu mến, nhà vua tiếp, bài thơ có vẻ buồn buồn gần với tâm trạng của khanh Thiết mã tại thiên danh tại sử! Ngựa sắt lên trời, danh ở sử, còn con người thật thì sao? Trẫm hiểu ý khanh. Trẫm muốn hỏi thêm khanh ba chữ bạc vân nhàn khanh dùng là có ý gì? Người xưa chưa ai dùng chữ như vậy, thường thì là bạch vân, hoàng vân, tường vân. còn khanh lại dùng bạc vân nhàn.

- Muôn tâu, đúng là chưa ai dùng mà thần dùng là bởi có tâm sự riêng. Bạc vân nhàn là mây mỏng, mây thưa, nó cũng mong manh như cuộc đời vậy.

- Trẫm hiểu, khanh thật đa cảm, đúng là một tâm hồn thi sĩ! Trẫm có thắc mắc muốn hỏi khanh, tác giả bà i Đề kiếm này phải là nhân vật kiệt xuất, thấu hiểu sự nghiệp của Thái tổ, như vậy phải là người có tên tuổi sao ở đây khanh lại ghi vô danh thị ?

- Muôn tâu, thánh thượng có con mắt tinh đời. Thần có tội! Nếu nói không biết là mắc tội khi quân lừa dối bệ hạ. Còn nói biết, cũng là có tội vì đó là thơ của tử tội triều đình. Vi thần không dám xin bệ hạ tha tội chỉ xin bệ hạ thông cảm với thần vì hai lẽ. Thứ nhất là liên tài. Bài thơ hay như vậy người yêu thơ không nỡ bỏ qua. Thứ nữa, người ấy lại là cha nuôi của vi thần. Công dưỡng dục cũng sánh cùng trời bể! Chính vì thế mà vi thần đã.

- Dưỡng phụ của khanh? Nhà vua nhìn thẳng mặt Chi Lan. Trước nhỡn quang chói lói của thiên tử, nàng cúi đầu ấp úng:

- Bẩm, dưỡng phụ của thần là quan đại học sĩ Nguyễn Trãi!

- Vậy sao? Cha nuôi khanh là kẻ thí nghịch vô đạo. Khanh lại lén lút giữ thơ của kẻ thí nghịch. Khanh có biết tội khanh lớn lắm không?

Chi Lan quỳ xuống:

- Khởi bẩm hoàng thượng, thần biết tội. Nhưng trước khi bắt tội thần, xin bệ hạ từ tâm nghe thần nói. Khi thần vừa hai tuổi thì cha mẹ đẻ của thần chẳng may qua đời trong vụ đắm đò. Sáu tuổi thì cha mẹ nuôi gặp nạn. Hai chục năm qua thần đã hỏi han tìm tòi về thảm án Lệ Chi Viên và rồi thần đến chỗ xác tín: cha mẹ nuôi của thần không phạm tội thí nghịch. Thánh thượng anh minh, từ khi theo dức Thái tổ thì cuộc đời dưỡng phụ thần có hai thời kỳ đắc ý đó là khi cùng Thái tổ trù hoạch mưu lược diệt quân Ngô. Thời kỳ thứ hai là từ năm Kỷ Mùi được tiên đế tin dùng trao cho trọng trách. Những ngày cuối cùng của người là thời gian người đang được Tiên đế sủng ái nhất. Vì vậy dưỡng phụ thần không có động cơ thí nghịch. Còn dưỡng mẫu thần, xin bệ hạ xá tội, người đang yêu Tiên đế hết mình. Bệ hạ đã từng yêu và được yêu, hẳn bệ hạ không tin rằng có kẻ đang tâm giết người mình đang yêu, một đấng minh quân mà chẳng vì lý do nào! Và thêm nữa, căn cứ vào lương tâm trong sáng, tận trung với vua với nước của cha thần thì ngay cả ý định thí nghịch cũng không có chỗ trong suy nghĩ của người! Bẩm hoàng thượng, vì vậy thần cho rằng vụ án Lệ Chi Viên là án oan. Thần mong được một lần trần tình cùng thánh thượng anh minh, sau rồi có bị trị tội, thần cũng cam lòng.

- Khanh nói sao? Lệ Chi Viên là một án oan, triều đình đã giết oan công thần? Trán nhà vua nhăn lại? Nàng muốn lật lại bản án hai chục năm trước? Thật to gan!

- Hoàng thượng anh minh! Thần không có ý chê bai tiền triều mà chỉ muốn thưa cùng bệ hạ sự thật. Cái sự thật không được giãi bày đang nhức nhối lương tri biết bao con người!

- Nhức nhối lương tri bao người? Khanh có ngoa ngôn không đấy? Ta không hề nghe nói!

- Bẩm, không dám nói với bệ hạ bởi người ta sợ. Nhưng hoàng thượng không nghe thấy không có nghĩa là người đời không nói!

- Khanh nói sao? Vậy thiên hạ nói những gì?

- Thưa, hoàng thượng đã nghe chuyện Rắn báo oán rồi chứ ạ? Còn gì vô lý hơn câu chuyện đó? Theo luật nhân quả, oán có đầu, nợ có chủ! Có lẽ nào người đàn bà rắn không trả thù đứa phá tổ giết con mình mà lại trả thù ông thầy đồ vô tội? Dọn cỏ là việc phải làm, còn giấc mộng giữa trưa kia thì thông tin thiếu chính xác, lại không kịp thời, ông ta nào có lỗi gì?.

Rồi sau nữa, mọi tội lỗi đổ lên đầu người đàn bà là Thị Lộ! Nào bà có tội gì? Cái tội duy nhất của bà là hết lòng yêu tiên đế. Nhờ tình yêu đó mà tiên đế trưởng thành lên, sáng suốt hơn! Nếu có tội thì chỉ là có tội với dưỡng phụ thần nhưng người đã tha thứ cho bà! Tại sao người đời lại bất công dồn hết mọi điều xấu xa tội lỗi lên đầu người đàn bà yếu đuối? Lương tri con người, lương tri kẻ sĩ ở đâu? Thần nghĩ mãi không ra nhưng rồi sau cũng nhận biết: Câu chuyện đặt ra để bênh vực tiền triều. Không thể nói triều đình sai nên họ đổ thừa cho số phận đồng thời chất tội ác lên đầu người đàn bà mà người ta gọi là dâm phụ, kẻ tội đồ thấp cổ bé họng! Bẩm hoàng thượng, danh không chính thì ngôn không thuận, kẻ biện hộ không chính danh nên câu chuyện hoang đường và mâu thuẫn như thế đó. Nhưng dầu sao mặc lòng, câu chuyện cũng góp phần minh oan cho dưỡng phụ hạ thần và xoa dịu bớt nỗi đau trong dân chúng.

- Có phải như vậy chăng? Ý của khanh không phải không có sở cứ. Rồi trẫm sẽ nghĩ thêm nhưng bây giờ trẫm muốn mượn khanh cuốn sổ này để đọc một số bài thơ của vô danh thị .

***

Trả lại cuốn sổ cho Chi Lan, Thánh tông nói với nàng:

- Cảm ơn khanh đã cho trẫm đọc những bài thơ tuyệt hay. Tiếc rằng trẫm biết thơ của Nguyễn Trãi hơi muộn. Thơ hay như vậy không thể để mai một được! Ngoài ghi chép trong cuốn sổ, nàng còn cất ở đâu nữa không? Trẫm muốn sưu tầm càng nhiều càng tốt thơ của Ức Trai.

- Tạ hoàng thượng không những không bắt tội vi thần mà lại còn có ý định sưu tầm phổ biến thơ của dưỡng phụ thần. Quả đúng như vi thần nghĩ, bệ hạ có tâm hồn thơ lớn. Chỉ vì liên tài mà người trân trọng giữ gìn thơ của tội phạm triều đình.

- Tội phạm là tội phạm mà thơ là thơ. Thơ hay là bảo vật của trời đất, không chỉ vì người làm thơ có tội mà vứt bỏ. Phạm tội là chuyện một ngày một buổi nhưng thơ hay là việc muôn đời. Nếu cứ vì có tội mà vứt bỏ thì văn hiến Đại Việt sẽ nghèo nàn đi biết bao nhiêu? Trẫm tiếc là biết đến thơ Ức Trai hơi muộn. Nhưng chắc rằng, trong thiên hạ không ít người vì yêu thi văn của ông mà liều chết giữ gìn! Rồi thể nào cũng có ngày trẫm tìm lại được!

- Bẩm hoàng thượng, biết ý định của người vi thần rất mừng. Có dịp thần sẽ về quê mang toàn bộ sưu tập thơ văn Ức Trai của dưỡng phụ vi thần là cử nhân Phù Dụng lên dâng bệ hạ. Nhưng như vi thần biết thì trong Tàng thư các hiện giữ một hòm di cảo của Ức Trai, bệ hạ có thể đọc bất cứ lúc nào?

- Vậy sao? Làm sao khanh biết được?

- Hồi bệ hạ, một lần vào Tàng thư các tìm sách hầu người, vi thần có đến phòng mật thư và thấy cái hòm phủ bụi có lẽ từ lâu không được mở. Vì tò mò không muốn bỏ qua những sách quý, vi thần đã mở hòm. Khi nhận ra di cảo của dưỡng phụ, thần vô cùng mừng rỡ. Giữa lúc đó, Ngô Thái sử phát hiện ra. Cũng vì yêu thơ Ức Trai, lại thông cảm với vi thần là con của người nên quan Thái sử thương tình không bắt tội.

***

Theo lời của nữ sĩ Chi Lan, Lê Thánh tông cho người tới Tàng thư các mang hòm di cảo của Ức Trai về Điện Kinh Diên. Mấy ngày liền, từ khi thôi chầu trở về, nhà vua trẻ tập trung vào việc đọc. Trong đêm khuya, phiêu du trên những trang Ức Trai thi tập, Quốc âm thi tập, Dư địa chí. nhà vua như mê mẩn trước những áng văn chương trác tuyệt chưa từng có trong văn hiến Đại Việt. Văn chương Lý Trần tài hoa nhưng không có tác giả nào đồ sộ như Ức Trai. Ức Trai cũng vượt họ về tầm trí tuệ. Nghệ thuật thơ quốc âm của ông cũng hơn hẳn người đương thời.Phải, đó là văn chương của thời Lê ta, là đỉnh cao của văn hiến Đại Việt! Lòng lâng lâng xúc cảm, Thánh tông quên đi tất cả, trước chàng chỉ còn là những áng thơ văn. Thùng thùng, từ phía Bắc thành hai tiếng trống điểm trầm trầm khiến chàng như sực tỉnh, biết là sang canh hai. Ngọn đèn trên bàn rung rinh.

Sáng hôm sau, vời Ngô thái sử vào cung, nhà vua nói:

- Trẫm đã đọc di cảo của Nguyễn Trãi. Cảm ơn khanh đã góp phần giữ được bảo vật vô giá của Đại Việt ta! Có lẽ bây giờ cả trẫm cả khanh còn chưa biết hết giá trị những gì mà Ức Trai trước tác. Trẫm thầm nghĩ, chiến công diệt Ngô giải phóng đất nước của Thái tổ là rất lớn nhưng suy cho cùng cũng không lớn hơn văn chương mà Ức Trai để lại. Mà về mặt nào đó, văn chương của Nguyễn Trãi còn quan trọng hơn. Vì như trong bài thơ Đề kiếm Nguyễn Trãi viết:

Chỉnh đốn càn khôn tòng thử liễu,
Thế gian na cánh sổ anh hùng!

Có nghĩa là sau khi đại định thì người đời cũng quên những chiến công, quên những anh hùng! Phũ phàng chăng? Có thể! Đó là lẽ thường tình. Nhưng chính bằng văn chương trước tác của mình, Nguyễn Trãi nâng cao chiến công thời Lê ta, làm cho nó không bị mai một với thời gian, trở nên bất tử! Dừng lại nhìn vào mắt viên sử quan già, Thánh tông chỉ vào chiếc hòm sơn son nói tiếp, rồi hậu thế sẽ tốn cả núi giấy cả biển mực bàn về những gì chứa trong hòm gỗ này. Khanh đã làm được một việc lớn chừng nào khanh biết không? Giả sử lúc đó không có những người như khanh, những báu vật vô giá này rơi vào bàn tay vô tình hay ngu dốt, biến thành đóm cháy bập bùng trên nõ điếu thuốc lào hay giấy phất diều cho trẻ thì sẽ ra sao nhỉ? Quả là một thảm họa! Trầm ngâm suy nghĩ một lúc rồi hạ giọng, nhà vua tiếp, bây giờ trẫm muốn hỏi khanh một việc. Khanh hãy suy nghĩ cẩn trọng rồi trả lời trẫm. Liệu một con người trước tác được những áng văn chương như vầy có thể là kẻ phạm đại tội thí nghịch?

- Bẩm hoàng thượng, câu hỏi khó cho thần quá!

- Chính vì khó trẫm mới cần đến khanh, vừa là văn nhân lại là một sử quan!

- Muôn tâu, thánh thượng có tha tội hạ thần mới dám nói.

- Trẫm miễn tội, chỉ cần khanh nói thực.

- Hồi hoàng thượng, thần không thể quên năm Đại Bảo thứ ba ấy. Tháng ba bọn thần hơn ba chục người được quan Thừa chỉ đại học sĩ thừa mệnh Tiên đế chọn đỗ tiến sĩ thì tháng Tám đại họa xảy ra. Án lệnh triều đình phán quyết, không dám lạm bàn nhưng thần tin không bao giờ Nguyễn Trãi lại làm cái việc vô đạo như vậy! Giết một con sâu cái kiến cũng cần có lý do. Giết vua là chuyện ghê gớm, càng cần có mục đích, có bè đảng. Nguyễn Trãi không hề có dã tâm làm việc đó!

- Khanh có lòng tin của mình, đó là quyền của khanh. Nhưng trẫm thử hỏi, khanh ghi việc này vào chính sử như thế nào? Trẫm hỏi để biết thôi, nếu khanh thấy không tiện có thể không nói!

- Dạ bẩm, việc này thì thần có thể nói được vì qua lâu rồi. Thần đã ghi: "Trước đây vua thích vợ của Thừa chỉ Nguyễn Trãi là Nguyễn Thị Lộ người rất đẹp, văn chương rất hay, gọi vào cung phong làm Lễ nghi học sĩ, ngày đêm hầu cận bên cạnh. Đến khi đi tuần miền Đông, xa giá về tới vườn vải, xã Đại Lại ven sông Thiên Đức, vua thức suốt đêm với Nguyễn Thị Lộ rồi băng, các quan bí mật đưa về. Ngày mồng 6 về tới kinh, nửa đêm đem vào cung rồi mới phát tang. Mọi người đều nói là Nguyễn Thị Lộ giết vua."

- Giỏi, giỏi! Thánh tông gật gật đầu. Đáng mặt sử gia! Khanh đã viết đúng như sự việc xảy ra. Không né tránh, không áp đặt. Thật khéo, trong hoàn cảnh ngặt nghèo khi đó, ngòi bút của khanh vừa kết án lại vừa gỡ tội cho Nguyễn Trãi mà cũng tự bảo vệ được mình. Với Tiên đế, khanh không thiên vị mà ghi những lời xác đáng! Đáng mặt sử gia! Bây giờ là lúc trẫm phải soi vào những dòng chữ của khanh để suy xét về vụ án ngày trẫm mới ra đời! Trẫm hỏi khanh điều nữa, với tư cách người chứng kiến vụ án, khanh hãy cho trẫm biết, để lần ra đường dây mối nhợ của vụ án, trẫm có thể bắt đầu từ đâu?

- Khởi bẩm hoàng thượng, thần thiết tưởng, người mà hoàng thượng cần hỏi trước nhất chính là thái hậu.

***

Mấy năm đầu công việc của Thánh tông bề bộn, Ngô thái hậu tạo mọi điều kiện cho con gánh vác việc nước. Nay tình hình đã ổn, bà thấy cần cho nhà vua biết những chuyện ngày xưa mà bao lâu nay bà giấu kín trong lòng. Còn đắn đo chưa kịp nói thì không ngờ một buổi chiều nhà vua thưa với bà:

- Thưa mẫu hậu, hai chục năm trước, khi con vừa ra đời thì Tiên đế băng đồng thời xảy ra án tru di tam tộc quan Hành khiển Lê Trãi. Nay con nghe trong triều có tiếng đồn là vụ án oan. Con muốn xin mẫu hậu cho biết sự thể .

Nghe vậy, bà rất mừng, nói:

- Hơn hai chục năm nay mẹ giấu con một điều hệ trọng mà mẹ luôn mang nặng trong lòng. Nay mẹ thấy đã đến lúc nói với con. Nhưng trước hết, con hãy nói cho mẹ biết, con được sinh ra ở đâu?

- Ồ thưa mẫu hậu, điều ấy người còn phải thử thách con trẻ? Con sinh ở cung Khánh Phương chứ còn ở đâu nữa!

- Ta không trách nhà vua bởi chưa bao giờ nói cho con biết sự thực. Con không sinh ở cung Khánh Phương mà là ở một ngôi chùa!

- Một ngôi chùa? Nhà vua ngạc nhiên hỏi.

- Đúng vậy, một ngôi chùa, đấy là chùa Huy Văn con từng đến dâng hương vãn cảnh. Ta kể câu chuyện vắn tắt như vầy: Một đêm mẹ mơ thấy ngọc hoàng thượng đế sai tiên đồng xuống đầu thai vào mẹ rồi mẹ mang thai con. Đã hăm hai tuổi rồi nên mẹ vui lắm vì vậy có kể cho một cung nữ về giấc mơ của mình. Chẳng may chuyện đến tai Nguyễn phi. Người sợ con giành mất ngôi thái tử của Bang Cơ nên lập mưu vu cho mẹ yểm bùa hại thái tử. Khám thấy bùa ở cung Khánh Phương, Tiên đế bắt mẹ hạ ngục, còn Nguyễn phi dòi đem mẹ cho voi giầy. Triều thần mọi người ngậm tăm để bảo mạng. Chỉ có quan thiếu úy Lê Khả cùng bà Lễ nghi học sĩ Nguyễn Thị Lộ xin vua đừng nghe lời xúc xiểm mà làm điều thất đức. Tiên đế nghe theo. Có lẽ mẹ cũng cần nói với con điều này. Bà Lộ là báu vật của trời đất, phải hàng trăm năm mới có một người, được cả tài lẫn sắc. Tiên đế gặp bà Lộ lần đầu vào đêm thánh tiết lần thứ mười bảy của người. Khi đó bà đã ngoài bốn mươi tuổi và là vợ của lão thần Nguyễn Trãi. Nhưng ngay lần gặp ấy, cha con đã mê mẩn. Người vời bà vào cung, phong cho chức Lễ nghi học sĩ. Rồi hai người đi lại với nhau. Chưa người đàn bà nào được Tiên đế say đắm đến thế. Là mẹ con, nhưng cũng là một người đàn bà, một người vợ, ta thẳng thắn nói với con vậy. Mẹ không dám ghen với bà. Nhưng công bằng mà nói, trước khi đem đến họa sát thân cho Tiên đế thì bà cũng mang lại phúc lớn cho người. Con thấy đấy, Tiên đế mồ côi từ nhỏ, thiếu sự giáo dưỡng của từ mẫu cùng nghiêm đường nên mang tính phóng túng, làm những việc khác thường. Nhưng từ khi bà Thị Lộ vào cung, người trở nên chín chắn, hành động cũng như suy nghĩ thể hiện tư thế của đấng minh quân. Bà cũng góp những ý kiến có lợi cho dân sinh, quốc kế. Cứ tưởng cuộc đời mãi hanh thông. Không ngờ, trong cuộc tuần du miền Đông trở về tới Trại Vải, có bà Thị Lộ theo hầu, Tiên đế đột ngột qua đời. Điều gì xẩy ra đêm đó? Nhiều khả năng có thể xét đến nhưng không bao giờ có chuyện bà Thị Lộ tiến độc hại Tiên đế. Là đàn bà, mẹ hiểu, không ai lại làm việc đó với người mình yêu say đắm và cũng đang được yêu! Con cũng nên biết rằng, trước khi gặp lại nhau vào đêm mồng bốn tháng Tám định mệnh ấy thì hai người họ xa nhau gần một tháng vì Tiên đế đi duyệt võ, còn bà Lộ về thăm chồng. Tự mình, con sẽ hiểu điều gì xảy ra. Nhưng sau khi đưa di hài Tiên đế về cung, mọi người đều cho rằng bà Lộ giết vua rồi cả Nguyễn Trãi cùng bà Lộ bị bắt và thảm án tru di xảy ra. Con thử tưởng tượng mà xem, ba mươi tám người đàn ông con trai bị rơi đầu, gần trăm người đàn bà con gái bị biến thành nô tỳ. Cái đêm ấy, mẹ chỉ có thể ôm chặt con vào lòng vừa run rẩy cầu trời khấn Phật cho mẹ con mình bình yên vô sự, cùng cầu chúc cho cả nhà ông Nguyễn Trãi được an ủi nơi suối vàng. May mắn là sau khi chấp chính, Nguyễn Thái hậu tỏ lòng khoan dung, bỏ qua những việc lúc trước, để mẹ con ta sống yên ổn, lại phong vương cho con, tìm cho con những thày dạy tốt nhất. Hoàng huynh con cũng là người nhân từ, yêu thương con bằng tình thủ túc ruột thịt. Để trả cái ơn ấy, khi con tức vị, chúng ta đã an táng thái hậu cùng Nhân tông theo đúng lễ. Trong đạo trị nước thì công bằng là trọng. Mẹ muốn con làm rõ vụ án oan, trả lại công bằng cho Nguyễn Trãi, Nguyễn Thị Lộ. Nhưng giở lại việc cũ là chuyện hệ trọng, sao cho rõ ràng, danh chính ngôn thuận, đừng vì thành kiến mà bóp méo sự thật, nhất là đối với con, muốn làm ông vua sáng của Đại Việt!

Từ nãy đến giờ nghe mẫu hậu nói mà nhà vua giật mình vì những chuyện lớn lao đến vậy mà chàng không biết! Giả dụ như không có ông bà Nguyễn Trãi lúc đó mà triều thần cứ giả câm giả điếc để cho Tiên đế làm một việc thiếu suy xét thì cơ sự sẽ tới đâu? Rõ ràng là ân nhân cứu tử của mẹ con mình bị nỗi oan khốc hại đến vậy mà mấy chục năm mình coi như không có chuyện gì, còn mẹ thì chịu bó tay ôm hận! Phải làm rõ việc này, nếu không mình sẽ thành kẻ bất nhân bất nghĩa. Nghĩ thế, chàng thưa với mẹ:

- Thưa, mẫu hậu nói đúng, con phải làm việc này. Nhưng con muốn mẹ giúp con một tay.

- Mẹ thì giúp được gì?

- Thưa mẹ, hơn hai chục năm qua rồi, lúc đó con còn quá nhỏ. Mẹ chứng kiến toàn bộ vụ án. Xin mẹ cho con đầu mối nhân chứng vật chứng để từ đó con đi tới.

- Mẹ hiểu. Đêm đó ở Trại Vải nhiều quan viên theo hầu tiên đế. Nhưng những người gần gũi nhất với người là các ông Lê Khả, Nguyễn Xí, Lê Thụ, Lê Bôi. Sau này ba ông Lê Khả, Lê Thụ và Nguyễn Xí thụ lý vụ án. Trong ba người ấy, thì ông Khả ông Thụ đã qua đời. May mà còn hữu tướng quốc Nguyễn Xí, nhưng người đang ốm nặng, không biết có giúp con được gì không?

- Con hiểu rồi, xin cảm ơn mẫu hậu!

Theo lời thái hậu, Thánh tông muốn gặp ngay hữu tướng quốc Lê Xí nhưng hiện bệnh ông rất nặng nên nhà vua nhân việc này đến phủ thăm vị lão thần. Khi Thánh tông đến, Nguyễn Xí gượng ngồi dậy nhưng không được, đành nằm trên giường bệnh tiếp nhà vua. Cho người nhà ra ngoài cả, nhà vua nói với hữu tướng quốc:

- Trẫm có một việc nan giải, cần nhờ khanh giúp chẳng hiểu khanh có sẵn lòng giúp trẫm được không?

- Xin thánh thượng cứ truyền bảo, vi thần sẽ hết sức!

- Khanh biết đấy, từ khi giữ việc nước, công việc bộn bề, nay thái hậu nhắc đến vụ án hơn hai chục năm trước của Nguyễn Trãi và Nguyễn Thị Lộ, yêu cầu trẫm làm cho rõ lại.

Vị lão thần gắng gượng nói:

- Hồi hoàng thượng, thần rõ rồi ạ! Đã từ lâu thần chờ câu nói này của thánh thượng. Chờ canh cánh bên lòng. Thần đã nghĩ rồi, dù muốn hay không, trước khi đi hầu Thái tổ cùng Tiên đế, thần cũng sẽ thưa cùng hoàng thượng. May mà hoàng thượng thân đến hỏi nên thần có cơ hội trần tình. Hồi hoàng thượng, sự thể là vầy, xin hoàng thượng tha tội thần mới dám nói.

- Được, khanh cứ nói!

- Hồi hoàng thượng, cái đêm mồng bốn tháng tám ở Trại Vải ấy, thần chứng kiến tất cả. Xin hoàng thượng tha cho thần tội bất kính, Tiên đế băng hà không phải do ai tiến độc mà do người quá vui thú với bà Lộ nên đột tử. Cái chuyện cũng thường thấy trong cuộc đời nhưng lại thậm không may vận đúng vào bậc thiên tử. Trước tai họa bất ngờ, chúng thần, gồm thiếu úy Lê Khả, bình chương Lê Thụ và thần chỉ còn biết phong tỏa tin dữ rồi nhanh chóng đưa di hài Tiên đế về triều. Chúng thần đã thưa rõ cùng Nguyễn thái hậu nhưng nghe xong, người đùng đùng nổi giận truyền cho chúng thần: không nghe không biết chuyện phạm phòng mà chỉ có việc Thị Lộ tiến độc hại thánh thượng mà cái việc thí nghịch này là do Nguyễn Trãi chủ mưu!

- Là trọng thần, các khanh không can gián thái hậu ư? Thánh tông kêu lên.

- Xin thánh thượng tha tội. Chúng thần vừa nói tới chuyện đó, thái hậu đã gào khóc thảm thiết rồi giận dữ bỏ đi: vậy các ông muốn làm gì thì làm, ta đến với người chết đây! Chúng thần thấy là nếu trái ý thái hậu lúc này thật nguy hiểm. Người sẽ phế truất chúng thần rồi trong triều những kẻ tiểu nhân a dua sẽ nắm cơ hội đứng lên tôn lập thái tử cùng thái hậu. Sau đó để lấy lòng thái hậu, chúng sẽ ra tay với Nguyễn Trãi rốt ráo hơn. Chúng thần thiệt thân là một lẽ nhưng vừa không cứu được vợ chồng Nguyễn Trãi lại vừa đẩy đất nước vào trong tay đám tiểu nhân không biết rồi chúng sẽ đưa nhà Lê tới đâu? Vì vậy, ngay sau đó, vừa phò lập tân vương, phát tang Tiên đế chúng thần vừa công bố tội trạng của vợ chồng Nguyễn Trãi. Thần được giao đứng chủ xử vụ án này. Khi hỏi cung, Thị Lộ khăng khăng không nhận tội thí nghịch. Ông Lê Thụ phải bàn với thần là lợi dụng khi Thị Lộ ngất, sẽ nhúng tay thị vào son rồi ấn lên khẩu cung. Thần biết làm vậy không phải nhưng dù sao cũng đỡ cho bà Lộ phần đau đớn. Còn với ông Nguyễn Trãi, vì có lời khai nhận của Thị Lộ nên chúng thần không phải dùng đại hình. Biết không đời nào Nguyễn Trãi nhận tội đại nghịch nên trong kết luận vụ án, thần đã viết đại ý: "Mặc dù thằng giặc già Nguyễn Trãi khăng khăng không nhận tội, nhưng trước chứng cứ rành rành trong đó có lời khai nhận của vợ y là Thị Lộ, y không thoát khỏi bị trị tội!" Viết vậy, thần cũng ngầm để ngỏ cho Nguyễn Trãi cái nút mong sau này có thể tháo cởi.

- Trẫm hiểu, nhà vua buồn rầu gật gật đầu. Không thể nào trách khanh được. Trong đạo quyền biến, có thể các khanh đã làm đúng. Nhưng vụ án dù sao cũng quá tàn ngược !

Nhà vua về rồi, nằm trên giường bệnh, Nguyễn Xí thấy người nhẹ hẳn đi. Ông đã làm xong công việc cuối cùng của đời ông, một công việc nặng nề. Ít ngày sau ông qua đời.

Hôm sau, trong buổi thiết triều, nhà vua nói trước bá quan:

- Trẫm còn trẻ, nên nhiều việc cũ chưa rành. Mới đây nghe trong triều có lời thì thầm về vụ án Nguyễn Trãi. Trẫm hỏi thái hậu thì người dạy: "Hơn hai chục năm trước, nhân việc Tiên đế băng hà, xảy ra vụ án Trại Vải dẫn tới tru di ba họ quan Hành khiển Lê Trãi. Vụ án xét xử nhanh nhưng để lại mối ngờ.Nay con phải làm rõ vụ án này để bớt đi nỗi oan khuất trong thiên hạ." Thuận theo lời giáo huấn, trẫm giao cho quan Lại bộ thượng thư Nguyễn Như Đỗ cùng quan Dự chưởng Hình bộ Lê Cảnh Huy trong thời gian ngắn nhất tra xét lại vụ án trên. Các khanh nhớ phải làm việc cẩn trọng, chứng cứ xác thực, không được vì định kiến mà làm sai lạc kết luận vụ án.

Sau gần hai tháng tra xét, Nguyễn Như Đỗ và Lê Cảnh Huy trình lên nhà vua tờ biểu nói rằng hoàng đế Lê Thái tông qua đời do bị cảm, là cái chết tự nhiên chứ không phải bị đầu độc.

Nghe tấu xong, nhà vua nói :

Trẫm rất mừng là qua thẩm tra thận trọng và công tâm, các khanh đã làm rõ vụ án oan hai chục năm trước, trả lại sự trong sáng cho đại học sĩ Nguyễn Trãi cùng nữ sĩ Nguyễn Thị Lộ. Trong ngục tụng muôn đời, oan sai là điều khó tránh khỏi. Nhưng bất cứ sự oan khốc nào cũng gây nên nỗi đau nỗi hận trong lòng người, tạo ra nghi kỵ oán hờn. Mầm loạn cũng từ đấy mà sinh ra! Xét xử sao cho công bằng minh bạch là điều tối hệ trọng nhưng việc thấy sai mà sửa cũng cực kỳ quan thiết vì nó thể hiện bản lĩnh của chính quyền, dám trung thực với dân với nước, lập lại công bằng, góp phần giải tỏa thù hận, đem lại niềm vui lòng tin trong dân chúng. Riêng với vụ án Trại Vải này, không chỉ xóa một án oan kéo dài hai chục năm mà cái được thật lớn.

Các khanh đều biết, trong cuộc bình Ngô và một số năm sau này, Nguyễn Trãi giữ việc viết văn từ cho Thái tổ. Không chỉ là tay thảo văn từ kiệt xuất mà Ức Trai còn là một thi nhân để lại văn chương trác tuyệt xứng đáng làm gương cho muôn đời. Từ ngày bị tội, văn từ thi phú của Trãi theo phép nước không được dùng nữa là thiệt thòi lớn cho triều đình cùng trăm họ. Trãi chính là một thời đại văn chương. Không dùng văn chương của Trãi thì lấy gì biểu dương công lao dựng nước và giữ nước của Thái tổ cùng Tiên đế? Trẫm nghe nói, dựa theo Bình Ngô đại cáo, nữ sĩ Thị Lộ đã cùng nhạc sư vũ sư sáng tạo ra điệu múa Bình Ngô phá trận mà mỗi lần biểu diễn còn làm rung động tâm can, làm nhỏ lệ những người lính già chinh chiến cùng Thái tổ. Nhưng trẫm cũng như nhiều vị ở đây chưa hề được biết tới! Xem thế thì biết, việc sửa án hôm nay có tầm quan trọng rất lớn. Không chỉ trả lại sự trong sáng cho một dòng họ một gia đình mà còn khai mở một mạch văn học để văn chương của Nguyễn Trãi chảy hòa vào dòng văn chương Đại Việt, góp phần trau dồi hun đúc tinh thần Đại Việt cho tới mãi mai sau.

Trẫm cảm ơn các khanh đã hết lòng vì trẫm làm minh bạch vụ án. Nhân đây, trẫm cũng khen ngợi quan Ngô thái sử có công trong nhiều năm lặng lẽ sưu tầm và lưu giữ trước tác của Nguyễn Trãi. Nhờ vậy mà di cảo của Trãi được bảo tồn, giữ cho quốc gia tài sản vô giá. Trẫm sẽ cho sưu tầm thêm văn chương của Nguyễn Trãi, cho san định rồi khắc in công bố rộng rãi trong thiên hạ.

Sài Gòn, Thu Giáp Thân.

PHỤ LỤC

PHÊ BÌNH TIỂU THUYẾT

NGUYỄN THỊ LỘ

UYÊN HẠNH

Đọc Tiểu Thuyết Lịch Sử NGUYỄN THỊ LỘ của Hà Văn Thùy

Tiểu thuyết Lịch sử NGUYỄN THỊ LỘ của Hà Văn Thùy là câu truyện kể về cuộc đời người thôn nữ bán chiếu ở Tây Hồ, gặp văn nhân đệ nhất Hà thành Ức Trai Nguyễn Trãi, con người tài trí xuất chúng. Họ gặp gỡ trong một chiều xuân mưa bay phơ phất trên phố phường sau Chùa Quán Sứ. Hai người đã ứng khẩu đề họa thi thơ. Rồi nàng về làm vợ của chàng và đã nhiều năm theo chồng vào Thanh cùng nghĩa quân suốt mấy năm dài kháng chiến. Nhân vật chính của câu truyện là người thiếu phụ tuổi bốn mươi được nhà văn Hà văn Thùy phác họa bằng nét bút rất linh động trong những trang đầu của quyển sách: "*Qua trang phục bình dị vẫn cho thấy một Thị Lộ với sắc đẹp quý phái mà lại lồ lộ lộng lẫy. Cặp chân dài dẻo dai, dáng đi uyển chuyển. Tấm váy lụa mềm mại cuốn theo mỗi bước đi, để lộ bắp chân trần trắng muốt. Chiếc thắt lưng hoa lý bay bay phơ phất và tấm áo tứ thân màu huyết dụ bó sát lấy thân hình nở nang... Nàng vẫn đẹp, quá đẹp ở tuổi của nàng. Khi bóng nàng khuất trong rừng, không hiểu sao ông bỗng thấy âm thầm một nỗi lo xa xôi. Tinh hoa phát tiết đến vậy liệu có bền lâu?!"*

Cái nhìn khách quan của nhà văn Hà Văn Thùy cho ta hình ảnh Thị Lộ là một người đàn bà hoàn hảo. Ngòi bút nhà văn vẽ cho ta một Thị Lộ ngày còn thiếu nữ với một căn bản học vấn đầy chữ nghĩa thánh hiền, tứ Thư, ngũ Kinh và thi phú, là cô gái xinh đẹp nhất vùng, có tài thơ văn, đối đáp. Về làm vợ Nguyễn Trãi, với bẩm sinh một người thông minh hiếu học, Thị Lộ trở thành "tác phẩm hoàn mỹ" của "tác giả" Nguyễn Trãi, con người tài hoa cháu ngoại quan Tư đồ Trần Nguyên Đán, con quan Hàn lâm viện học sĩ kiêm Tư nghiệp Quốc tử giám Nguyễn Phi Khanh, đỗ thái học sinh, từng giữ chức Ngự sử đài chánh chưởng thời nhà Hồ. Qua những trang sách đầy sức hút, Hà văn Thùy cho ta thấy Thị Lộ đã được Nguyễn Trãi dùng tình yêu giáo dưỡng san sẻ những học hỏi hiểu biết của mình như thế nào và với tình yêu cùng lòng kính trọng chồng, Thị Lộ đã làm rạng danh văn nhân tài danh Nguyễn Trãi. Nhà văn Hà văn Thùy đã khéo léo hoàn thành hình ảnh nhân vật nữ Thị Lộ đẹp lộng lẫy, một người đàn bà quyến rũ tài trí tuyệt vời có một không hai sau thời gian 20 năm chung sống cùng người chồng nhân đức tài danh là Nguyễn Trãi, một đệ nhất chiến tướng mưu lược, một học giả uyên bác, một thi nhân lớn của Đại Việt.

Đẹp đôi sánh bước cùng chồng là quan Hành khiển Đại phu Nguyễn Trãi đến dự cuộc hội trong cung đình, nhân vật Thị Lộ đã đi vào ngày định mệnh của mình mà không hay. Vị vua đương thời tuổi chỉ bằng nửa tuổi nàng gặp Thị Lộ đã lập tức say mê người đàn bà đẹp lộng lẫy quyến rũ nầy. Ngày đêm thương nhớ tơ tưởng đến nàng, nhà vua đã kiếm cách đưa nàng vào cung. Thị Lộ trở thành Lễ nghi Học sĩ chấn chỉnh hậu cung của vua Lê Thái Tông tức Lê Nguyên Long con trai Vua Lê Lợi.

Giữ chức vụ Lễ Nghi Học Sĩ, Thị Lộ đã dùng tài trí thông minh lanh lợi, cái nhìn sâu sắc và óc phân tích xử kiện phân minh, nhân hậu, biết đặt sự đa nghi đúng chỗ để biến đổi cục diện một cách linh động chu toàn tạo ổn định cho tình hình rối ren trong cung đình, lợi ích cho dân cho nước. Thị Lộ được sự trọng dụng của nhà vua vì nàng đã đem hết tâm lực chỉnh đốn hậu cung. Nàng đã thực hiện được nhiều việc. Đặc biệt như thành lập một đội nhã nhạc của cung đình, một ban ca vũ với âm nhạc xứng cùng tầm vóc Đại Việt đã làm vui lòng hoàng thượng và bá quan trong những dịp lễ hội. "*Theo hướng dẫn của Quan Hành khiển Nguyễn Trãi, Thị Lộ đã nhắc nhở vua Thái Tông tu chỉnh và thực hiện việc thi chọn nhân tài nước ta tiếp tục công việc đã làm từ thời Lý, biến thành lệ ba năm một khoa đã có từ trước vào quy củ. Từ khoa Nhâm Tuất nhà vua cho viết Văn bia Tiến sĩ, đem trưng ở Văn Miếu. Nhờ ý kiến của Thị Lộ và Nguyễn Trãi mà bảng vàng bia đá muôn đời vinh danh các tiến sĩ mà cũng là bảng vàng bia đá ghi công Thái Tông khởi xướng việc lớn của Đại Việt. Trong vòng một trăm bảy mươi lăm năm Nhà Trần đã xây dựng Đại Việt thành quốc gia văn hiến. Lê Tiên hoàng lấy nước từ trên yên ngựa, võ công thì lớn nhưng văn trị chưa nhiều. Thị Lộ đã khuyến khích và hướng dẫn vua Thái Tông thấy được điều mấu chốt cho sự thịnh trị là đào tạo nhân tài, do đó nhà vua đã ổn định khoa thi, các quan lớn trong triều đã giúp nhà vua chung tay xây dựng cơ đồ Đại Việt thêm rực rỡ*" (trích NTL/HVT).

Đọc "Nguyễn Thị Lộ" của nhà văn Hà văn Thùy chúng ta thấy rõ Thị Lộ nổi bật trong vai trò biến đổi một ông vua ít học, hành động nông nổi theo bản năng như Lê Thái Tông trở nên chính chắn, trầm tĩnh, sáng suốt, cứng cáp, nói năng thận trọng dứt khoát hơn và biết nhìn xa trông rộng nhờ thế có thể quán xuyến được công việc quốc gia. Bên ngoài lo võ bị, bên trong khoan nới sức dân, mở mang văn học, Thái Tông trở thành một vị minh quân tạo ấm no cho dân cho nước trực tiếp nhờ công sức của Thị Lộ qua sự tiếp tay của Nguyễn Trãi. Nông phu cùng trẻ mục đồng đã hát đồng dao vang vang khắp xóm làng, điểm tô những đồng lúa chín phì nhiêu "*Đời vua Thái tổ Thái tông, lúa má đầy đồng trâu chẳng buồn ăn*".Vào cung đình làm việc, sự gần gủi và nhiệt tình của vị quân vương đã làm nàng ngã lòng và rơi vào vòng tay nồng ấm của người tình mới, tuy nàng rất yêu mến kính phục chồng. Một đêm khi lòng nàng quá cô đơn và mắt nàng đầy lệ, trái tim của nàng đã giao động trước sự rung động của vị vua trẻ tuổi. Thị Lộ đã đáp lại thịnh tình của vị vua trẻ và hai người cùng viết nên khúc tình ca của những giao cảm đồng điệu.

Tác giả có cái nhìn cởi mở về sự sa ngã của Thị Lộ bằng một cảm thông rõ rệt khi viết về chân tình của vị vua trẻ đối với Thị Lộ. Dưới ngòi bút của nhà văn Hà Văn Thùy ta thấy rõ nhà vua trẻ có thể dùng uy quyền để chiếm đoạt nàng, nhưng đã không làm vậy và đó là lý do nhà vua chiếm được trái tim của nàng Thị Lộ. Với Nguyễn Trãi người chồng tài hoa thì tình nàng đối với ông là mối tình "không nặng xác thịt mà phưởng phất hương hoa, đạm thanh và sâu sắc" và hãy nghe nhà văn Hà văn Thùy kể về cuộc tình gối chăn của vợ chồng Thị Lộ và Nguyễn Trãi: "*Khi gần nhau người âu yếm nhưng khi nàng chỉ vừa cất cánh bay khỏi mặt đất thì mọi việc ở chàng đã kết thúc và nàng như con chim gẫy cánh rơi thê thảm xuống mặt đất trần trụi. Ngay sau đó chàng chìm vào giấc ngủ mặc cho nàng thao thức*". Với vị vua trẻ tuổi, ngòi bút Hà văn Thùy cho thấy rõ cuộc ái ân của nhà vua với nàng Thị Lộ là một chuỗi dài những cảm giác mãnh liệt nóng cháy từ một cuộc tình rực lửa: "*Nhưng rồi sau đó những kìm nén mà nàng cố tình gìn giữ bị phá tung, không cưỡng nổi bản thân, nàng hưởng ứng cuồng nhiệt. Cơn khát thèm tích tụ bao ngày đã được thỏa mãn ở lần trước, lần này chàng trai trẻ từ tốn điệu đàng dẫn nàng vào cuộc vui, đưa nàng lên cực điểm khoái lạc.*" (trích Nguyễn Thị Lộ/Hà Văn Thùy)

Hà văn Thùy đã linh động và sâu sắc mổ xẻ xúc cảm của người thiếu phụ có chồng khi ở tận cùng đỉnh khoái lạc vẫn không thoát được những ray rứt của mặc cảm tội lỗi. Hai nghịch chất được ông dùng để rải hương cho câu chuyện kể thêm nồng. Chất vị nồng nàn của cuộc ái ân ẩn hiện nỗi đau xót cùng mặc cảm tội lỗi đã làm đậm nét cuộc tình của vị quân vương trẻ, cũng như mối tình thi văn cao quý cùng nghĩa vợ chồng của nàng với Nguyễn Trãi.

Tiểu thuyết Lịch sử Nguyễn Thị Lộ của nhà văn Hà Văn Thùy đã cho chúng ta một sự ngưỡng mộ và thán phục đạo đức và tài trí của Nguyễn Trải. Nguyễn Trải tuy không trực tiếp cải đổi được nhiều việc trong triều vì bọn họan quan nịnh thần đang múa rối bợ đở, nhưng qua người vợ tài sắc của mình ông đã gián tiếp giúp chỉnh đốn triều chính, cải hóa vua Thái Tông đem phúc lớn cho dân cho nước. Thị Lộ đã giúp vua Thái Tông rất nhiều trong việc hành chánh và nàng cũng đã giúp được nhiều người tốt qua cơn tai biến. Chính những người được Nguyễn Trải và Thị Lộ giúp đỡ là những người 20 năm sau cái chết oan ức của Nguyễn Trải và Thị Lộ đã giải oan được vụ án cho hai người.

Hà Văn Thùy cho chúng ta thấy được Thị Lộ đã hoàn thành hoài bão củng cố xây dựng đất nước của Nguyễn Trãi. Nhưng với thành công của Thị Lộ, Nguyễn Trãi đã rất lo lắng. Có lần ông nói với nàng: "*Trong mọi thứ loạn thì loạn từ cung cấm là đáng sợ nhất*!" Cái lo của ông không phải là không có cơ sở. Bởi chính vì nàng quá đẹp quá giỏi quá được vua sủng ái, và cũng chính vì nàng quá nhân hậu mà những bà phi, hoạn quan bị mất dần quyền hành là những kẻ gian ác ganh ghét sắc đẹp và tài đức của nàng. Lòng họ đã manh nha một sự trả thù hiểm độc mà ta thấy được trong hồi kết của truyện kể khi gia đình của đại thần Nguyễn Trãi bị vu oan và bị tru di tam tộc, Thị Lộ cùng chồng là Nguyễn Trãi bị đem ra chặt đầu giữa chợ.

Nguyên nhân dẫn đến cái chết oan ức của Nguyễn Trãi và Thị Lộ là do vì vụ đột tử của vị quân vương trẻ. Đó là một vụ phạm phòng. Thời gian là người tình của vị quân vương, là người đàn bà thông minh sâu sắc Thị Lộ biết cách củng cố tình yêu của mình với vị quân vương trẻ bằng cách ứng dụng Tố Nữ Kinh nàng đã tìm thấy trong Tàng thư các. Với "công cụ" nầy nàng đã làm cho cuộc ái ân của nàng với vị quân vương trẻ ngày càng nóng bỏng. Nghệ thuật của Tố Nữ Kinh pha lẫn với sự chín mùi của người đàn bà đẹp quyến rũ ở Thị Lộ đã tạo sự đam mê vô bờ ở vị vua trẻ tuổi. Say tình đắm đuối là nguyên nhân tạo cái chết của vua. Cái đêm nhà vua đã cùng Thị Lộ bay cao đến điểm tột cùng hoan lạc của tình yêu và xác thịt nóng cháy cũng là cái đêm đã chấm dứt đời ông vua trẻ và một thời vàng son của nàng Thị Lộ. Thị Lộ đã phải bước vào cuộc sống tối tăm lạnh lẽo tù đày với oan ức cùng đại hình tra tấn đổ xuống tấm thân vàng ngọc của người thiếu phụ yếu đuối nầy, và sau đó nàng bị đưa ra hành quyết giữa chợ.

Thái Tông chết, Bang Cơ lên ngôi và Thị Anh là hoàng thái hậu chấp chính. Thị Lộ và Nguyễn Trãi là mục tiêu trả thù số một của bà thái hậu độc ác, là cái đích phải triệt hạ, để Thị Anh dọn con đường sắp tới vì không còn Nguyễn Trãi tài đức lừng lững, người đàn bà xảo quyệt lại đầy tham vọng này sẽ tùy thích làm những chuyện không lường được. Lê Khả, Lê Thụ, Tham tri chính sự Nguyễn Xí theo phán quyết của Hoàng thái hậu Thị Anh đã dùng đại hình tra tấn Thị Lộ rồi dàn dựng gán ghép Thị Lộ và Nguyễn Trãi vào tội đại nghịch thí vua, và với bản án tru di tam tộc đã chém đầu 36 người nam của dòng họ Nguyễn Trãi, từ những thanh niên trẻ tuổi đến những đứa bé chập chững biết đi, hoặc còn ẵm ngữa, đều bị đem ra chém đầu giữa chợ. Thương cho hiền nhân Nguyễn Trãi, tiếc cho con người tài hoa Nguyễn Trãi.

Ngày nhà Hồ bị diệt vong, cùng Phi Hùng đưa cha lên quan ải, Nguyễn Phi Khanh đã dặn con là người có học, có tài, nên tìm cách rửa nhục cho nước, trả thù cho cha. Nguyễn Trãi đã rửa nhục cho nước, trả thù cho cha. Nhân đức tài hoa như thế mà ông không thoát được cái nạn tru di tam tộc và cái oan trong vụ án Trại Vải để chứng tỏ lòng trung nơi ông vẫn vằng vặc, xứng với lòng tin cậy của thân phụ ông. Mãi cho đến 20 năm sau, vụ án Trại Vải dẫn tới nạn bị tru di ba họ của Quan Hành khiển Đại thần Nguyễn Trãi mới được giải oan. Tiểu thuyết Lịch sử Nguyễn Thị Lộ viết rõ chi tiết vụ án Trại Vải và nỗi oan được giải như thế nào với các sự kiện rất chi tiết thú vị nhất là thời gian Vua Lê Thánh Tông đã mê mẩn từng đêm phiêu du trên những trang Ức Trai thi tập, Quốc âm thi tập, Dư địa chí v.v.. của Nguyễn Trãi và nhà vua đã thán phục trước những áng văn chương trác tuyệt chưa từng có trong văn hiến Đại Việt.

Tiểu thuyết NGUYỄN THỊ LỘ của Hà Văn Thùy được viết trong bối cảnh lịch sử và với văn phong nhẹ nhàng sâu sắc, người đọc dễ dàng bị cuốn hút bởi bố cục chặt chẽ tình tiết mạch lạc. Tác giả đã cho ta sống qua hình ảnh một người thông minh nhân hậu Thị Lộ, hoặc tàn độc gian ác như Thị Anh, yếu đuối như Ngọc Dao trong vụ án cung đình, cũng như khi ông cho thấy cái dốt nát của những tên họan quan, hoặc nỗi đau của hiền giả Nguyễn Trãi trước thế cuộc. Khi mô tả về vị tướng phương phi của đoàn Khinh kỵ

Hoàng gia Trần Nguyên Hãn, tác giả đã cho ta thấy rõ uy phong và chiến công của người cũng như cảm giác đau đớn trước cái chết oan khiên khi người bị hại vì lòng vị kỷ nhỏ nhoi đầy nghi kỵ của một ông vua. Đọc những cuộc trà đàm phong phú giữa vua Thái Tông và nhân sĩ, tăng sĩ về nguồn gốc sự phổ biến Đạo Phật, về sự xiển dương Đạo của Thiền sư Khương Tăng Hội chúng ta không khỏi lấy làm thích thú.

Nhà văn Hà Văn Thùy góp nhặt thời gian chép nên trang sử và bằng ngòi bút linh động, đượm hương tình lãng mạn đưa ta say mê tìm về để thấy được những oan ức và tình tiết quanh vụ án Nguyễn Trãi cùng chất vị trữ tình trong cuộc đời giai nhân Nguyễn Thị Lộ. Qua ngòi bút của tác giả ta trở về làng Hải Hồ huyện Ngư Thiên phủ Tiên Hưng nhỏ bé bên sông Cái cuồn cuộn phù sa, gặp người thiếu nữ bán chiếu ở Tây Hồ, là người vợ yêu quý của Hà thành Đệ nhất văn nhân Nguyễn Trãi, là Lễ nghi Học sĩ, là người tình được vua Thái Tông yêu say đắm, và nhân vật Thị Lộ đã sống qua những giờ phút hạnh phúc thế nào bên người chồng nàng một mực thương yêu quý kính. Và với cuộc tình sôi nổi nồng nàn của nàng trong vòng tay vị quân vương trẻ tuổi và cái kết thúc tàn nhẫn đối với cuộc đời nàng Thị Lộ. Đọc Nguyễn Thị Lộ ta không khỏi bàng hoàng cho những đoạn đường lịch sử nữ sĩ Thị Lộ đã đi qua, để ngậm ngùi tiếc nuối và thầm ngưỡng mộ kính phục những gì nàng đã cống hiến cho đất nước. Thị Lộ xứng danh là một nữ sĩ một mệnh phụ tài sắc vẹn toàn.

ĐẶNG VĂN SINH

NGUYỄN THỊ LỘ
Một tiểu thuyết hư cấu hạ thấp phẩm giá vợ chồng Nguyễn Trãi

Từ đầu thế kỷ XX đến nay, vụ án Lệ Chi Viên đã được một số tác giả đề cập đến dưới dạng biên khảo, truyện và thơ. Chúng tôi có nhận xét chung là, cho dù xuất hiện dưới hình thức nào, cuối cùng, phần lớn tác phẩm đều quy chiếu về một điểm, đây là một vụ án oan dẫn đến họa tru di đại gia đình Nguyễn Trãi mà nhân vật chính được coi là người gây ra cái chết của mấy chục nạn nhân là Nguyễn Thị Lộ. Chuyện này không lạ, bởi nó đã được Ngô Sĩ Liên (hoặc một sử gia nào đó sau Ngô Sĩ Liên, theo quan điểm của Phan Huy Lê) chép trong *Đại Việt sử ký toàn thư*. Vì thế, không ít người lấy Quốc sử thời Lê sơ làm cơ sở, một mặt đề cao nhân cách Nguyễn Trãi, mặt khác lại lên án Nguyễn Thị Lộ, thậm chí còn bịa ra cả huyền thoại rắn báo oán để gán tội cho một người phụ nữ tài hoa, từng đảm nhiệm chức Lễ nghi học sĩ trong triều Lê Thái Tông.

Ngô Sĩ Liên đã làm một việc khá hồ đồ là đóng đinh vụ kỳ án vào lịch sử, không cho Nguyễn Thị Lộ được thanh minh, nhưng hậu thế chiêu tuyết cho bà. Những năm gần đây đã có những công trình nghiên cứu nghiêm túc về thân thế sự nghiệp Nguyễn Thị Lộ, trong đó có cả một cuội hội thảo tầm cỡ quốc gia đã phát hiện được nhiều tư liệu giá trị về vị nữ học sĩ tài danh đã một thời làm nghề bán chiếu gon ở kinh thành Thăng Long. Những bí mật vụ án Vườn vải Gia Định từng bước được khai mở, và người ta dần dần hiểu được, những kẻ nào đã thao túng triều cương, đạo diễn vở bi kịch chính trị đẫm máu nửa đầu thế kỷ XV.

Tác phẩm viết về vị Lễ nghi học sĩ tài danh gần đây nhất là tiểu thuyết *"Nguyễn Thị Lộ"* của nhà văn Hà Văn Thùy do NXB Văn học ấn hành vào năm 2005. Xét về mặt hình thức, *"Nguyễn Thị Lộ"* là một tiểu thuyết lịch sử đúng nghĩa bởi tác giả ít nhiều đã tạo được không khí lịch sử thời Lê sơ qua cách xử lý không gian, ngôn ngữ và những nét đặc trưng tâm lý nhân vật. Nói cách khác, với bút pháp riêng của mình, Hà Văn Thùy đã làm sống lại một giai đoạn lịch sử, tạo nên văn bản nghệ thuật có tính gợi mở, mặt khác, ông góp phần làm sáng tỏ những điểm còn mù mờ trong nội bộ triều Lê, cung cấp cho người đọc một cái nhìn mới về Vụ án Lệ Chi Viên.

Về mặt kết cấu, tác phẩm chia làm tám chương, ở phần cuối còn có một Vĩ thanh (phần này không có trong văn bản do NXB Văn Học ấn hành), mỗi chương đều gài một vài chi tiết quan trọng dẫn người đọc đi dần đến vụ thảm án bằng thứ ngôn ngữ giàu chất thơ, đậm hình ảnh, đặc biệt hấp dẫn với những bạn đọc... không khó tính.

Đọc *"Nguyễn Thị Lộ"*, chúng ta dễ bị thuyết phục, đôi khi còn như bị thôi miên bởi không ít những lý lẽ Hà Văn Thùy đưa ra biện minh cho cuộc tình vụng trộm giữa Lê Thái Tông với bà Lễ nghi học sĩ. Một khi đã bị tác giả "lừa" vào mê cung tình ái bằng những trường đoạn phân tích diễn biến tâm lý ngọt ngào, mùi mẫn, bạn đọc sẽ dễ dàng mất cảnh giác, buông lỏng lý trí, sẵn sàng đồng hành với tác giả trong cuộc phiêu lưu vô tiền khoáng hậu. Tuy nhiên không thể trách tác giả về mặt diễn biến cốt truyện, bởi có vẻ như ông đã tôn trọng "sự thật lịch sử", tuy đó là thứ lịch sử không mấy tin cậy được viết dưới áp lực của một nhóm quyền thần sau khi đã thanh toán vợ chồng Nguyễn trãi, đang ở thế thượng phong, có thể nhổ toẹt cả vào Quốc sử.

Nhưng chính vì quá lệ thuộc vào lịch sử, quá tin vào sự trung thực của các sử quan, Hà Văn Thùy đã vô tình rơi vào cái bẫy của đám lộng thần. Chính vì thế, cuốn tiểu thuyết tuy có nhiều chương ca ngợi Nguyễn Trãi và Nguyễn Thị Lộ, nhưng xét về mặt tổng quát, tác giả lại hạ nhục họ bằng cách biện hộ cho cuộc dan díu vô luân của Lê Thái Tông với bà Lễ nghi học sĩ.

Căn cứ trên văn bản, *"Đại Việt sử ký toàn thư"* chép sự kiện Lệ Chi Viên khá mập mờ, có những điểm rất đáng nghi, nhưng việc kết tội Nguyễn Thị Lộ là chắc chắn: "Trước đây vua thích vợ của Thừa chỉ Nguyễn Trãi là Nguyễn Thị Lộ người rất đẹp, văn chương rất hay, gọi vào cung phong làm Lễ nghi học sĩ, ngày đêm hầu cận bên cạnh. Đến khi đi tuần miền Đông, xa giá về tới vườn vải, xã Đại Lại ven sông Thiên Đức, vua thức suốt đêm với Nguyễn Thị Lộ rồi băng, các quan bí mật đưa về. Ngày mồng 6 về tới kinh, nửa đêm đem vào cung rồi mới phát tang. Mọi người đều nói là Nguyễn Thị Lộ giết vua" (Đại Việt Sử Ký toàn thư, bản kỉ thực lục, quyển XI). Vậy mà Hà Văn Thùy để cho Lê Thánh Tông khen Ngô Sĩ Liên: "Giỏi, giỏi! (...) Đáng mặt sử gia! Khanh đã viết đúng như sự việc xảy ra..." *(Chương 8)*.

Trong cuộc Hội thảo khoa học về Lễ nghi học sĩ Nguyễn Thị Lộ do đảng ủy xã Trần Phú, Khuyến Lương, Hà Nội phối hợp với Hội Sử học Việt Nam tổ chức ngày 19 tháng 12 năm 2002, sau đó ra đời tập Kỷ yếu nhan đề "Lễ nghi Học sĩ Nguyễn Thị Lộ với thảm án Lệ Chi viên", có khá nhiều bản tham luận nghi ngờ tính trung thực của sử gia Ngô Sĩ Liên, mà một trong những người phản biện mạnh mẽ nhất là nhà văn Hoàng Quốc Hải với bài "Trắng án Nguyễn Thị Lộ". Trong đó, ông dẫn ra đoạn Lê Thánh Tông trách mắng thậm tệ Ngô Sĩ Liên: "Vua dụ bảo Đô Ngự sử đài là Ngô Sĩ Liên và Nghiên Nhân Thọ rằng:Ta mới coi nhân sự, sửa đổi đức tính, tuân theo điển cũ của thánh tổ thần tôn nên mới đầu xuân tế Giao, ngươi lại bảo tổ tông đặt ra tế Giao cũng không đáng theo. Ngươi bảo nước ta là hàng phiên bang đời xưa, thế là ngươi theo đạo chết, mang lòng không vua. Vả lại, Khi Lệ Đức hầu (Nghi Dân) cướp ngôi, Sĩ Liên không giữ chức Ngự sử đấy sao? Chức nhiệm cao lắm. Nay Lệ Đức hầu bị tay ta mà mất nước, ngươi không biết vì lợi lộc mà chết theo, lại đi thờ ta. Nếu ta không nói ra, trong lòng ngươi không tự xấu hổ mà chết ư?"

(Đại Việt sử ký toàn thư, tập 3, trang 180, bản dịch), rồi kết luận :"Tư cách của sử quan và Đài Ngự sử như thế thì chúng ta có quyền tin tưởng sâu sắc rằng, những điều họ chép ghi trong *"Vụ án Vườn Lệ Chi"* là dối trá. Điều này được chứng minh trong lời văn Đại xá của Lê Nghi Dân sau khi đã giết Bang Cơ. Trong đó Nghi Dân khẳng định: "...Diên Ninh tự biết mình không phải là con của Tiên đế..." *(Đại Việt thông sử, trang 226, bản dịch)*.

Nếu chỉ căn cứ vào đoạn ghi chép về cái chết của Thái Tông trong Quốc sử, hậu thế tuy có trách nhưng vẫn có thể tha thứ cho Ngô Sĩ Liên, nhưng đến khi chính ông lại hạ lời bình rất bất lương (chữ của HQH) về nữ sĩ Nguyễn Thị Lộ: "Nữ sắc làm hại người quá lắm thay. Thị Lộ là một người đàn bà thôi, Thái Tôn yêu nó mà thân phải chết, Nguyễn Trãi lấy nó mà cả họ bị diệt, chẳng nên răn lắm ư?" *(ĐVSKTT, tập 3, trang 13, bản dịch)*, thì ta có thể kết luận, tư cách kẻ sĩ của viên sử quan này quá tầm thường. Hơn nữa, cũng chính vì thiếu chữ "dũng" của một vị Đô Ngự sử đài mà ông đã để lại vết nhơ trong lịch sử Đại Việt.

Người viết tiểu thuyết lịch sử, nếu muốn thành công, cần làm sống lại được tinh thần lịch sử thời đại, nghĩa là phải chuyển tải được cái "hồn" thời đại ấy qua hệ thống nhân vật cho dù chỉ là hư cấu. Với *"Nguyễn Thị Lộ"*, phải nói, Hà Văn Thùy rất có ý thức về vấn đề này, nhưng đáng tiếc là, ông đã sai lầm ngay từ phương pháp luận khi quá lệ thuộc vào chính sử để hư cấu nên mối quan hệ bất thường giữa vị hoàng đế thứ hai nhà Lê với người thiếp yêu của một đại công thần, thi vị hóa cuộc dan díu này rồi đẩy nó vào quỹ đạo ái tình: "Không cầm được lòng, nàng đặt lên trán chàng nụ hôn nhẹ như thoảng qua. Cái gì đã xảy ra? Nàng tự hỏi. Tội lỗi, tội lỗi, nàng thầm nhủ. Nhưng sao lạ quá, một cái gì đó mới mẻ chưa bao giờ nàng thấy. Nó dữ dội nó bạo liệt như xoáy lốc cuốn nàng bay vút lên tới tận trời xanh, toàn thân nàng đê mê như tan ra, nàng như muốn ngộp thở, nàng kiệt sức ngất đi... Tình yêu là như vậy sao? Nàng tự hỏi. Thật khác xa những gì nàng đã có với Nguyễn Trãi..." *(chương 4)*

Để thuyết phục người đọc bằng quan điểm "duy quốc sử" của mình, Hà Văn Thùy không ngại sử dụng hàng loạt sự kiện được diễn giải thông qua các biện pháp nghệ thuật như hồi ức, trạng thái tâm lý, trích dẫn văn bản (kể cả tất yếu và ngẫu nhiên), nhằm ngăn chặn các ý kiến phản biện mà ngôn ngữ thông tục gọi là "rào trước đón sau". Một trong những biện pháp khá hữu hiệu phục vụ đắc lực cho quan điểm sai lầm trên là những trang độc thoại của các nhân vật chính.

Nội dung độc thoại trong diễn biến tâm lý các nhân vật, ở chừng mức nào đó, kể cả Lê Thái Tông, đều có xu hướng thanh minh cho cuộc tình không chính danh, được diễn đạt bằng thứ ngôn ngữ đầy ma lực, có sức mê hoặc ngay cả những người hoài nghi nhất: "Chàng thấy tâm hồn trở nên thanh thản, tâm trí tỉnh táo. Sao lạ vậy, có lúc chàng tự hỏi. Hơn một người vợ. Người vợ chỉ biết tuân phục và nuông chiều. Hơn một người mẹ, từ mẫu chỉ biết thương yêu và răn dạy. Nàng như là người mẹ trong một người tình. Nàng biết khuyên can ta những điều sâu xa, nàng cũng nghiêm khắc như người mẹ với những điều ta chưa phải. Nhưng sau đó, bao giờ ta cũng được hưởng sự vuốt ve chiều chuộng cùng niềm vui ân ái ... Chàng nhận ra, từ khi gặp nàng, chàng đã thành người khác, trầm tĩnh hơn chín chắn hơn" *(chương 4)*. Hồi ức của Nguyên Long qua giấc mơ thuở nhỏ được một "cô tiên" tắm cho rồi cậu bé sờ "ti" được lặp đi lặp lại như là một định mệnh, hay việc Nguyễn Thị Lộ, dùng tình yêu và tài sắc của mình cải hóa Thái Tông từ một ông vua lười nhác, ham mê tửu sắc thành đấng minh quân, luôn là tiêu chí định hướng thẩm mỹ tránh cho người đọc sự "nhầm lẫn" về mục đích tác phẩm.

Nhưng sự việc chưa dừng ở đó. Nhằm hoàn thiện hình tượng Nguyễn Thị Lộ với ý đồ "tôn vinh" người phụ nữ tài sắc vẹn toàn, Hà Văn Thùy còn gán cho nhân vật này những công tích rất đáng ngờ. Điển hình là việc sửa lễ nhạc để thay thế loại lễ nhạc hỗ lốn của nhóm hoạn quan Lương Đăng. Từ nội dung chương 4, người đọc tinh tế sẽ nhận ra ngay mục đích của tác giả trong trường đoạn Nguyễn Thị Lộ mời Thái Tông nghe nhạc. Là nhân vật có quyền uy nhất trong triều, từng nhiều lần lên giường với một giai nhân tài sắc bậc nhất kinh thành, thì việc gì mà nhà vua chẳng gật đầu. Tuy nhiên, đến đây cần phân định rạch ròi giới hạn không thể vượt qua đối với một nữ quan cho dù người ấy là nhân tình của bậc quân vương. Theo quan niệm "nam tôn nữ ty" trong điển chế Khổng Mạnh, tại triều đình, làm lễ nhạc phải là nam nhân có danh vị cao trong Bộ Lễ và Viện

Hàn lâm. Trường hợp thái giám Lương Đăng và Hạ Đăng Đắc được xem là các biệt chỉ xảy ra vào lúc triều cương rối nát. Việc để Nguyễn Thị Lộ chủ trì lễ nhạc, cho dù phía sau bà là Nguyễn Trãi, cũng không đủ sức thuyết phục.

Đến đây tưởng cũng nên làm rõ một điều về chức danh nữ quan của Nguyễn Thị Lộ. "Lễ nghi học sĩ" là chức quan do Bộ Lễ quản lý. Với chức trách "cung trung giáo tập", hàng ngày, Nguyễn Thị Lộ đi kiệu vào hậu cung dạy các phi tần, cung nữ, hết giờ lại lên kiệu về phủ đệ, không được ở lại hậu cung. Vậy mà Hà Văn Thùy lại bịa ra một cung "Lễ nghi học sĩ", vô hình chung, ngay từ đầu tác giả đã biến bà thành một cung nữ, chịu sự quản giáo của Quý phi Dương Thị Bí và Thần phi Nguyễn Thị Anh. Chuyện này ngỡ như bình thường nhưng thực chất đó lại là chi tiết quan trọng. Loại bỏ chi tiết này ra khỏi tiểu thuyết, có nghĩa là loại bỏ một điểm hẹn rất hợp lý của đôi tình nhân trong hậu cung đầy bất trắc và lắm chuyện thị phi. Hai người khó có thể gặp nhau thường xuyên bởi tai mắt của bọn thái giám.

Bây giờ chúng tôi xin nói đến điểm mấu chốt nhất của cuộc tình này mà nếu bị bác bỏ thì xem như cuốn tiểu thuyết của Hà Văn Thùy bị đổ. Ấy là tuổi tác Lê Thái Tông và vị nữ quan. Căn cứ vào các tư liệu lịch sử, năm sinh của Nguyễn Thị Lộ có sự chênh lệch nhau. Theo *"Đất và người Thái Bình"*, bà sinh vào năm 1400 tại làng Hải Triều (còn gọi là Hải Hồ) tục gọi làng Hới, tổng Thanh Triều, huyện Ngự Thiên, phủ Tân Hưng (nay thuộc xã Tân Lễ, huyện

Hưng Hà). Nhưng theo giáo sư Võ Thu Tịnh trong *"Vụ án Lệ Chi Viên"*(http://vietsciences.free) và tiến sĩ Đinh Công Vỹ trong *"Bên lề chính sử"* (NXB Văn hóa Thông tin) thì bà sinh vào năm 1390. Từ đó, nếu lấy mốc năm 1390, Nguyễn Thị Lộ hơn Lê Thái Tông 33 tuổi, còn lấy năm 1400 làm năm sinh như khá nhiều tác giả đã sử dụng, thì Nguyễn Thị Lộ cũng hơn nhà vua 23 tuổi. Cho dù là là rất đẹp, thì người phụ nữ ở vào độ tứ tuần cách đây già nửa thiên niên kỷ cũng đã là một bà già, bởi hoàn cảnh kinh tế lạc hậu, chế độ chăm sóc sức khỏe cộng đồng vô cùng thấp kém. Đó chính là nguyên nhân dẫn đến tuổi thọ trung bình không quá 30. Trong khi ấy, theo Hà Văn Thùy, Lê Thái Tông là một ông vua ít học, ham mê sắc dục, hẳn là không thể có một mối tình cuồng nhiệt với một bà già hơn cả tuổi mẹ mình. Mặt khác chúng ta cũng không thể quên, lúc ấy, nhà vua đã có đến 6 bà vợ, toàn những người đẹp chim sa cá lặn cùng hàng trăm cung tần mỹ nữ nơi hậu điện. Có lẽ khi viết, Hà Văn Thùy cũng khá lấn cấn về vấn đề này, nên ông đã dành khá nhiều trang phân tích diễn biến tâm lý và những màn độc thoại mùi mẫn để thuyết phục bạn đọc chấp nhận cuộc ngoại tình tưởng tượng. Lê Thái tông nghĩ: "...Nhưng từ khi gặp Nguyễn Thị Lộ, Thái tông cảm thấy cuộc đời mình không như trước nữa. Quyền lực vô biên của chàng lần đầu tiên bị thách thức. "Uy quyền có thể làm được nhiều điều nhưng không làm nên tình yêu!" Nàng nói. Quả vậy, nàng là người đàn bà đầu tiên mà chàng phải bỏ công chinh phục. Cảm hóa nàng không dễ. Chàng không ép buộc bởi chàng cần một người tình, người yêu chứ không chỉ là một con mái tuân phục! Chàng muốn nàng tự nguyện hiến dâng. Chàng biết nàng có cảm tình với mình. Chàng cũng biết, trong cái cảm tình ấy mong manh tình yêu. Nhưng sống lâu năm với con người đạo đức, nàng đã nhiễm thói quen kìm nén. Nàng khép lòng lại như vị tướng giữ thành. Chính cái đêm nàng gẩy đàn trong nước mắt ấy, chàng đã nghe rõ lòng nàng và chàng hành động. Lúc đó hoặc mãi mãi không bao giờ! Lúc đầu, nàng chống cự. Nhưng chàng biết, đó là nàng chống cự lại bản thân. Chàng đã giúp cho nàng chiến thắng..." *(chương 4)*.

Từ những dòng trên, người đọc có quyền nghi ngờ, liệu tác giả có bất nhẫn khi để cho Nguyễn Thị Lộ không bị cưỡng ép phải "yêu" mà tình nguyện "yêu" Lê Nguyên Long đắm đuối bất chấp cả đạo nhân luân? Đọc đến đoạn Lê Thái Tông và Nguyễn Thị Lộ làm tình cuồng nhiệt đến nỗi nhà vua đột tử trên bụng Lễ nghi học sĩ tại hành cung Lệ Chi Viên, người ta chợt nhận ra một điều, tất cả mọi cách bài binh bố trận trong "kỹ xảo" của tác giả là để dẫn đến kết cục bi hài này chứ không phải là án quyết tru di tam tộc gia đình Nguyễn Trãi của triều đình nhà Lê sau đó.

Như trên đã nói, Hà văn Thùy lệ thuộc hoàn toàn vào chính sử. Cái nhìn của ông không vượt khỏi hệ ý thức thời đại. Ông chỉ nhìn thấy chữ trên giấy trắng mực đen mà không biết nhìn giữa hai dòng chữ như một nhân vật của Lỗ Tấn đã phát hiện ra "người ăn thịt người" trong truyện ngắn *"Trường minh đăng"*. Từ cách dàn dựng, bố cục và khai triển tiểu thuyết như trên, chẳng cần đào sâu các tầng ý nghĩa mà chỉ cần căn cứ vào văn bản trực tiếp, chúng ta cũng có thể thấy được, *"Nguyễn Thị Lộ"* là tác phẩm làm biến dạng lịch sử, hạ nhục nhân cách Nguyễn Trãi, Nguyễn Thị Lộ, Lê Thái Tông, đồng thời đem đến cho người đọc một cái nhìn lệch lạc về tư tưởng thẩm mỹ. Nguyễn Thị Lộ xuất thân từ gia đình nền nếp, chắc chắn bà hiểu rất rõ đạo tam cương, ngũ thường. Là một phụ nữ thông minh, lại chịu ảnh hưởng sâu sắc của nền giáo dục nho học, dứt khoát người nữ quan làng Hới này không thể có hành vi thái quá vượt ra ngoài khuôn khổ tam tòng tứ đức. Lại nữa, Nguyễn Thị Lộ từng đề xuất nhà vua ban sắc dụ trừng phạt loại đàn bà lăng loàn thì không thể tự mình làm chuyện thương luân bại lý. Trong khi đó, Nguyễn Trãi là bậc anh hùng cái thế, từng giữ trọng trách nơi miếu đường, nhân cách sáng như sao khuê, làm sao có thể tình nguyện hiến vợ (mà lại là thiếp yêu) cho một ông vua chỉ bằng tuổi con mình, để rước về một cô Cẩm Nhung như là sự đổi chác ngầm của phường lục lâm thảo khấu? Hà Văn Thùy đã cố tình tạo ra một sự nhập nhằng khiến bạn đọc hiểu lầm. Thực ra, người thiếp của Nguyễn tiên sinh, sau này sinh ra Anh Vũ không phải là cung nữ do Lê Thái Tông "ban".

Kẻ sĩ quân tử như Nguyễn Trãi tuy chịu sự chi phối bởi đạo thần tử (quân xử thần tử, thần bất tử bất trung), nhưng danh dự dòng họ, thể diện gia đình mới là quan trọng. Người quân tử có thể chết chứ quyết không chịu nhục. Danh dự đã mất, thử hỏi sống trên đời còn có ý nghĩa gì? Cho nên cái đoạn Hà Văn Thùy miêu tả tâm trạng Ức Trai giằng xé như một trận bão lòng khi Nguyễn Thị Lộ theo xa giá về

Côn Sơn, chỉ phù hợp với những kẻ tầm thường. Nguyễn Trãi cũng là một người đàn ông, hơn thế còn là nhà thơ lớn, ngón đòn mà Lê Nguyên Long đánh vào tâm hồn ông vô cùng hiểm độc. Nếu tác giả tự đặt mình vào hoàn cảnh Ức Trai, cẩn trọng suy nghĩ, chắc chắn ông sẽ không để cho người chồng bị cắm sừng nói những lời an ủi nhuốm màu cải lương thế kỷ XXI như sau: "Khi chuyện xẩy ra, ta vô cùng đau khổ vì người yêu thương nhất đã phản bội ta. Ta trách nhà vua đã xúc phạm ta. Quả thực lúc đó ta thù hận nàng... Nhưng rồi, khi uống cạn nỗi đau, ta hiểu ra, nàng không phản bội ta mà nàng chỉ theo tiếng gọi của lòng nàng. Nàng yêu ta khi còn quá trẻ, những năm tháng bên ta, tình yêu của nàng đã khuôn theo tình cảm của ta. Nay khi gặp một người như Nguyên Long, những tình cảm từ lâu bị kìm nén trong lòng bừng tỉnh, thúc giục nàng tìm những cái mà nàng vì ta đã để mất. Ta hiểu việc nàng làm. Ta già rồi không thể cho nàng những cái nàng có quyền được hưởng. Lẽ nào ta lại cấm đoán niềm vui, cấm đoán hạnh phúc của nàng? Thiên hạ chê những ông vua ngày xưa khi chết bắt thê thiếp chết theo. Nhưng nếu cấm đoán nàng, thì ta có khác gì một bạo chúa bắt nàng chôn vùi tuổi trẻ... Chính vì vậy, ta từ lâu đã thông cảm với nàng..."*(chương 7)*.

Về nhân cách Lê thái Tông, tuy là ông vua ít học, nhưng sau bao năm bị khống chế dưới bóng của đám cường thần, đến năm 1440 đã trưởng thành, tự mình điều hành chính sự. Vị vua còn khá trẻ này đã thẳng tay trừng trị bọn Lê Sát, Lê Ngân, dám lục dụng các công thần bị thất sủng thời Thái Tổ, biết dựa vào các lương thần chỉnh đốn triều cương, không thể là một hôn quân cướp vợ người khác. Như phần trên chúng tôi đã phân tích, hậu cung của Nguyên Long thiếu gì giai nhân tài nữ đến nỗi phải đeo đuổi một người đàn bà hơn mình ít ra là 23 tuổi? Một vương triều vừa mới kiến lập sau mười năm chống giặc ngoại xâm mà đã có một ông vua nhân cách thấp hèn, tinh thần bệnh hoạn như thế làm sao có thể đứng đầu trăm họ? Sai lầm có tính hệ thống này, trước hết bắt nguồn từ các nhà chép sử thiếu trung thực, nhẫn tâm đổi trắng thay đen dưới áp lực của phe nhóm Nguyễn Thị Anh, gán tội cho Nguyễn Trãi, tạo một "thiên cổ kỳ án", đến nỗi ngày nay, nhiều người coi đó là vụ án lương tâm muốn Tòa Thượng thẩm Việt Nam xử lại.

Đọc Hà Văn Thùy, phần phản cảm nhất là những đoạn Lê Thái Tông tìm mọi cách săn đón Nguyễn Thị Lộ. Nhưng đấy chưa phải là tất cả. Những pha làm tình nóng bỏng giữa hai người và diễn biến tâm trạng của họ mới đích thực là cú đòn hạ nhục vợ chồng Nguyễn Ức Trai: "Rồi chàng vồ vập đòi yêu nữa. Nàng buông người vô cảm. Dù sao việc cũng đã rồi, hối cũng đã muộn, nàng nghĩ, và mặc cho chàng vày vò. Nhưng rồi sau đó những kìm nén mà nàng cố tình gìn giữ bị phá tung, không cưỡng nổi bản thân, nàng hưởng ứng cuồng nhiệt. Cơn khát thèm tích tụ bao ngày đã được thỏa mãn ở lần trước, lần này chàng trai trẻ từ tốn điệu đàng dẫn nàng vào cuộc vui, đưa nàng lên cực điểm khoái lạc"*(chương 4)*. Và đây chính là đỉnh điểm của cái gọi là tình yêu để rồi sẽ kết thúc với bản án đẫm máu:" Không còn cách nào khác, nàng đành chiều và vận dụng hết ngón nghề giúp chàng. Vẫn biết khoái cảm nơi mình lên chậm, nàng tự kích thích để hòa hợp với chàng. Để chứng tỏ mình là trượng phu nam tử, chàng không ngừng mân mê những nơi nhạy cảm nhất của nàng. Rồi hai cơ thể hòa vào nhau trong tận cùng hoan lạc. Nàng cắn chặt môi như cố ghìm lại tiếng rên trong miệng nhưng rồi tiếng rên sung sướng cứ bật ra: "Chàng, Nguyên Long, chàng ơ ơ ơi!" Rồi nàng lịm đi mê mẩn. Tận cùng sung sướng, chàng run rẩy trên người nàng" *(chương 7)*.

Từ những trích dẫn trên, nếu tham khảo thêm cả những đoạn diễn biến tâm trạng Nguyễn Thị Lộ nằm rải rác ở các cương 4, 5, 6 và phần đầu chương 7, chúng ta phải thừa nhận Hà Văn Thùy rất có sở trường trong việc xây dựng hình tượng nhân vật có tâm lý phức tạp. Ông hư cấu mà như ngỡ cứ như thật tạo nên sự khác lạ về đẳng cấp với những nhân vật được xây dựng theo khuôn mẫu cứng nhắc của khá nhiều tiểu thuyết lịch sử chịu ảnh hưởng của mỹ học Marx - Lenin. Thế nhưng, như phần đầu chúng tôi đã cảnh báo, do phương pháp tiếp cận Vụ án Lệ Chi Viên sai lầm nên tiểu thuyết *"Nguyễn Thị Lộ"* đi chệch khỏi quỹ đạo thẩm mỹ. Ý đồ tác giả là lương thiện, thay vì đề cao nhân cách Nguyễn Thị Lộ thì ông lại hạ thấp phẩm giá của bà.

Tất nhiên, quyền hư cấu trong sáng tạo nghệ thuật là của tác giả, tuy vậy người viết cần phải có bản lĩnh và một tâm hồn nhạy cảm để nhìn ra bản chất vấn đề trong cái mớ bòng bong của lịch sử để lại. Nguyễn Thị Lộ thực chất không phải như hình tượng văn học hư cấu của Hà Văn Thùy. Bà là một giai nhân, một tài nữ, nhưng dứt khoát không phải là một dâm phụ.

Chí Linh, xuân Nhâm Thìn, ngày lành

ĐỖ NGỌC THẠCH

Nhà Văn Và Lịch Sử
(Đọc tiểu thuyết lịch sử Nguyễn Thị Lộ của Hà Văn Thùy, Nhà xuất bản Văn Học, 2005)

Có một đại văn hào nói ở đâu đó rằng: Chính nhà văn chứ không phải ai khác, mới là người viết sử thật của cuộc đời. Câu nói này không hề hạ thấp nhà sử học mà nó nhằm lưu ý chúng ta rằng, với trí tưởng tượng mạnh mẽ (đặc trưng cơ bản của năng lực sáng tạo nghệ thuật của nhà văn), phải là nhà văn chứ không phải là nhà sử học, mới có thể tái hiện một cách chân thực và sống động những tiến trình lịch sử vốn luôn luôn bị che đậy, dấu kín (bí sử) dù ở bất kỳ giai đoạn lịch sử nào của bất kỳ quốc gia nào.

Câu nói vừa dẫn trên dù đã có từ rất lâu nhưng đến nay vẫn đúng và vẫn như là rất mới, nó như một tiên đề trong toán học. Song, không phải nhà văn nào cũng lĩnh hội được đầy đủ và sâu sắc ý tưởng tuyệt hay đó. Và thế là khi viết tiểu thuyết lịch sử, hầu hết các nhà văn chỉ làm cái việc đơn giản là kể lại lịch sử theo các tài liệu lịch sử của sử gia đã được công bố (chính sử). Cách làm này thường gọi là minh họa lịch sử và thật đáng tiếc là nó lại được khuyến khích với lý do cần có nhiều tác phẩm ca ngợi lịch sử hào hùng của dân tộc. Có một số nhà văn đã không đi theo xu hướng anh hùng ca đó mà soi rọi vào những tầng ẩn sâu của lịch sử thì lập tức "gặp rắc rối" mà điển hình là tác phẩm Nguyễn Trãi ở Đông Quan của Nguyễn Đình Thi!...

Đây là một vấn đề phức tạp chưa dễ gì có được những kiến giải thực sự khoa học. Trong quá trình chờ đợi "hạ hồi phân giải" vấn đề lớn nhà văn và lịch sử này, tôi thấy vẫn có những nhà văn đầy tâm huyết với lịch sử dân tộc, nhất là với những sự kiện lịch sử, nhân vật lịch sử còn có nhiều nghi vấn. Một trong số đó là Hà Văn Thùy với tiểu thuyết lịch sử Nguyễn Thị Lộ. Đây là một hướng đi đầy nhọc nhằn, trắc trở mà tác giả đã cho là cực khó, không phải ai cũng thành công. Song, với lòng ưu thời mẫn thế và khát vọng sáng tạo mạnh mẽ, Hà Văn Thùy đã chọn cho mình con đường cực khó này. Đó chính là điều thu hút người đọc đầu tiên – người đọc là công chúng văn học đích thực.

Trong Lời tựa đầu sách, tác giả đã dẫn ra một định nghĩa về lịch sử rằng: "Lịch sử là những văn bản do sử gia viết rồi sau đó không ngừng được viết lại" và khẳng định trường hợp Nguyễn Trãi và Nguyễn Thị Lộ rất đúng với định nghĩa đó. Và tác giả đã viết lại hai nhân vật lịch sử này bằng tiểu thuyết lịch sử Nguyễn Thị Lộ với quan niệm rõ ràng được dùng làm lời đề từ cho tác phẩm: "Nhà Văn, trong ý nghĩa nguyên sơ của từ này, chính là lương tri của dân tộc của thời đại, có nhiệm vụ giải mã tấm gương câm lặng của lịch sử để đưa ánh sáng rọi chiếu con đường đi tới cho dân tộc". Đây là quan niệm đúng và không hề đại ngôn và nó càng cho ta thấy rõ hơn tại sao đi theo hướng này lại cực khó đối với nhà văn. Nhà văn cố gắng giải mã lịch sử. Đến lượt mình, nhà Phê bình giải mã tác phẩm của nhà văn. Như thế nhà Phê bình đã phải hai lần giải mã – "Giải mã sự giải mã": Vừa phải làm "nổ tung văn bản" – Tác phẩm văn học, vừa phải thẩm định sự giải mã lịch sử của nhà văn.

Đây là công việc cực khó đối với nhà phê bình văn học. Vì thế, ở bài viết này tôi chỉ xin đưa ra những cảm nhận có tính ngẫu hứng với tư cách của một công chúng văn học, còn những thao tác chi tiết, bài bản của cái việc giải mã cực khó đó, xin nhường các nhà phê bình văn học chuyên nghiệp ...

*

Trước hết, cần phải nói rằng tác giả của tiểu thuyết Nguyễn Thị Lộ đã có xuất phát điểm đúng. Hai nhân vật lịch sử Nguyễn Trãi và Nguyễn Thị Lộ là đề tài lớn và không hề vơi cạn của sáng tạo nghệ thuật về đề tài lịch sử. Mối tình đã trở thành truyền thuyết của Nguyễn Trãi và cô nàng bán chiếu Nguyễn Thị Lộ từ lâu đã là thiên tình sử tuyệt đẹp trong nếp cảm, nếp nghĩ của công chúng. Và vụ án Trại Vải (Lệ chi viên) từ lâu đã được xem là thiên cổ kỳ án. Đó là lợi thế có sẵn của nhà văn khi khai thác đề tài. Song, nếu nhà văn chỉ viết theo kiểu "minh họa lịch sử" thì không thể vượt qua được nhà chép sử hạng xoàng. Điều đáng chú ý ở tiểu thuyết Nguyễn Thị Lộ là tác giả đã chọn nhân vật trung tâm là cô nàng bán chiếu xinh đẹp tài hoa và thiên tình sử Nguyễn Trãi – Nguyễn Thị Lộ được đan cài với một thiên tình sử khác lâu nay chưa được chú ý là tình yêu của Nguyễn Thị Lộ với vua Lê Thái Tông. Thoạt nhìn, ta có cảm giác là tác giả bị sa vào cái "mô-típ" mối tình tay ba cũ mèm trong văn chương từ cổ chí kim. Nhưng tác giả đã "giải mã" mối tình tay ba này bằng một cảm quan nghệ thuật vừa có sự cháy bỏng của con tim vừa có sự tỉnh táo của lý trí. Việc thể hiện những xung đột nội tâm trong Nguyễn Trãi và Nguyễn Thị Lộ ở mối tình tay ba này đã được tác giả chú trọng và có sự "giải mã" khá thuyết phục.

Với Nguyễn Trãi là sự xử thế của một đại Nho chuẩn mực. Thật khó xử cho Nguyễn Trãi khi phải vừa giữ được tình yêu với Thị Lộ, vừa giữ được đạo quân – thần vừa giữ được chí lớn của một bậc đại Nho. Tác giả đã cho ta thấy được những suy tư của Nguyễn Trãi từ khi để Thị Lộ vào cung: "...Khi để nàng vào cung, ông chỉ có nỗi buồn là xa nàng. Nhưng trong cái thế bất khả kháng ấy, ông cũng thấy lóe lên tia hy vọng: ở trong cung, nàng có thể làm được việc ích nước lợi dân"(trang.169). Chính tư tưởng "Lấy đại cuộc làm trọng" đã giúp Nguyễn Trãi vượt qua những "cú sốc" dữ dội khi biết Thị Lộ đã "dan díu" với nhà vua trẻ, đã "...phản bội ông...đã đánh một đòn chí tử vào lòng tự hào và sĩ diện của ông" (tr.170). Và cuối cùng là cách xử thế không thể khác của Nguyễn Trãi trong "mối tình tay ba" này: "Trong hoàn cảnh éo le bất khả kháng của mình, ông tìm ra cách ứng xử riêng. Giữ mối tình cảm tốt đẹp với nàng, ông bày vẽ cho nàng giúp nhà vua làm những việc hữu ích" (tr.172). Và những lời ông nói với Thị Lộ thật là chân tình, thật là... Nguyễn Trãi: "Ta đã qua những ngày tủi nhục những ngày khổ đau. Nhưng rồi ta nghĩ ra: nàng còn trẻ, còn cần được yêu đương. Mà một người như Nguyên Long cũng đáng để nàng yêu lắm! Ta phải cảm ơn tình yêu nàng dành cho Nguyên Long. Chính tình yêu của nàng đã biến chàng thiếu niên Nguyên Long thành Thái Tông hoàng đế anh minh"(tr.224).

Và lời nói của nhà vua về Nguyễn Trãi là sự cảm phục: "Nguyễn Trãi thật lớn. Ông yêu nàng biết bao nhiêu. Chính vì vậy mà ông chịu hy sinh vì hạnh phúc của nàng. Trẫm càng trọng Nguyễn Trãi vì đã biết hi sinh cho nghĩa lớn" (tr.224). Xưa nay, đạt được sự "tâm phục, khẩu phục" ở những bậc quân vương thường rất hiếm hoi, nhất là trong "Chuyện Ái tình".

Với Nguyễn Thị Lộ, đó là những cảm xúc rất "Nữ tính" khi nàng đang tuổi hồi xuân và đứng trước những tình huống chỉ có thể làm theo "Mệnh lệnh của con Tim": "Còn Thị Lộ, như người từ tận cùng thất vọng, như kẻ từ dưới vực sâu được vớt lên, đã trải qua mọi tai họa, đã thấm tới cùng kỳ lý của cuộc đời, không còn gì lo lắng, không còn gì ngăn cách, nàng cũng hết lòng buông thả cho tình yêu được hoàn toàn tự do, hoàn toàn giải phóng. Bấy lâu nay, nhờ Tình yêu của Nguyên Long, nàng phát hiện ra sự đam mê mãnh liệt của mình. Nàng hiểu rằng, nếu không gặp chàng trai trẻ này, những đam mê đó chắc sẽ lụi tàn và nàng nhanh chóng già đi trong vai người đàn bà đoan chính" (tr.225). Và giá trị thẩm mỹ của hình tượng nhân vật càng được đẩy lên cao, tới tận cùng khi tình yêu cuồng nhiệt của Thị Lộ, tình yêu mới được giải phóng đó đã gặp phải bi kịch đẫm máu là cái chết đột ngột của nhà vua trẻ sau cuộc giao hoan với Thị Lộ, tức "Vụ án Lệ chi viên" (tr.228). Một lần nữa, vụ án "Lệ chi viên" lại được tác giả Hà Văn Thùy "giải mã" bằng tình yêu cuồng nhiệt của Thị Lộ và Thái Tông hoàng đế!

Cái kết cục đầy bi kịch của mối tình tay ba đó là kỳ án Trại Vải. Sự giải mã lịch sử của tác giả có đạt được thành công hay không và sự thành công tới mức nào như vừa nói trên, cần phải chờ sự phán xét của công chúng văn học, sự kiểm chứng của thời gian bởi công chúng văn học luôn là vị quan tòa công minh nhất và mỗi thời kỳ, tác phẩm văn học lại được phán xét ở một giác độ khác!

*

Điều đáng ghi nhận nữa ở tiểu thuyết Nguyễn Thị Lộ là nhân vật Nguyễn Trãi tuy không phải là nhân vật chủ đề, nhân vật trung tâm của cuốn tiểu thuyết nhưng hình ảnh nhà thơ, nhà văn hóa, nhà chính trị Nguyễn Trãi hiện ra thật sinh động, sắc nét. Nếu như có ai đó viết cuốn tiểu thuyết khác lấy "đích danh" là Nguyễn Trãi thì cũng có thể nói trước rằng cuốn tiểu thuyết Nguyễn Thị Lộ này cũng không hề thua kém gì trong việc khắc họa hình tượng nhân vật Nguyễn Trãi. Nói cách khác, nếu muốn đọc tiểu thuyết về Nguyễn Trãi thì hãy tìm đọc tiểu thuyết Nguyễn Thị Lộ! Nói vậy cũng không đến nỗi quá đáng lắm, bởi trong tiểu thuyết Nguyễn Thị Lộ, hễ có thời cơ, có dịp là tác giả lại giành để nói về văn, thơ của Nguyễn Trãi. Chẳng hạn như trong một cuộc viếng thăm của nhà vua tới nhà Nguyễn Trãi ở Côn Sơn, khi đi dạo trong vườn, tác giả đã giới thiệu và kiến giải thỏa đáng với bạn đọc một bài thơ nhỏ nhưng rất hay của Nguyễn Trãi mà một dạo các nhà thơ, nhà nghiên cứu đã tốn khá nhiều giấy bút để tranh luận về ý nghĩa của bài thơ Cây chuối này:

"Tự bén hơi xuân tốt lại thêm
Đầy buồng lạ, màu thâu đêm.
Tình thư một bức phong còn kín.
Gió nơi đâu gượng mở xem".

*

Đề tài lịch sử luôn luôn là một sự hấp dẫn kỳ lạ đối với nhà văn. Bởi lịch sử luôn tồn đọng những bí ẩn không thể "giải mã" một cách dễ dàng. Chính vì thế, đề tài lịch sử luôn luôn là một sự thách đố lớn đối với nhà văn. Hy vọng tiểu thuyết Nguyễn Thị Lộ của Hà Văn Thùy đã đáp ứng được phần nào nhu cầu "giải mã" lịch sử của công chúng văn học và chúng tôi tin rằng sẽ còn những "giải mã lịch sử" khác về nhân vật Nguyễn Thị Lộ sau cuốn tiểu thuyết lịch sử Nguyễn Thị Lộ này./.

Sài Gòn, tháng 6-2010

DUY PHI

Trao Đổi Cùng Tác Giả Tiểu Thuyết NGUYỄN THỊ LỘ

Vừa rồi, nhà văn Đặng Văn Sinh (ĐVS) lên tiếng, chỉ rõ: "Nguyễn Thị Lộ - một tiểu thuyết hư cấu hạ thấp phẩm giá Nguyễn Trãi và Nguyễn Thị Lộ".Tác giả Hà Văn Thuỳ có bài bác lại.

Vui thay! Sau khi tự đánh giá tiểu thuyết của mình: Đây là lần đầu tiên hai vị (Nguyễn Trãi, Nguyễn Thị Lộ) hiện lên trong hình tượng văn học sâu sắc và trong sáng như vậy, tác giả còn dẫn ra một ý kiến nào đó, cho rằng bài của ĐVS: Đặc sệt giọng lưỡi một giáo viên dạy văn xoàng xĩnh và chẳng hiểu biết gì về sáng tạo văn học.

Ai đúng đây? Có thể dẫn lại mấy điểm trong bài của HVT, trên trannhuong.com ngày 23/ 2/ 2012. Bài ấy, có những vấn đề bất ổn.

Ví dụ, HVT viết: Người phương tây có ngạn ngữ, khi không chặt được cánh tay đó thì hãy cầm lấy nó mà hôn! Do không thể bác bỏ được những dòng chính sử, tôi buộc phải chấp nhận nó như sự thực và mô tả trong sách của mình. Câu nói đó đúng ở đâu, chứ kẻ sĩ sao lại nghĩ thế, cái xấu khi chưa trừ bỏ được thì hãy cứ hôn chăng? Nếu là nghi án tội lỗi, chưa làm sáng tỏ thì hãy hy vọng nhiều đời sẽ sáng tỏ, hoặc cứ để trong nghi án chứ sao lại chấp nhận, vội đầu hàng, đồng loã...

HVT viết: Đúng là vua Thánh tông có trách cứ Ngô Sĩ Liên tội ăn của đút, tội "sự nhị quân" nhưng không hề quở trách ông trong việc viết sử. Điều này chứng tỏ ông không có lỗi ở chức phận sử gia. Ai dám chắc rằng, viên quan kia ăn của đút, không phải là của đút về việc viết sử? Căn cứ ở đâu dám võ đoán "ông không có lỗi ở chức phận sử gia", khi viên sử quan ấy bị Lê Thánh Tông mắng về nhân cách.

Về cuộc Hội thảo khoa học về Lễ nghi học sĩ Nguyễn Thị Lộ tại xã Trần Phú, Khuyến Lương, Hà Nội phối hợp với Hội Sử học Việt Nam tổ chức ngày 19 tháng12 năm 2002, sau đó ra tập sách Lễ nghi Học sĩ Nguyễn Thị Lộ với thảm án Lệ Chi viên (Thảm án LCV), NXB VHTT năm 2004. HVT viết: Hội thảo Khoa học về bà Lộ được tổ chức, tôi quá mừng, hy vọng, với tầm học cao biết rộng của những bậc tài danh hôm nay, oan án sẽ được xóa! Nhưng rồi tôi thất vọng: chứng không có mà lý đưa ra lại quá tù mù!

Tôi có nghĩ khác với HVT. Tôi đã đọc nhiều lần cuốn Thảm án LCV, 528 trang khổ 14,5 X 20,5 (cm), thấy cái tâm của nhà giáo Hoàng Đạo Chúc chủ biên và thấy nhiều tham luận có sức thuyết phục. Đặc biệt là công trình của GS, TS, các nhà nghiên cứu: Đinh Công Vĩ, Mai Hồng, Nguyễn Ngọc Hiền, Nguyễn Văn Thành, Hoàng Quốc Hải... các trang: 118, 119, 169, 170,

193 có thơ của Đinh Liệt, các trang 207 đến 212, có bài hai bài thơ thể Tứ lục và Tứ lục biến hoá... Quê tôi rất gần Lệ Chi Viên, đã nhiều năm tôi sống ở Côn Sơn, do lòng ham mê lịch sử, tôi từng vượt sông Luộc mà đến Tân Lễ - quê sinh bà Lộ, đi Lam Kinh, về Khuyến Lương, Nhị Khê... , song đọc Thảm án LCV- cuốn sách sau Hội thảo về Nguyễn Trãi - Nguyễn Thị Lộ, hiểu biết về Nguyễn Trãi - Nguyễn Thị Lộ của tôi đã được bổ sung thêm nhiều. Phải chăng, ông HVT đã quá vội mà phủ định? Nếu ông HVT về Khuyến Lương (Hà Nội) thăm nơi xưa Góc thành Nam lều một gian, thăm nhà dạy học của Nguyễn Trãi và nhà ở của bà Lộ, nếu đọc kỹ những bài thơ chữ Nôm chữ Hán của Nguyễn Trãi và bà Lộ, hẳn HVT sẽ không viết trong bài *Phải chăng Hà Văn Thùy xúc phạm Nguyễn Trãi, Nguyễn Thị Lộ* (Phải chăng...) với cánh nhìn hơi bị... tàn nhẫn: Một điều cũng rất thực mà vì tế nhị, trong truyện tôi đã không cho nói ra từ miệng Nguyễn Trãi là, theo quan niệm đương thời, bà Lộ không phải chính thất mà chỉ là vợ lẽ, nàng hầu, một tài sản người đàn ông có thể mua bán đổi chác...

Thời Lê sơ, đầu thế kỷ XV có nhiều oan khuất: Tả tướng quốc Trần Nguyên Hãn bị sát hại năm 1431 (sai đã được sửa năm 1456), Thái Bảo Phạm Văn Xảo bị hãm hại năm 1432 (đời Trần Nhân Tông được minh oan), Thừa chỉ Nguyễn Trãi bị trảm năm 1442 (Lê Thánh Tông xuống chiếu minh oan, lại truy tặng ông: Tấm lòng sáng như sao Khuê...).

Hồi ấy, hai chục năm sau, ông vua Thánh mới biết Nguyễn Trãi bị oan, chứ quan lại dân chúng nhận rõ ngay do sự rối ren nhũng loạn trong triều chính.

Đại công thần Đinh Liệt, người phải đứng ra làm chánh án vụ xử Nguyễn Trãi thấy rõ oan mà đành bất lực. Ngay trong ngày Nguyễn Trãi bị trảm (16 tháng 8 năm 1442), Đinh Liệt đã làm bài thơ rồi giấu đi, (Bút ký Hồng Mai của Đinh Liệt bị thất lạc mấy thế kỷ, năm 1953 mới tìm thấy...), đến nay ta mới được đọc. Đinh Liệt gọi Nguyễn Trãi là quan gia, ông là chánh án nhưng không phải là Bao Công và than, chờ Bao Công còn xa lắm:

Khả tích quan gia mạc thức thời
Tru di tam tộc thị thương ôi!
Phá kính trung viên, hà thời giải
Bao Công, chân lý đẳng tương lai.

Dịch:

Quan gia đáng tiếc chẳng theo thời
Tam tộc chu di xót quá thôi
Gương vỡ bao giờ lành được nhỉ?
Bao Công, chân lý ngóng xa vời...

Trong triều, Hoàng hậu Thị Anh và thế lực hắc ám lấn át cả, đại công thần - chánh án Đinh Liệt chịu bó tay, Nguyễn Thiên Tích - bạn cố tri của Nguyễn Trãi, làm phán quan cũng bó tay... Sử gia thời Lê sơ không cùng đẳng cấp với các thái sử Đổng Hồ, Thôi Trữ xưa, đã ghi theo "lề phải", chính thống.

Xử: Nguyễn Trãi dùng bà Lộ tiến độc vua là oan, "vua thức suốt đêm với Nguyễn Thị Lộ rồi băng", xử trảm bà Lộ cũng là oan.

Xin nói rõ thêm, theo sử, ngày 3 tháng 8, vua dời Côn Sơn về kinh. Bà Lộ được đi hộ giá. Từ Lục Đầu Giang rẽ vào sông Thiên Đức (Đuống) thuyền rồng ngược dòng, nên luôn phải hàng chục phu thuyền dùng dây tam cố gò lưng mà kéo. Đến ngang xã Đại Toán thuộc Quế Võ thì phu kéo mãi thuyền không nhích lên được. Vua hỏi. Lương Dật (em nuôi Lương Đăng - viên quan chống Nguyễn Trãi quyết liệt) tâu: "Ngay trên bờ có Cầu Bông, cạnh cầu có mộ Bạch Sư rất thiêng, nếu không cúng sẽ nhiều trắc trở". Tham tri chính sự Nguyễn Xí nói, không tin vào điều đó được, song vua lại truyền bảo: "Cho thuyền dừng, cắm trại, lệnh cho sở tại thịt nghé tơ để tế thần". Mấy hôm liền, vua vẫn không được khoẻ. Đêm 4 tháng 8 vua về đến Lệ Chi Viên... Trong chuyến vua vi hành này, Hoàng hậu Thị Anh không có mặt, nhưng tất nhiên tất cả các quan và năm cung nữ bên vua đều là người của Thị Anh cả. Chỉ có bà Lộ một phía. Có việc gì qua mắt được cánh Nguyễn Xí, Tạ Thanh, Lương Dật, các cung nữ? Lại cùng đoàn lặng lẽ hồi kinh. Từ Lệ Chi Viên đến kinh đô chỉ chừng 45 cây số. Hồi ấy, đoàn xa giá phải đi cả ngày, đêm mồng 5, hết ngày mồng 6, nửa đêm mới vào cung, phát tang. Nếu bà Lộ có mưu giết vua, cớ sao khi vua đã băng, không trốn? Vì ngoại phạm, bà Lộ tự cho vô can mới không trốn. Từ đó, suy ra, ngay câu mà sử gia chép "vua thức suốt đêm với Nguyễn Thị Lộ rồi băng", cũng là câu đã qua dàn dựng!

Có lẽ do quá say sưa với kiểu Eudipe mà tác giả tiểu thuyết Nguyễn Thị Lộ, đã tung hoành trong "trận bút" dẫn đến có lỗi với Nguyễn Trãi. Ví dụ, đoạn:

"Không cầm được lòng, nàng (bà Lộ) đặt lên trán chàng (vua, đáng tuổi con) nụ hôn nhẹ như thoáng qua... Tội lỗi, tội lỗi, nàng thầm nhủ. Nhưng sao lạ quá, một cái gì đó mới mẻ chưa bao giờ nàng thấy. Nó dữ dội nó bạo liệt như xoáy lốc cuốn nàng bay vút lên tới tận trời xanh, toàn thân nàng đê mê như tan ra, nàng như muốn ngộp thở, nàng kiệt sức ngất đi... Tình yêu là như vậy sao? Nàng tự hỏi. Thật khác xa những gì nàng đã có với Nguyễn Trãi...". (chương 4).

Đúng như ĐVS nhận định, những đoạn như thế này có hạ thấp cả Nguyễn Trãi và Nguyễn Thị Lộ.

Viết tiểu thuyết lịch sử là khó, viết về thiên cổ kỳ án Lệ Chi Viên lại càng khó. Nhà văn Hà Văn Thùy viết tiểu thuyết lịch sử về Nguyễn Trãi và Nguyễn Thị Lộ khởi nguồn từ niềm yêu kính hai danh nhân, đã xuất bản, có sự thành công nhất định. Song, tác phẩm còn phải tiếp tục đối diện với lịch sử, thi pháp, bạn đọc...

CHÂN DUNG NGUYỄN TRÃI VÀ NỮ HỌC SĨ NGUYỄN THỊ LỘ TẠI TRẠI VẢI BẮC NINH

ĐỀN THỜ LỄ NGHI HỌC SĨ NGUYỄN THỊ LỘ Ở TÂN LỄ, THÁI BÌNH

MỤC LỤC

NHÂN ẢNH
2024

Liên lạc tác giả:
Email: thuyhavan@gmail.com

Liên lạc Nhà xuất bản

NHÂN ẢNH
E.mail: han.le3359@gmail.com
(408) 722-5626

www.ingramcontent.com/pod-product-compliance
Lightning Source LLC
LaVergne TN
LVHW090229051026
849517LV00001B/234